Hoàng Hôn Buổi Sáng

Truyện dài

J. NGỌC

HOÀNG HÔN BUỔI SÁNG

HỢP LƯU 2015

Hoàng Hôn Buổi Sáng
Truyện dài
Bìa: Doãn Quốc Vinh
ISBN: 978-1-944372-02-6
© 2015 Tap Chi Hop-Lưu, Inc. & J. Ngọc.

Lời Tác Giả.

Có những tình cờ trong đời như một sắp đặt mà con người không thể lý giải, như sự tình cờ mà tôi đã gặp, nhân một lần nghỉ hè ở California vào cuối thập niên tám mươi. Lần đó, tôi đã được đọc một bài viết của phóng viên Jeffrey Brody, The Register, viết về trường hợp của một học sinh trường Tustin High School, Nguyễn Ngọc Quyết. Bài báo có đăng hình cậu thanh niên tỵ nạn Việt Nam mới mười chín tuổi đang nằm trên giường bệnh viện để lọc máu vì thận bị hư. Một tấm hình gầy còm, ốm yếu mà khiến ai xem qua cũng không khỏi bùi ngùi xót xa.

Nhưng điều mà đã đánh động lòng tôi hơn nữa khi đọc bài viết của phóng viên Jeffrey Brody, cậu bé Việt Nam này là một thuyền nhân mới qua, không cha, không mẹ, không người thân trong gia đình, vừa đi làm, đi học, và còn phải trải qua một tuần ba ngày, mỗi ngày bốn tiếng đến bệnh viện để dùng thận nhân tạo lọc máu. Nhất là khi nghe những lời chân thành của người y tá trong bài phỏng vấn, đã rất cảm xúc khi nói về tình trạng sức khoẻ và lòng tự tin, cũng như đức tính kiên cường nhẫn nại của Nguyễn Ngọc Quyết, dù mang chứng bệnh nan y, sống nay chết mai, và dù phải trải qua không biết bao ngặt nghèo gian truân và đau đớn từ tinh thần đến thể xác, vẫn miệt mài với sách vở, vẫn tự làm nuôi thân, và nhất là vẫn tiếp tục đến trường như một học sinh bình thường trong niềm tin và sự trông cậy tuyệt đối...

Tôi đã xúc động và thật xót xa, cũng như thương cho thân phận những người tỵ nạn Việt Nam đã phải bỏ nước ra đi vì lý tưởng tự do trong hoàn cảnh hiểm nghèo đau thương nhất.

Nhưng rồi, năm tháng trôi qua, tôi cũng quên câu chuyện đau lòng đó. Cho tới gần đây, ngày mồng 9 tháng 6 năm 2010, nhân đi khám mắt tại trung tâm khám mắt của bác sĩ nhãn khoa Nguyễn Ngọc Quyết, và lại tình cờ, nhân tôi và Bùi Thu Hương, vợ của Quyết, đang nói về một quá khứ nào đó, tôi mới ngạc nhiên không ngờ, bác sĩ nhãn khoa Nguyễn Ngọc Quyết chính là cậu thanh niên thuyền nhân tỵ nạn Nguyễn Ngọc Quyết mà báo Register Orange County có bài đăng ngày nào mà tôi đã tình cờ đọc.

Và trong sự tình cờ đó, một cảm xúc bất chợt cuốn hút tôi, và cuốn tiểu thuyết Hoàng Hôn Buổi Sáng đã ra đời.

Hoàng Hôn Buổi Sáng được viết và phóng tác dựa theo câu chuyện của bác sĩ nhãn khoa Nguyễn Ngọc Quyết và vợ là Bùi Thu Hương. Tác giả đã viết với một cảm xúc rất gần, và hy vọng độc giả sẽ tìm trong Hoàng Hôn Buổi Sáng những ý nghĩa và niềm tin của cuộc sống, như một làn gió mát, hay một đám mây che, giữa mùa hè ngập nắng.

Trong khi viết Hoàng Hôn Buổi Sáng, tác giả luôn nhớ câu mà Quyết đã tâm sự và dùng như một tâm niệm để sống: "Mình không có quyền lựa chọn bệnh tật, nhưng mình có quyền chọn sống vui hay sống buồn, nên tại sao ta không chọn sống vui, mà lại chọn sống buồn cho thêm phiền não."

Cùng ý nghĩ đó, mỗi buổi sáng thức dậy, nếu chúng ta bỏ ra vài giây để tự nhìn khuôn mặt mình trong gương. Chúng ta hãy mỉm cười rạng rỡ và tươi vui trên khuôn mặt, rồi sau đó chúng ta hãy cau mày giận dữ, chắc chắn chúng ta sẽ nhận ra nét mặt nào chúng ta muốn trên khuôn mặt chúng ta. Hiển nhiên là nét mặt tươi vui, vì nó vừa hạnh phúc, duyên dáng, lại dễ cảm.

Quả thật, cuộc đời đôi khi như tấm gương phản chiếu, nên đời sống con người cần, và rất cần những tấm gương hiếu học, chẳng hạn như những tấm gương của tiền nhân, cụ Đào Duy Từ, một người con của một xướng hát, mồ côi bố từ nhỏ, phải đổi họ Đào thành Vũ mới có cơ duyên đi thi Hương đậu Á Nguyên, nhưng khi thi Hội bị rớt chỉ vì xã trưởng đem lòng ép mẹ của cụ Đào Duy Từ phải nhận lời làm vợ, và vì mẹ của cụ Đào Duy Từ từ chối, nên cụ Đào Duy Từ đã bị đánh trượt, khiến mẹ cụ Đào Duy Từ tuẫn tiết vì xấu hổ.

Một người côi cút, ban ngày đi chăn trâu, ban đêm về gom lá khô đốt hầu có ánh sáng để học, lại mang thân phận tôi ở nghèo hèn, thế mà đã được thăng tước Lộc Khê Hầu, đã vang danh nổi lạc đời đời ghi ơn tưởng nhớ.

Hoàng Hôn Buổi Sáng không dám so sánh với tiền nhân, chỉ mong muốn như một gợi ý để chia sẻ và thăng hoa đời sống từ những gương nơi chính những người tỵ nạn, hầu mong như một phản chiếu, cho những ai trong cùng hoàn cảnh, hoặc cùng hay khác niềm tin dễ dàng chấp nhận trong những ngặt nghèo hứng chịu, nhất là đối với những người đang trong cam cảnh hiểm nguy của bệnh tật, những người mà sự tuyệt vọng đã cùng tận, hay ngay cả những người đã mất đi niềm tin, không còn tìm được lẽ sống.

Con người ai cũng có niềm tin, niềm tin đó có thể là niềm tin tín ngưỡng, hay cũng có thể là một lòng tin nào đó từ những lý lẽ riêng của cuộc sống. Chính vì thế, niềm tin quả cần thiết cho đời sống con người, nếu không muốn nói, con người nếu không có niềm tin là tự mình đã hủy hoại đời sống của mình. Niềm tin là thuốc tiên và cũng là hạnh phúc vĩnh cửu để con người không lạc bước và luôn là mãnh lực tồn tại không phải tìm kiếm từ đâu, ngoài trong chính bản thân ta, nhất là niềm tin tôn giáo...

Đọc Hoàng Hôn Buổi Sáng để khơi dậy và tìm thấy một chút nào đó ý nghĩa của niềm tin... và từ đâu, một người côi cút, tỵ nạn mang bệnh tật nan y, sống nay chết mai, lại vẫn có thể khuất phục và thành đạt...

Với tâm tình đó, tác giả thành thật cám ơn những tư liệu mà bác sĩ Nguyễn Ngọc Quyết và Bùi Thu Hương đã chia sẻ để tác giả hoàn thành tác phẩm Hoàng Hôn Buổi Sáng.

Tác giả cũng minh xác, Hoàng Hôn Buổi Sáng là tác phẩm tiểu thuyết phóng tác, hoàn toàn không có ý phô diễn hay dụng ý khen chê cá nhân, mà chỉ trang trải một trong những hoàn cảnh bi ai của muôn ngàn trường hợp khác, của những người Việt tỵ nạn đã phải rời bỏ quê hương sống đời lưu vong tỵ nạn khắp năm châu, nên một số nhân vật nếu có sự tương tự hay trùng hợp, tất cả đều là ngẫu nhiên và ngoài tâm ý của tác giả.

Houston, Ngày 4 Tháng 7 Năm 2010
J. Ngọc

CHƯƠNG MỘT

Tôi lặng yên. Không gian thật tĩnh mịch. Một nỗi chua cay ngập nặng tâm hồn. Tôi bất giác rùng mình. Những giọt nước mắt như dòng suối. Lòng tôi chơi vơi khắc khoải. Tôi phải làm gì? Mới hơn ba mươi tuổi đời. Nếu tính ra, tôi chưa đi được phần ba cuộc đời, nếu kể cả những ngày thơ dại. Giòng nước mắt như đánh thức tôi. Mùi mặn của thương đau, hay vị đắng của cô quạnh não nề tràn trên bờ môi như dấu tích của khổ lụy chờ đợi những ngày sắp tới.

Nhìn qua cửa sổ, chiếc cửa như che kín tầm mắt tôi. Ngày ngày trước đây, tôi thường cùng Qúy ngồi bên nhau say đắm nhìn ra hồ nước sau nhà vương đầy hạnh phúc. Chúng tôi kể cho nhau những giấc mơ từ những ngày tấm bé, cho tới khi chúng tôi gặp nhau, yêu nhau và nắm tay nhau tiến bước trước bàn thờ để giao lời thề ước. Tình yêu cháy nắng lên cao, một cảm giác đầu tiên của giao ước như triển nở không ngừng sau khi Qúy và tôi bắt đầu chấp nhận, và bằng lòng với định mệnh an bài, từ sự sắp đặt của bố mẹ Qúy. Ngay những ngày đó, tôi đã thầm hát: *"Người cho người gặp nhau, yêu nhau, hiến trao cuộc đời"*.

Mà quả thật, từ những phút giây ấy, ánh mắt hiền hậu của một chàng trai mới lớn càng khiến Qúy có sức quyến rũ lạ lùng. Tôi bị rơi vào không gian nóng bỏng của tình yêu đó, một tình yêu say đắm dạt dào. Qúy nói với tôi thật nhiều qua ánh mắt, mầu mắt đen lóng lánh như tình tự cùng tôi. Tôi nghe từng lời nói trong sâu thẳm, khiến tôi e lệ cúi mặt trong thẹn thùng chờ đón. Và thế đó…

Đời người, nhất là đời của những cô gái trong tuổi giao thời mộng mị, hình như lúc nào cũng căng phồng chờ đợi. Những ray rứt bồn chồn trong từng tế bào tiềm ẩn nẩy sinh một bắt gặp không ngờ, như lần gặp Qúy, đã làm tôi chếnh choáng, khiến tôi bị say sẩm, như vừa bước vào từ một nơi nóng cháy. Mắt tôi lòa, môi tôi đỏ ửng, và nhất là tim tôi đã đập không ngừng, giống như những hồi trống liên tục trước pháp trường ngay sau khi lệnh bài tử tội ném ra từ một quan toà có khuôn mặt dữ dằn… Tôi bị tình yêu bắt gặp, kết án… và tôi là tử tội trước tình yêu, một chờ đợi thiết tha khác với pháp trường của tội lỗi thường tình.....

Mãi tới cả phút sau tôi mới ngập ngừng:

- Qúy!!

Và chỉ được thế. Lời nói tôi cắt đứt. Tôi như người ngọng. Nhưng ôi! Sao tim tôi như muốn nhảy ra khỏi lồng ngực. Mầu mắt tôi chắc đỏ tía vì sức nóng huyền diệu bốc ra từ sự thẹn thùng nóng bỏng. Ngọn lửa hình như thật cao, cao vút tới tận tầng mây xanh...

Bây giờ ngồi nhớ lại lần yêu đó, lòng tôi vẫn còn thẹn thùng mờ ảo trong chơi vơi không ngừng. Tôi yêu giây phút ngỡ ngàng và say đắm đó. Chính vì thế, chúng tôi đã luôn trân qúy nhớ về. Nhưng Qúy ơi, bây giờ em phải làm gì trước sự phũ phàng bệnh tật mà anh phải gánh chịu thêm một lần nữa này. Thật là một thương đau não nề và cay đắng cho anh, cho em, và cho con chúng mình. Đừng bỏ em Qúy nhé. Cuộc đời này không thể không có anh.

Anh là dòng máu, là sức sống, và là tất cả sự tồn sinh của từng tế bào trong em, trong con. Và anh biết không? Chính những tế bào đã nuôi dưỡng bằng sức sống và tình yêu của anh đã cho em sự sống. Em đã chẳng thường bảo anh. Nếu anh xa em, em sẽ chết, chết thật đấy sao?...

Tôi còn đang quay cuồng với những dạt dào lo âu muộn phiền tràn ngập, bỗng có tiếng thở dài, thật nhẹ, nhưng hình như xoáy tận trong óc tôi. Tim tôi nhói đau. Tôi đứng dậy vào phòng. Qúy vẫn nằm bất động quay vào tường phía bên phải như đang ngủ say. Tôi không biết đây là tiếng thở dài trong mơ của Qúy, một giấc mơ muộn phiền nào đó, cố tình giấu kín những buồn lo trong lòng mấy tháng nay đã âm ỷ và phồng lên để rồi nổ tung và thoát ra, hay Qúy vẫn trằn trọc trong giấc ngủ muộn phiền đau đớn vì cơn bệnh đang hành hạ.

Tôi thương Qúy, thương với nỗi đau chính mình. Vì thế tôi đứng lặng yên nhìn Qúy. Tôi không đánh thức Qúy. Cặp mắt tôi như xoáy sâu nhìn Qúy. Rồi bất giác, tôi nhìn tấm khăn phủ, tôi không phân định mầu khăn phủ vì trời tối, nhưng tôi vẫn có thể nhìn rõ từng sợi chỉ của tấm phủ, vì đây là kỷ niệm ngày cưới của hai chúng tôi. Tôi và Qúy đã cùng nhau chọn tấm phủ này với tất cả tình yêu của hai chúng tôi. Qúy tình tứ nhìn tôi hôm đó, khi người con gái Á-đông, có mái tóc thề duyên dáng, và đôi mắt liêu trai nhìn cả hai chúng tôi, để giới thiệu về tấm chăn phủ giường đã được nhập cảng từ bên Ý mới về. Nhưng Qúy đã không quan trọng về xuất xứ, mặc dầu chúng tôi đang ở một tiệm rất nổi tiếng, và rất sang, nơi mà giá cả hình như chỉ dành riêng cho những người có tiền, mà tôi nhớ, hôm đó Qúy chỉ âu yếm hỏi tôi:

- Em có thích không? Mầu của tấm khăn phủ thật nhã và đáng yêu, giống như tâm hồn của em.

Tôi đập vai Qúy:

- Anh không thấy có người đứng bên sao.

Nhưng Qúy bình thản hỏi cô gái bán hàng:

- Cô nghĩ tôi nói có đúng không?

Và Qúy không chờ trả lời, cầm tay tôi thương yêu vừa mỉm cười, ghé vào tai tôi nói nhỏ:

- Nói thế chứ làm sao có thể so sánh với em, có gì dịu huyền và nhã nhặn trên đời này mà so sánh được với "huyền dịu" của anh. Giống như có hương thơm nào bằng "hương của em anh" đúng không....

Tôi lườm yêu Quý, đôi mắt tôi như tràn nước mắt vì sung sướng. Tôi ghé sát tai Qúy như muốn gửi một nụ hôn nồng thắm, nhưng tôi dừng lại nói nhỏ:

- Anh khéo nịnh lắm, nhưng em vẫn thích.

Và rồi tôi đã không do dự nói với cô bán hàng:

- Cô cho chúng tôi lấy tấm phủ này. Chồng tôi thích.

Cô bán hàng nhìn tôi với vẻ thán phục trong lòng. Có lẽ thế, vì làm sao cô ta không khỏi bồn chồn khi thấy hai chúng tôi trong đầm ấm yêu đương, một tình yêu trong sáng nhưng đầy lãng mạn, nhất là Qúy, cặp mắt có đuôi đã không rời tôi, khiến tôi thẹn thùng áp sát vào ngực Qúy như trốn chạy lòng mình.......

Vừa lúc đó, tôi lại nghe một tiếng thở dài, lần này rất khẽ, khẽ như hơi thở của Qúy, nhưng tôi lại nghe rõ mồn một. Tôi càng yêu Qúy, và càng lo lắng cho chàng. Tôi phải làm gì? Tôi muốn nổ tung. Tôi muốn được ôm Qúy trong vòng tay bé bỏng của tôi, để cùng thở dài và chia sẻ nỗi buồn chất ngất trong Qúy, mà tôi biết Qúy đã và đang cố tình giấu tôi suốt thời gian qua. Và cũng chính vì thế, Qúy đã không thể giấu kín tiếng thở dài của mình trong giấc mơ, vì nào ai có thể kiểm soát được giấc mơ của mình.

Tôi suy nghĩ, một câu hỏi trong tôi, phải chăng người đàn ông nào cũng thế? Họ luôn cố gắng để giấu đi tất cả phiền muộn và nỗi lo âu trong lòng, để chứng tỏ sức mạnh của đàn ông, hay có thể vì muốn tránh phần nào nỗi lo lắng bi ai cho người mình yêu, nên họ đã cố giấu kín tâm tư của mình? Và tôi lại nghĩ, không biết Qúy của tôi có phải vì yêu tôi nên đã cố tình cất giấu tất cả nỗi bi ai trong lòng không?

Phải chăng tất cả là vì tôi, và vì các con, Qúy đã không muốn tỏ ra bất kỳ điều gì làm tôi sầu lụy. Qúy muốn cho tôi lúc nào cũng được an tâm, lúc nào cũng sống vui, sống khoẻ, và tràn đầy hạnh phúc, nhất là Qúy muốn cho tôi những ngày sau này, dù có gì sẩy ra, cũng được hưởng trọn vẹn niềm vui bên Qúy.

Tình yêu của con người, ý tôi là tình yêu chân thật, luôn được trân qúy và đầy ắp những nồng nàn, những bảo bọc, và những hy sinh. Nghĩ tới đây, bỗng dưng tôi nấc nhỏ. Tôi cố bịt miệng để khỏi thành tiếng và bước vội ra khỏi phòng ngủ, vì tôi không muốn Qúy thấy tôi khóc, và nhất là làm mất giấc ngủ của Qúy.

Tôi ra bếp, định mở đèn rót nước uống, để hy vọng nước lạnh sẽ làm tôi vơi đi phần nào nỗi cô quạnh trong lòng. Nhưng vừa bật công tác đèn lên, tôi lại tắt ngay. Tôi sợ ánh sáng, hay sợ khuôn mặt bi thương tràn nước mắt của tôi. Tôi không biết, chỉ biết rằng ngay lúc này, ánh sáng của căn phòng thật vô duyên. Tôi không thể nhìn sự vật bình thường khi lòng tôi đang chết lặng, phải thế không?

Tôi không trả lời, tôi quay lại và lần mò lên cầu thang. Tôi ghẹo phải, hai phòng ngủ của hai con tôi đều nằm phía phải. Tôi mở cửa phòng của Daniel, đứa con lớn chưa đầy 5 tuổi mà ngậm ngùi. Tôi thương các con tôi nếu thật sự việc gì không may sẩy ra cho Qúy lúc này. Tôi lại khóc, vừa bước những bước chậm chạp lần mò đến sát giường. Tôi nhìn kỹ, quyển sách truyện tranh Qúy đã dùng đọc buổi tối để dỗ giấc ngủ cho con tôi vẫn còn để sát trên đầu giường. Qúy rất thương yêu hai con, và nhất là luôn tìm cách hướng dẫn tỉ mỷ từng lời nói, trả lời từng câu hỏi, và từng những điều cần thiết của một đứa trẻ đang triển nở. Qúy biết giáo dục và hướng dẫn trẻ như là một người rành hiểu tâm lý. Tôi rất hãnh diện và càng yêu Qúy về điều này.

Tôi ngồi sát xuống, và bỗng dưng tôi cúi xuống hôn trên trán của con tôi. Một cảm giác lạ lùng phát ra từ hơi thở và làn da thương yêu của con tôi. Tôi nhắm mắt. Hơi thở thật mỏng, mỏng như làn hơi bay trước gió, nhưng lại chứa đựng một mùi hương huyền diệu mà có lẽ chỉ tình mẫu tử mới cảm nhận được sự tuyệt đối đa dạng của mùi hương này. Tôi nhắm mắt, hít một hơi thật dài. Tôi nín thở. Tôi không muốn nhả ra. Ôi thật huyền diệu.

Một lúc... Cứ như thế, tôi lại hôn con tôi. Lần này, tôi cảm thấy như tôi đang hôn Qúy. Và từ trong cùng sâu thẳm lòng tôi, một tiếng thở dài nhắc nhở. Tôi nhớ đến hiện tại và thương con tôi vô cùng với một câu hỏi thoáng qua trong đầu: "Nếu Qúy có gì, con tôi sẽ ra sao?"

Và tôi đứng bật người dậy như chạy trốn. Tôi sợ hiện tại, sợ câu trả lời không đúng sẽ khiến tôi nghẹt thở. Người ta có lẽ ai cũng thế, nhất là những người dị đoan, chẳng phải luôn muốn hỏi tương lai, nhưng lại không ai muốn nghe những lời ngược với lòng mình muốn sao? Nên tôi ra khỏi phòng Daniel, tôi định bước sang phòng Theodore, đứa con út, nhưng rồi tôi đổi ý và đã bước bằng những bước chân vội vàng khác lúc tôi bước vào. Và tôi ra khỏi phòng Daniel.

Tôi dừng lại, đứng vịn vào lan can giữa nhà thở hổn hển như người vừa chạy điền kinh. Tôi lấy lại bình tĩnh, nhìn xuống phòng khách trong nỗi hoang mang.

Nhìn một lúc lâu, có lẽ lâu lắm, trong nỗi bàng hoàng lo lắng. Mãi sau, tôi mới cố lắng đọng tâm hồn, đưa mắt nhìn ra ngoài trời qua chiếc cửa sổ hình vuông trên cửa ra vào.

Ngoài trời, ngay trước nhà, một ngọn đèn đường toả sáng, ánh sáng như cô đọng và bình yên khác với lòng tôi. Hay có lẽ, cuộc đời này đang đào thải và vùi dập tôi, khiến ánh nhìn của tôi bi quan và sầu thảm trước cảnh vật hiện tại, vì lòng buồn thì sao tìm được niềm vui bên ngoài?

Tim tôi nhói đau như ai đang dùng chiếc kim đâm thâu qua tim tôi. Tôi thấy máu lòng tuôn đổ còn hơn dòng suối từ cao dồn dập. Tôi choáng váng ngậm ngùi, và những âm thanh của buổi sáng hôm nay hiện về mồn một khi tôi đối diện với người bác sĩ mới khám cho Qúy mấy ngày trước đây...

Tôi nhớ lời người bác sĩ nhẹ nhàng từng tiếng, rất ôn tồn và đầy nhiệt huyết của một lương y, nhưng lại như dao cắt. Mỗi lời nói đó như những nhát dao chém phập vào lòng tôi. Tôi bị cắt khúc và loang máu tràn đầy khi người bác sĩ nói:

- Như chị biết, Qúy đã bị suy thận mãn tính, đã bị ghép thận, và nay tình trạng biến chuyển không tốt. Một vài thử nghiệm cho thấy có thể phải chữa trị khẩn cấp, vì trái thận ghép không còn làm việc.

Tôi nghe mà lòng tê tái nên hai cặp mắt trừng trừng nhìn bác sĩ. Cặp mắt của tôi phải to lắm, có lẽ giống như hai trái trứng rùa vĩ đại với tròng đen chiếm gần hết vỏ trứng không sao chợp được vì nỗi kinh hoàng, hay một lời phán quyết từ tử thần...

Bác sĩ thấy thế như trấn an, giọng từ tốn thân mật hơn:

- Huyền biết, bệnh thận khác với bệnh tim hay bao tử, tim thì người ta có thể nghe thấy nhịp đập của mình. Cũng như bao tử, Huyền có thể nhận được cảm giác đau đớn hay khó chịu... Còn thận thì làm việc âm thầm, cho tới một ngày nào đó dần suy nhược mà mình không hay.

Bác sĩ ngừng nói, nhìn tôi, giọng như cố làm tôi yên tâm, bác sĩ nói đùa, có lẽ đây là cách làm giảm sự đau đớn cho người nhà hay bệnh nhân khi phải nói lên những điều không muốn nói. Bác sĩ hơi nở nụ cười, mặc dầu rất ngượng ngựu:

- Huyền là người công giáo phải không?

Tôi khẽ gật đầu. Bác sĩ tiếp:

- Tôi thường đùa với một nữ tu làm việc ở đây, là các nữ tu giống như những quả thận trong ngũ tạng của con người, lúc nào cũng âm thầm làm việc không ngừng, lại còn rất hiệu năng, làm tới cả hai trăm phần trăm. Còn các linh mục thì như những trái tim, làm việc đấy, nhưng phải có tiếng vang thì mới hiệu quả.

Tôi bất giác thở dài vì ý tưởng ngộ nghĩnh này, khiến bác sĩ chăm chú nhìn tôi. Vì làm sao tôi có thể cười, dù câu nói đùa đó có thực sự rất hay lúc này. Nhưng chỉ một phút, bác sĩ trầm giọng nói tiếp:

- Chức năng của thận là lọc máu loại bỏ những chất độc và giữ lại các chất bổ dưỡng. Thận còn điều hoà hay bổ sung khoáng chất cũng như duy trì và cân bằng nước và muối, sản xuất hormon như erythroietin, ezyn và vitamin.. Chính vì thế, thận rất quan trọng. Một khi người bị suy thận thì hormon giảm và có thể thiếu máu, và từ đó có thể đưa đến các biến chứng khác của vấn đề suy thận.

Bác sĩ lại ngừng nói, nhìn tôi, có lẽ muốn thăm dò hay chờ xem phản ứng trên khuôn mặt lo âu của tôi, để đánh giá có nên hay phải nói cách nào để giảm tối thiểu sự bàng hoàng và lo lắng trong tôi. Biết thế, nên tôi cố gắng bình tĩnh bảo bác sĩ:

- Em nghe, bác sĩ cứ nói.

Tuy nhiên, cũng phải trầm ngâm thêm đôi phút bác sĩ mới nói tiếp, giọng vẫn đều đều, một cảm giác thân thương hiền hoà khiến tôi nhẹ nhàng hơn đôi chút. Tuy nhiên khi nghe kết quả chính thức, tôi vẫn không sao cầm nổi sự bàng hoàng. Nước mắt tôi tuôn đổ. Lòng tôi như trào ra một xót xa cùng tận. Tôi khóc trước tin buồn của Qúy, bao nhiêu lo lắng hằng đêm của bao năm qua mà Qúy đã âm thầm gánh chịu nay thành hình, một bất ngờ hay một sẵn định chỉ chờ thời gian. Thế là Qúy phải chăng lại phải lập lại những đau thương của hai mươi năm về trước với những kinh hoàng vẫn âm ỉ trong lòng...

Tôi cố gắng lắng nghe, nhưng hình như lời bác sĩ chỉ còn là ảo giác xa lạ. Tôi đã không cầm giữ và mất hết linh hoạt của một người con gái. Hay đúng hơn, lòng tôi rưởm máu và nỗi muộn phiền hoàn toàn chiếm nặng trong tôi như nghìn cân. Bất giác tôi đứng dậy, như người mất hồn rời phòng bác sĩ mà quên ngay cả sự lịch sự tối thiểu, một lời chào. Có thể lòng tôi khoảnh khắc đã đông đá, và lý trí tôi đã lạnh cứng không còn hoạt động...

Tôi vừa đi vừa ôm mặt khóc trên hành lang dẫn ra bãi đậu xe. Và khi cánh cửa tự động của toà nhà mở toang, tôi bước ra khỏi trung tâm khám bệnh. Lòng tôi cảm thấy chao đảo giống như những bước chân khôn cùng rã rời của tôi.

Ngoài trời, nắng đã lên. Hôm nay thứ Sáu, đáng lẽ tôi đi làm, nhưng vì muốn biết kết quả trước, có thể vì một linh tính nào đó trong lòng hối thúc, hay vì một lo lắng khác lạ cứ ám ảnh tôi gần đây mà không sao tôi lý giải được, nên tôi đã nói với Qúy ở lại văn phòng làm việc, để tôi đi một mình đến gặp bác sĩ. Vả lại, lại còn một động lực khác đã xô đẩy khiến tôi có quyết định này, là nếu thật sự kết quả thật xấu, thì tôi có thời gian suy nghĩ và chuẩn bị, hay tối thiểu có thể tạm thời giấu Qúy được ngày nào hay ngày đó, hầu Qúy có chút thảnh thơi trong lòng, dù mong manh..

Vừa lúc đó, lúc mà hồn tôi như biến dạng, thì có một cơn gió thoảng, rất nhẹ, nhưng tôi vẫn cảm thấy như là những trận cuồng phong từ bão tố. Mặt tôi rát, làn da như bị cháy, tôi cảm thấy một ngọn lửa nào đó như đang xô tôi bằng một sự tàn phá vô cùng bi thảm, với một sức mạnh kinh hoàng. Tôi khựng lại, vừa lúc một tiếng còi lanh lảnh như sát bên tai khiến tôi sững sờ, và bất giác té quỵ trên mặt đường. Tôi ngửi thấy mùi cao su khét của bánh xe cà trên mặt đường do thắng gấp. Tôi ôm ngực hoảng hốt nói không lên lời. May thay, chiếc xe thắng kịp, đầu xe chỉ cách tôi hơn một gang tay. Tôi giật mình, một thoáng qua trong đầu nhận ra, vì tôi đã bất cẩn băng qua đường mà không hay, đúng lúc chiếc xe lao tới, cũng may chiếc xe đã thắng kịp, người tài xế lại thật nhã nhặn đã vội vàng xuống xe đỡ tôi đứng dậy, vừa tỏ ra xin lỗi rối rít, mặc dầu không phải là lỗi của ông ta.

Ngay lúc đó, vì còn quá hoảng hốt và bất ngờ, nên tôi vẫn còn bàng hoàng. Có lẽ khoảnh khắc đó, tôi đã quên chuyện của Qúy, dơ tay để mặc người đàn ông kéo tôi đứng dậy. Và ngay lúc đó, tôi bỗng giật mình, vì tôi không ngờ, lại là Khiêm, người bạn mà tôi đã quen từ ngày còn trung học, hay nói đúng hơn, là người bạn đã theo đuổi tôi rất nhiều năm, nhưng có lẽ duyên phận giữa tôi và Khiêm không có, nên lòng tôi đã hoàn toàn không chút giao động đối với Khiêm. Tuy nhiên tôi biết Khiêm vẫn còn yêu tôi và luôn thăm hỏi tôi từ những bạn bè của tôi.

Tôi vẫn nhớ, một câu nào đó mà tôi đọc được từ lâu: "Tình yêu là một mẩu nhiệm, tự nó sẽ đến mà ta không ngờ". Từ ý nghĩ đó, bỗng hình ảnh Quý lại tràn ngập trong tôi. Và tôi lại trở về hiện tại với thương đau chất ngất, nên tôi đã vội vã gỡ tay Khiêm, và bước đi vội vàng như người không quen biết, khiến Khiêm chạy theo sau:

- Huyền, em có bị thương không?

Nhưng tôi không trả lời. Tôi cắm đầu bước đi như chạy trốn. Mà có lẽ tôi chạy trốn thật, nhưng không phải chạy trốn Khiêm, mà chạy trốn tất cả, chạy trốn sự thường nhật, vì sự thường nhật đã lấy mất của tôi đi sự bình thản tâm hồn bên Qúy. Chạy trốn loài người, vì ngay lúc này, nào ai có thể chia sẻ nỗi đau của chồng tôi, vì tôi cảm thấy, sự đau đớn như tràn ngập. Tôi thấy tứ chi muộn phiền và chết rũ như chính tôi là người đang mắc bệnh...

Nước mắt tôi lại trào ra. Bất giác tôi ngửa mặt lên trời, vừa lúc một đám mây đen sừng sững như đang ôm lấy tôi. Một điềm dữ hay một dấu hiệu nào đó đang chờ đón tôi. Phải chăng cụm mây đen giống như chiếc quan tài sẵn sàng gói trọn thân xác Qúy để đưa đi. Và tôi giật mình với ý nghĩ ma dại trong lòng.

Từ đó tôi sợ, bước chân tôi nặng nề và như bấu lại. Tuy nhiên, tôi phải vượt thoát khỏi đám mây đen sợ hãi đang che trên đầu tôi.

Tôi chạy nhanh ra bãi đậu xe, nơi đó tôi thấy ánh nắng chan hoà đổ đầy trên mặt đường. Làn da tôi lúc này như bị phỏng, không biết vì cảm giác, hay vì sức nóng thật của lò lửa trong lòng đang đốt cháy nội tạng của tôi. Nhưng khi vừa đến xe, tôi định lấy chìa khoá mở cửa xe, thì tôi bỗng khựng lại. Tôi lẩm bẩm:

- Quên hỏi bác sĩ phải làm gì?

Nhưng rồi tôi lại đổi ý, tôi sợ gặp lại bác sĩ lúc này. Tôi muốn thả trôi để mặc thế sự. Vả lại, hình như tôi cũng không tính toán được điều gì lúc này. Tôi chép miệng, mở cửa xe, thắt giây an toàn, tất cả như kẻ không hồn, và tôi cho xe chuyển bánh.

Quả thật, tôi không biết mình đi đâu, nên tôi thả trôi như con thuyền đang trôi trên một dòng sông vô định, không chèo, không buồm, không tay lái. Phó mặc và phó mặc.

Hàng ngày, nhất là từ ngày tôi chuyển qua căn nhà ngoài Pearland, tôi luôn nhìn quanh hai bên đường, nhất là khúc từ xa lộ số 8, trên con đường Pearland Parkway dẫn vào nhà tôi. Con đường với những hàng cây dại mọc hai bên làm cho tôi có cảm tưởng chút gì hoang dã như đang vào trong một khu rừng nào đó, khác với hầu hết các nơi trong thành phố này. Người ta chẳng bảo, Houston là một thành phố giống như chiếc phản sao, nó bằng phẳng và không một ngọn đồi, dù chỉ là một ngọn đồi có một độ cao rất khiêm nhường.

Tôi thích thiên nhiên, thích những bóng cây xanh mát rượi, thích tiếng chim líu lo gọi nhau mùa xuân, mùa hạ, mùa thu, và ngay cả mùa đông dù rất ít. Lòng tôi ngay từ bé đã khao khát sự bình yên dịu ngọt của thanh bình, bình dị. Chính vì thế, tôi đã mua căn nhà này, và Qúy là người đã lo từng chi tiết nhỏ để căn nhà hoàn mỹ, và đúng theo sở thích của tôi.

Qúy là người rất hoạt động, mặc dầu bản tính trầm lặng. Qúy thích sinh hoạt cộng đồng, thích làm việc công ích và nhất là không ngại ngẩm với bất kỳ dự án nào có tính cách chung, miễn sao thu nhập và tăng thêm quyền lợi cho đồng hương. Bản chất của con người luôn tiềm ẩn và lắng đọng với khả năng và sự hăng say, chỉ chờ nở sinh. Tôi yêu Qúy với tất cả lòng qúy mến trong hoạt động của Qúy. Tôi không phải là người đàn bà giống như vợ của Winston Churchill, đã hỗ trợ và luôn khiến chồng hãnh diện và trở nên một nhà chính trị nổi tiếng, chính vì thế, Winston Churchill đã không ngần ngại trả lời những nhà báo khi hỏi ông, nhờ đâu mà ông thành công. Churchill đã bình thản và hãnh diện chỉ người vợ mình, với câu nói ôn tồn nhưng đầy trìu mến: "Mọi thành công của tôi là đều do người đàn bà này". Tôi cũng không phải là người đàn bà cao sang như nữ hoàng Nga, người nữ hoàng với bao thành công trong chính trường, nhưng mỗi buổi sáng, đều thức dậy sớm, làm bữa điểm tâm cho chồng, vì bà luôn nghĩ, niềm hạnh phúc lớn nhất của người phụ nữ là được săn sóc và lo cho chồng từ miếng ăn tới cách mặc. Tôi chỉ muốn là một người đàn bà bình thường, rất bình thường như mẹ tôi, hay như bao nhiêu người mẹ Việt Nam khác, thương yêu và lo lắng cho chồng con với tất cả tình yêu. Tôi cũng không muốn tôi là người đàn bà luôn bắt mình phải sống hoàn toàn theo công, dung, ngôn, hạnh, mà tôi chỉ muốn sống với sự bình thản, nhưng thức thời, biết tôn trọng nhau trong công bằng, và nhất là biết hy sinh cho tình yêu...

Nhưng hôm nay, con đường dẫn về nhà tôi như xa lạ. Tôi lái xe qua bùng binh, một vòng tròn với đường cong hoàn mỹ cùng tấm bảng có khắc tên khu chúng tôi ở, như không còn hiện hữu.

Hình như những chùm hoa dại quanh đường cũng không còn tươi mát, tất cả biến mầu, và tất cả như nhỏ lệ, khiến những cánh hoa như nhạt nhẽo, không còn tác sinh của thiên nhiên hạnh phúc. Và trong ý nghĩ đau lòng đó, tôi bất giác cúi đầu như khuất phục, một động tác của kẻ thua cuộc.

Chiếc xe vẫn chạy... Chạy mãi tôi cũng không biết mình đi đâu.

Cuối cùng, không hiểu vì đâu, tôi đã dừng xe ngay trên bãi đậu xe của nhà thờ Saint Helen, cách nhà tôi mấy dặm. Tôi ngỡ ngàng, không ra khỏi xe, định cho xe chạy tiếp. Nhưng tự nhiên tôi lại tắt máy xe. Ý định một đàng, nhưng việc làm lại trái ngược, giống như những nhà chính trị bất chính luôn khéo léo che lấp bản chất thật, bản chất của những kẻ dối hèn gạt gẫm. Nên tôi vẫn ngồi yên bất động.

Một lúc đầy hoang mang và bất an trong lòng trôi qua, tôi nhún vai, lấy điện thoại trong sắc tay, nhưng rồi tôi lại vẫn chần chờ không muốn gọi. Cuối cùng tôi vẫn bấm số về văn phòng làm việc của tôi.

Người thư ký nhấc điện thoại. Tôi vội vàng, giọng cố bình thản nhưng không sao tránh được cảm xúc run sợ vẫn vấn vương:

- Bảo với bác sĩ Qúy là tôi về thẳng nhà. Tôi có chút chuyện. Chiều tôi sẽ trở ra lại.

Người thơ ký dạ nhỏ rồi cúp điện thoại. Tôi bỏ điện thoại xuống ghế xe, và lại quanh quẩn bao ý nghĩ vẫn vơ trong lòng.

Lúc sau, không hiểu sao, tôi gọi cho người bạn gái của tôi, cô bạn gái thời còn đi học chung, chúng tôi rất thân, và thường chia sẻ cho nhau những phiền muộn, nhất là những ngày trước khi tôi lập gia đình, thì chiếc điện thoại của hai đứa tôi lúc nào cũng nóng bỏng vì dùng liên tục. Sau này, dần ít đi. Có lẽ điều đó cũng dễ hiểu, vì bạn tôi ở xa, lại bận rộn. Hiện giờ Trang, tên bạn của tôi, đang làm nghề thiết kế quần áo, lúc thì ở NewYork, lúc thì Montreal, lúc thì một thành phố Âu-châu xa xôi nào đó, rất thành công. Chính vì sự thành công đó mà lúc nào Trang cũng phải ngược xuôi, vì chính Trang đã chọn một nghề rất khó khăn, lại rất nhiều tranh đua giữa đồng nghiệp. Hơn nữa, đối với người Việt Nam, nghề thiết kế không phải là nghề mà bố mẹ hãnh diện và muốn cho con mình theo đuổi, vì đối với những người lớn tuổi, nghề thiết kế cũng không khác gì nghề ca sĩ, mà ông bà xưa thì coi rất nhẹ những nghề này.

Tuy nhiên với tôi, tôi lại rất cảm phục và thích sự

sáng tạo của Trang. Trang có cặp mắt rất sáng, nhất là về phương diện nghệ thuật, Trang có thể nhìn và thẩm thấu được sở thích của con người trong thời gian rất ngắn. Nhất là Trang có lối ăn nói khéo léo khiến người nghe rất dễ bị chinh phục. Nhưng hình như ông trời lại rất công bằng, hay từ một điểm, hay từ một khía cạnh nào đó của tạo hóa an bài, đã luôn giới hạn với những người có tài, nên đường tình yêu của Trang lại là những truân chuyên và bấn loạn thường xuyên.

Trang đã yêu, yêu say đắm, nhưng người Trang yêu lại luôn là những chàng trai bề ngoài, hay nói đúng hơn, lợi dụng Trang. Trang rất khéo léo về nghệ thuật, nhưng tình yêu thì hoàn toàn khác, khiến chính tôi cũng không hiểu nổi. Nhưng điểm lạ, là Trang lại phân tích tình yêu của người khác rất hay, nhất là những chuyện sẩy ra hàng ngày. Có lẽ vì thế tôi đã tính gọi cho Trang.

Nhưng rồi lại chần chờ... Chần chờ... Và cuối cùng tôi lại không gọi.

Phải chăng vì tôi không muốn cho bạn bè biết, hay nói khác hơn, là vì tôi chưa biết phải nói thế nào. Tôi cần gặp bác sĩ, để nhờ bác sĩ cố vấn và nói rõ hơn trước khi tôi quyết định nói cho Qúy, và sau đó tôi mới liệu, tôi sẽ phải làm gì..

Nghĩ thế, tôi mở cửa, bước ra khỏi xe, và bình thản bước đến phía hai cánh cửa lớn làm bằng gỗ, mầu gụ. Tôi kéo cánh cửa hé ra đủ tôi bước vào trong, rồi nhẹ nhàng rẽ qua phía nhà nguyện nằm bên phải. Tôi mở cửa và rón rén bước vào trong nhà nguyện của nhà thờ Saint Helen Tôi cũng không biết tôi đã có ý định đến nhà nguyện từ lúc nào, tôi chỉ biết, hình như có một ma lực nào đó cầm lái xe của tôi và đưa tôi đến đây.

Có lẽ con người là thế, khi nào hoạn nạn luôn tìm đến Thượng-đế, nhưng khi sung sướng, dư dả, thì lại luôn tìm đến những chỗ không nên đến. Tôi đã nghe, không biết bao nhiêu câu chuyện của những người vượt biên, công giáo có, những người không công giáo có, thường khấn vái và thề hứa đủ điều khi sóng to gió lớn, nhất là những lúc hiểm nghèo ở ngoài khơi, trên những chiếc thuyền nhỏ đi tìm tự do. Họ đã không quên một ai, từ Chúa đến Phật đến Đức Mẹ và hết thánh này đến thánh kia. Nhưng khi thoát nạn, lên bờ rồi thì lại tính nào tật nấy. Họ quên tất cả những nhọc nhằn, những khó khăn, những cùng khổ khi phải đương đầu với thời tiết, với hải tặc, mà chỉ còn nhớ tới chà đạp và chèn ép nhau.. Nếu nói con người là một động vật vô ơn nhất hành tinh quả cũng không ngoa...

Tôi nghĩ vậy, nên chút ngần ngại. Nhưng rồi tôi lại tiến bước đến gần tượng Chúa hơn. Nhưng nghĩ sao, tôi ghẹo phía trái, đến sát dãy ghế cuối cùng.

Tôi cố gắng đi rất nhẹ như sợ gây ra tiếng động, vì tôi vừa thấy cũng có người đang trầm lặng ngồi sát góc phía hàng ghế bên chiếc đàn piano. Tôi chợt nghĩ: "Cũng có người phiền muộn đến cầu xin như mình vào giờ này sao?"

Tôi quỳ cách người đàn ông không xa. Nhưng lòng tôi vẫn chút tò mò. Tôi liếc nhìn người đàn ông, và tôi à một tiếng nhỏ, vì tôi đã vừa nhận ra người đàn ông đó là ai. Thật không ngờ, vì người đàn ông đó chính là bác Kha, người đã đến văn phòng Qúy vài lần, tôi đã có dịp nói chuyện, một người đàn ông trầm tĩnh, rất khách quan và lúc nào cũng nhã nhặn. Tôi rất thích nói chuyện với bác Kha, nhưng không ngờ gặp bác trong trường hợp này, nên tôi chút phân vân không hiểu mừng hay vui, vì cũng có thể bác Kha nghĩ tôi là một người ngoan đạo đến cầu nguyện bình thường, nhưng cũng có thể một nhận xét khách quan khác mà tôi không thể đoán ra. Tuy nhiên sự e lệ và chút ngại ngẫm vẫn đè nặng trong tôi, có lẽ vì e bác hiểu thấu tâm tư của mình.

Nhưng rồi tôi phó mặc, dù ý nghĩ nào của bác Kha cũng không còn quan trọng. Tôi cần cầu nguyện cho Qúy, vì Chúa có phán, hãy xin thì sẽ được, hãy gõ thì sẽ mở... Tôi làm dấu, nhập thần... Nhưng không hiểu sao tôi đã không cầm được nước mắt, và tiếng nấc trong cổ họng tôi như dồn dập không ngừng... Tôi gục đầu cố che khuôn mặt mình. Nhưng tiếng nấc cứ tuôn ra như những lời ai oán khóc thương cùng tận khiến bác Kha đến bên tôi nói khẽ:

- Bác không biết có chuyện gì, nhưng nếu cần khóc, cháu cứ khóc đi. Ở đây có Chúa, có Mẹ có thánh cả Giuse và lại còn có các thánh khác. Cháu đừng để ý tới bác.

Rồi không hiểu nghĩ sao, bác Kha lại khẽ bảo tôi:

- Hay bác về trước, để cháu một mình ngồi đây lắng nghe và nói chuyện với Chúa.

Nhưng vừa nghe bác Kha nói thế, tôi ngồi thẳng dậy và mếu máo nói với bác Kha:

- Bác đừng về... Cháu sợ lắm.

Bác Kha ngồi xuống bên tôi, thở dài lại nói:

- Vậy thì bác ở lại đây với Huyền.

Rồi bác Kha tiếp:

- Hay chúng ta cùng cầu nguyện. Bác không biết cháu đang phải trải qua chuyện đau lòng gì, nhưng bác sẽ xin chỉ như ý của cháu được không?

Tôi mím môi, gật đầu.

Từ lúc đó, có lẽ nhờ bác Kha, tôi đã trầm tĩnh lại được. Tôi nhắm mắt, rồi tôi bắt đầu cầu nguyện... Và trong một lúc, tự dưng tôi nhìn thấy rõ... Tất cả như mồn một hiện về trong tôi, từ ngày tấm bé, tới lúc lớn khôn, nhất là ngày tôi và Qúy quen nhau. Từng cử chỉ, và từng ngọt ngào của Qúy như cuốn phim đang chiếu trước mặt tôi.

Thât là mầu nhiệm, tất cả không một chút nào bỏ sót. Phải chăng, lòng chân thật và cậy trông nơi Thiên Chúa đã cho tôi phép lạ. Tôi thấy lâng lâng trong lòng và như bình thản hẳn với căn bệnh và sự hiểm nghèo của Qúy đang gặp. Bất giác tôi chảy nước mắt vì sung sướng khi nhìn thập tự Chúa.

Lòng tin của con người thật là huyền diệu mà con người lại không trân qúy và luôn từ chối, cũng giống như hạnh phúc của con người luôn lại bị chính con người từ chối và đổ đi khi hạnh phúc đó ngay trên bàn tay của mình. Con người quả thật rất khôn ngoan, hay tối thiểu luôn nghĩ mình là kẻ khôn ngoan, nhưng ngờ đâu lại là kẻ ngu xuẩn hơn hết, vì chưng con người luôn tìm kiếm hạnh phúc từ một nơi khác mà quên hạnh phúc ngay bên mình.

Cũng như hiện tại, chính lúc mà tôi nghiệm ra quyền năng của Chúa, là lúc lòng tôi bình an và thanh thản.

Tôi qùy thật lâu, tôi quả không xin, và không cầu nguyện điều gì. Mà ngược lại, tôi chỉ nhìn thập tự Chúa để nghe Ngài nói cùng tôi. Và từ thâm sâu, sự bình an đã đến trong tôi...

Quả thật, nghe thì khó, mà nói thì dễ. Hơn nữa, nói là cho đi, mà nghe là nhận vào, nhưng triết lý này lại dễ bị bỏ quên nhất, vì ai cũng muốn nói, ai cũng muốn khoe khoang, vì sợ không nói ra mình sẽ mất giá trị của mình.

Nào ngờ, năng nói, năng lỗi, và đôi khi còn tự mình để lộ chân tướng của một người kém hiểu biết của mình mà lại luôn lầm tưởng mình đã chinh phục được người đối diện...

Và cứ nhìn tượng Chúa như thế, phải hơn nửa tiếng sau tôi mới làm dấu.

Lúc đó bác Kha vẫn ngồi yên, bác cũng đang nhìn lên bàn Thánh nơi có tượng Thánh Giá. Mắt bác Kha hình như cũng đang nhập hồn. Tôi thấy cặp mắt bác thật bình yên. Có lẽ bác cũng như tôi. Niềm tin tôn giáo đã cho chúng tôi sự bình an trong lòng, tối thiểu lúc này.

Bác Kha làm dấu, nhìn tôi khẽ nói:

- Cháu thấy thế nào?

Tôi hơi mỉm cười e lệ:

- Cám ơn bác.

Bác Kha lại nhìn bàn thờ một lúc rồi quay qua tôi:

- Mình ngồi đây nói chuyện một chút được không? Bác chưa có cơ hội nói chuyện với cháu.

Tôi gật đầu lễ phép:

- Vâng ạ.

Tôi và bác Kha cùng ngồi xuống ghế. Lúc sau, bác Kha mới từ tốn:

- Bác rất thích đến đây ngày thường như thế này.

Tôi nhìn bác Kha:

- Sao vậy bác?

Không nhìn tôi, bác Kha khẽ nói:

- Không phải là để xin ơn này ơn nọ, mà là để nghe Chúa nói với mình. Lời cầu nguyện hữu hiệu nhất đối với bác vẫn là lắng nghe từ sâu thẳm lời Chúa muốn nhắn nhủ ta những gì. Hơn nữa, vì bác là người tội lỗi, cần lắng nghe để tìm con đường mới cho mình.

Tôi lặng yên, chút ngạc nhiên. Tại sao bác Kha lại tự nhận mình là người tội lỗi. Phải chăng chỉ là câu nói cho qua chuyện hay thực lòng bác nghĩ vậy.

Mà cũng đúng, có ai mà không là người tội lỗi, như chính tôi, nào ai biết tôi nghĩ gì ngoài Thiên Chúa.

Vừa lúc, bác Kha bỗng nhìn qua tôi hỏi nhỏ:

- Hôm nay cháu có chuyện buồn phải không, vì vào giờ này mà cháu đến đây với nét mặt buồn vời vợi như thế, hẳn phải có điều gì bất ổn trong lòng, đúng không?

Tôi ngẫm nghĩ thưa nhỏ:

- Dạ.

Bác Kha bình thản, giọng rất tự tin nhưng không kém trìu mến:

- Cháu tìm đến đúng chỗ.

Chút suy nghĩ, bác Kha lại hỏi tôi:

- Thường người ta ưa tìm tới những nơi ồn ào để che lấp phiền lòng, hay những nơi thương mại để mua sắm hầu làm giảm bớt những căng thẳng, nhưng sao cháu lại tìm đến đây, lại còn khóc xướt mướt như vậy?

Tôi phân vân:

- Cháu cũng không biết vì sao, cháu chỉ biết khi cháu dừng xe, thì lúc bấy giờ cháu mới nhận ra là mình đã đậu xe trong khuân viên thánh đường.

Bác Kha nghe tôi thật thà tâm sự, suy nghĩ một chút, nét mặt bác Kha mang chút suy tư vừa nói:

- Không phải là do tình cờ hay không định đâu, nhưng đó là do đức tin của cháu đã hướng dẫn cháu. Chính đức tin của cháu đã đưa cháu đến đây. Mà nói tới đức tin, thì không chỉ là ngày một, ngày hai, mà đã ăn sâu trong cháu từ lâu, lâu lắm rồi. Cháu là một tín đồ ngoan đạo nếu bác không lầm, nếu không, giờ này chắc chắn cháu sẽ không một mình lái xe đến đây, để rồi một mình vào nhà nguyện lắng nghe lời Chúa tâm sự cùng cháu.

Tôi thở dài:

- Không đâu ạ. Cháu cũng như bác.

- Nghĩa là sao?

Tôi lập lại lời bác Kha. Tôi bình thản nói:

- Cháu cũng là người tội lỗi.

Bác Kha suy nghĩ:

- Có lẽ cũng có thể là thế. Vì có ai là người không tội lỗi đâu. Có khác là nhiều hay ít thôi.

Rồi chút trầm tĩnh, bác Kha tiếp:

- Khi ốm thì cần thuốc, và khi tuyệt vọng thì không có gì hơn bằng trông cậy vào niềm tin của mình. Bác là người đã trăn trở với đời có lẽ gần gấp đôi đời của cháu. Bác thật sự đã chết đi, sống lại, và đã trải qua nhiều nguy hiểm, nhưng sở dĩ bác tồn tại và vẫn giữ được niềm tin, tất cả là nhờ vào mầu nhiệm từ đức tin tôn giáo.

Bỗng dưng tôi tò mò hỏi:

- Nhưng sao bác không đến nhà thờ Việt Nam, như nhà thờ Các Thánh Tử Đạo Việt Nam gần đây.

Bác Kha thở dài:

- Người Việt Nam mình vẫn không chừa được tật dòm ngó, cháu nghĩ bác nói có đúng không?

Tôi suy nghĩ, không trả lời bác Kha mà chỉ khẽ dạ nhỏ, một câu đáp vô thưởng vô phạt, vì tiếng dạ của tôi có thể chỉ là một câu đáp lễ phép, nhưng cũng có thể là một lời quả quyết đồng lòng với câu hỏi của bác Kha. Tuy nhiên bác Kha hình như không thắc mắc về câu dạ nhỏ của tôi, bác Kha tiếp:

- Chính vì thế, bác muốn một mình, không muốn ai thấy bác, rồi lại ngờ vực bác không đâu. Con người ta, đôi lúc làm sai cũng khổ, và làm tốt cũng không yên. Đường nào thì người ta cũng có chuyện để nói, để phê phán, nên bác chỉ muốn an bình, muốn mình với mình. Hơn nữa, nhà thờ nào chẳng là nhà thờ. Và nhất là, đối với Thiên Chúa thì dân tộc nào cũng là một đúng không?

Tôi không trả lời, đợi bác Kha nói tiếp, vì tôi rất thích giọng trầm buồn của bác Kha, nhất là lúc này, lúc mà tâm hồn tôi đang triển nở một niềm tin nào đó. Một lúc bác Kha hỏi tôi:

- Cháu có muốn chia sẻ với bác không? Đôi khi nói ra được cũng tốt.

Tôi suy nghĩ, rồi không hiểu sao, tôi bình thản kể qua cho bác Kha nghe về căn bệnh của Qúy.

Khi tôi ngừng nói, cũng là lúc tôi nhận ra nước mắt tôi đã ứa ra và ướt đẫm hai gò má. Tôi không có khăn thấm nước mắt, bác Kha thấy thế bảo tôi ngồi yên, rồi đứng dậy đi ra ngoài. Tôi còn đang ngỡ ngàng, thì một lúc sau bác Kha trở lại, đưa cho tôi mấy tờ giấy lau, có lẽ bác vừa vào restroom để lấy cho tôi.

Tôi nhìn bác cảm động về cử chỉ tự nhiên đầy lo lắng này. Bác như đoán được nên bảo tôi:

- Giấy này tốt lắm, rất sạch và vệ sinh, lại mềm, bác nghĩ đây là loại giấy mắc tiền.

Rồi bác như tâm sự:

- Quả thật, muốn biết văn hoá của một nước hay một dân tộc, cứ vào restroom là sẽ thấy được phần nào. Bác không chê người Việt, nhưng quả văn minh của mình còn kém xa lắm. Hãy nhìn cách sinh hoạt, nhất là restroom

trong phạm vi nhà thờ người Việt, cháu sẽ xấu hổ về văn
hoá của mình.

Rồi bác Kha lại tiếp:

- Xin lỗi cháu, bác không có thói quen mang khăn
tay trong túi, nên cháu thông cảm dùng giấy lau tay này
cháu nhé.

Tôi không trả lời bác Kha, vì biết phải nói sao, nhất
là lời bình phẩm của bác về phong tục và tập quán của
người Việt. Hơn nữa sự thật mất lòng, mà tôi thì vẫn còn
chưa đủ kiến thức để bình phẩm về những sự dị biệt này.
Tuy nhiên tôi vẫn đỡ giấy lau tay trên tay bác Kha, rồi
thấm từng giọt lệ trên má...

Lúc sau, tôi mới e lệ:

- Cháu hay khóc quá, lúc nào nước mắt cháu cũng
chảy ra được.

Bác Kha như thông cảm:

- Như vậy cũng tốt cháu ạ. Cháu hãy tưởng tượng nước
mắt của cháu giống những giọt mồ hôi, có đổ ra thì mới
đào thải đi được những chất độc trong người cháu. Hãy
để cho nước mắt cháu chảy ra, như vậy sẽ đào thải, hay
giảm đi sự muộn phiền trong lòng cháu không tốt hơn sao?

Tôi nhìn bác Kha:

- Cháu cám ơn bác.

Nhưng bác Kha lại trầm tĩnh:

- Huyền ạ, cháu có nghĩ đây là một trong những thử
thách mà Chúa gửi đến cho cháu không?

Tôi thở dài. Bác Kha thấy vậy bảo tôi:

- Đôi khi mình phải tìm cho mình câu trả lời trước khi
mình đặt câu hỏi. Điều này mới nghe coi vẻ nghịch lý,
nhưng nó sẽ giúp ta suy nghĩ chín chắn hơn, nhất là cho ta

sức mạnh từ không thể, biến thành một sự hy vọng nào đó có thể. Và biết đâu mình chẳng giảm đi phần nào nỗi bi quan yếm thế trong lòng.

Bác Kha lại tiếp:

- Bác không rành lắm về bệnh thận miễn tính, nhưng trước đây bác có một người cháu, lúc đầu, khi nghe cháu bác vì thất vọng đã tự tử. Bác thật sự rất buồn và trách cháu bác tại sao lại điên rồ đến thế. Có bệnh thì phải chữa chứ tại sao lại tự tử, nhất là điều đó hoàn toàn phản lại đức tin công giáo. Do đó, bác đã viết một lá thư thật dài cho vợ của nó, bác còn như một quan toà đã xét đoán, và hầu như buộc tội vợ nó đã không khéo léo khuyên nhủ, và lo cho chồng nên mới ra nông nỗi này.

Bác kha ngừng nói, đăm chiêu:

- Đắp chăn mới biết chăn có rận. Thật mấy ông bà xưa nói không sai. Bác quả là người mù quáng, không biết phân định trắng đen, đã kết án một cách kém suy xét, nếu không muốn nói là ngu xuẩn. Bác có thể vì thương cháu của bác, nhưng thực chất có lẽ là vì bác mu muội đã không biết nhận định và tìm hiểu về căn bệnh, cũng như những khó khăn của người bị bệnh thận khi phải đi lọc máu hàng tuần, mà mỗi tuần tới mấy ngày...

Tôi nhìn bác Kha, có lẽ tôi thông cảm với suy nghĩ của bác, nhất là sự thành thật của bác dành cho tôi.

Vừa lúc đó bác Kha lại bồi hồi:

- Sự khó khăn của con người là không giám chấp nhận điều sai. Vì thế, chúng ta phải cố gắng kiềm chế chính mình, để nhìn vào sự thật và khai triển tâm hồn mình, hầu biết suy định sáng suốt hơn trong mọi hoàn cảnh. Nhưng muốn được vậy, thì việc đầu tiên là biết bỏ đi cái tôi của mình, cháu nghĩ có đúng không?

Tôi lưỡng lự rồi trả lời bác Kha:

- Đúng bác ạ. Nhưng kể ra cũng rất khó.

Bác Kha trầm tĩnh:

- Bác đồng ý với cháu. Vì thế bác mới mang câu chuyện của cháu bác để cháu suy nghĩ, biết đâu chả là kinh nghiệm tốt cho cháu lúc này.

Rồi bác Kha lại trầm ngâm kể tiếp:

- Nhưng khi bác nhận được lá thư của cháu dâu bác, tên của nó là Khanh. Con bé thật lễ độ, nhưng chính sự lễ độ đó đã làm bác sáng mắt ra. Hơn nữa trong thơ Khanh đã tỉ mỷ kể cho bác nghe chi tiết về những ngày sau này của vợ chồng của nó, thì bác mới chưng hửng và hiểu rằng, ở đời này, đừng bao giờ vội kết án ai, nhất là làm sao mình có thể thấu hiểu hết được khúc mắc bên trong, và dẫu mình có được giải thích thế nào, thì cũng không làm sao đồng cảm hoàn toàn với những gì họ phải chịu.

Bác Kha ngừng nói, lúc sau mới lại từ tốn:

- Chồng của Khanh là một giáo sư đại học, rất thông thái và mẫu mực. Sinh ra trong cam cảnh nghèo khó, nên chồng của Khanh, Tuấn đã vùi đầu trong sách vở chỉ mong sao đời sống sau này không bị khinh khi và vùi dập trong xã hội đầy những bất công. Và nhờ sự cần cù nhẫn nại đó, Tuấn đã tốt nghiệp bằng bác sĩ và tiến sĩ do một chương trình giáo dục cho những ai có ý định trở thành giáo sư đại học hay khảo cứu. Chính vì thế, khi nghe Tuấn tự tử, bác đã tiếc vô cùng, không phải vì Tuấn là cháu bác, mà còn tiếc vì Tuấn là một nhân tài, đặc biệt, bác không thể nào hiểu nổi một người học cao như thế tại sao điên cuồng và phải chọn cái chết để kết liễu đời mình.

Bác Kha thở dài:

- Nhưng sau khi đọc lá thư của Khanh, bác mới suy nghĩ và có ý định tìm hiểu về căn bệnh cũng như những đau khổ mà cả Tuấn và Khanh đã trải qua trong suốt thời gian đó.

Bác kha bỗng ngừng nói. Hình như bác vừa cảm xúc điều gì nên tôi thấy mắt bác thật u buồn và nuối tiếc. Lúc sau bác lại thở dài, tiếng thở dài như quen thuộc làm tôi liên tưởng tới Qúy. Từ ý nghĩ đó, bỗng dưng cặp mắt tôi lại cay, và rồi nước mắt tôi lại trào ra.

Tôi cố gắng quay đi để thấm những giọt lệ. Nhưng có lẽ bác Kha vừa nhìn thấy nên từ tốn:

- Bác làm cháu buồn.

Tôi nhanh nhẹn:

- Không ạ. Cháu vừa nghĩ tới chồng cháu. Nhất là nghe tiếng thở dài của bác làm cháu liên tưởng tới tiếng thở dài của chồng cháu đêm qua. Cháu thấy như chứa một xót xa nào đó cháu không thể diễn tả nổi.

Bác Kha nhìn tôi buông giọng:

- Xin lỗi cháu. Đáng lẽ bác phải an ủi cháu nhưng không ngờ làm cháu buồn hơn.

Tôi quay qua bác Kha, giọng thành khẩn:

- Bác cứ kể cho cháu nghe. Chắc chắn sẽ là một kinh nghiệm cho cháu. Vì dù đã sống với anh Qúy, nhưng làm sao cháu có thể hiểu được hết những gian truân mà anh Qúy trải qua, dù rằng anh Qúy đã kể, nhưng cháu nghĩ, cũng chỉ là xúc cảm bình thường, có khi còn chỉ như thông lệ, bác nghĩ có đúng không?

Bác Kha suy nghĩ rồi thong thả:

- Khanh viết cho bác nhiều lắm, những lời trong thư

bác đọc có cảm giác rất thành thật và thân thương. Bác thấy Khanh là người con gái cũng rất khéo léo, nhưng khổ là đối với những bệnh nhân bị bệnh hiểm nghèo thì không ai có thể cứu mình bằng chính mình. Vì cách sống và chấp nhận bệnh tật là một điều rất quan trọng, nếu không nói là cứu cánh trong việc chữa trị, mà Tuấn lại không có sự can đảm đó.

Bác Kha chút phân vân:

- Có lẽ Tuấn không có niềm tin, vì thực chất những ngày sau này Tuấn thay đổi và sống rất vật chất. Đúng như lời trong thư Khanh nói, lúc đầu cả hai vẫn sống theo lý tưởng, luôn suy dẫn và tìm cho mình sự an toàn trong niềm tin tôn giáo. Nhưng dần dà, nhất là Tuấn đã hoàn toàn mất dần niềm tin tôn giáo, thời gian đó, Tuấn lại khủng hoảng với những suy nghĩ không đâu về giáo hội công giáo nên càng khiến Tuấn băn khoăn về đời sống của người Kitô giáo có đứng đắn, và đúng như Tuấn đã từng được giáo dục không. Chính vì thế, khi sự khó khăn sẩy ra, cả hai đã lúng túng, và cuối cùng Tuấn vì không chịu nổi những đớn đau hành hạ từ những lần đi lọc máu, nên Tuấn đã đơn giản chào thua, và uống thuốc tự tử. Khi Khanh phát hiện ra thì đã trễ. Vì thế, Khanh cũng đã từng kết tội Khanh đã không khuyên Tuấn đủ. Nhưng rồi làm sao có thể khuyên một người đã mất niềm tin phải không cháu. Tuy nhiên, dù bác biết thế, nhưng bác vẫn không bỏ qua cơ hội tìm hiểu căn bệnh, cũng như tâm lý bệnh nhân. Cũng may, chính lúc đó, bác vô tình đọc được tờ báo về những người mang chứng bệnh này, nhất là những trường hợp lọc máu, cũng như ghép thận như trường hợp của chồng cháu, nên bác có thể thông cảm với cháu phần nào khi nghe cháu kể về tình trạng của chồng cháu.

Bác Kha ngừng nói, ánh mắt bác thật chân thành nhìn tôi:

- Nhưng dù thế nào, cháu cũng phải theo dõi và luôn luôn thông cảm với từng cảm xúc của chồng cháu, nhất là đừng bao giờ để chồng cháu mất niềm tin.

Bác Kha nói tiếp:

- Lý trí của con người là một công cụ sáng suốt và hữu dụng nhất để con người tăng nghị lực trong tất cả trường hợp, kể cả tinh thần lẫn vật chất, nhất là đối với bệnh tật nội tâm cũng như những bệnh nan y như chồng cháu. Nhưng với bác, nếu lý trí mà không được hỗ trợ của niềm tin, thì chắc chắn cũng sẽ bị cô lập. Vì niềm tin mới thực sự tác động lý trí khiến con người mạnh dạn và tin tưởng hơn.

Tôi lại rơi lệ, lần này không phải vì Quý, mà vì sự cảm động của bác Kha đối với tôi. Tôi nói khẽ:

- Cháu cám ơn bác.

Và tôi nói tiếp:

- Cháu may mắn, vì anh Quý rất tin vào niềm tin tôn giáo. Cháu đã từng nghe rất nhiều về những tư tưởng lạc quan của anh Quý ngay cả lúc anh Quý đau đớn. Hơn nữa, làm sao cháu không hiểu và không đồng cảm với anh Quý khi biết chồng mình luôn cố gắng sống trong hạnh phúc từng ngày, vì một người ghép thận như anh Quý mà đã sống tới nay, hẳn nhiên lúc nào cũng phập phồng lắng nghe biến chuyển từng giây trong cơ thể mình, vì mỗi sự khác biệt có thể là những biến chứng mới khiến mình có thể tử vong bất kỳ lúc nào. Trường hợp như thế chẳng đã gây nhiều áp lực cho đời sống của anh Quý hàng ngày lắm sao. Nên cháu vẫn luôn tìm mọi cách để anh Quý lúc nào cũng quên đi những lo sợ mà mình không có thể sửa đổi.

Tôi ngừng nói, nhìn bác Kha, giọng tôi chút e dè:

- Chị Khanh bây giờ ra sao hở bác?

Bác Kha thở dài:

- Nó suy sụp hoàn toàn, gần đây nó không còn liên lạc với bác. Bác cũng không biết nó có trở lại bình thường không hay rồi cũng như chồng của nó. Hơn nữa, nó còn bị áp lực bên chồng của nó không ít, lại còn nuôi hai đứa con nhỏ. Bác nghĩ cũng không dễ dàng. Người chết đi tưởng là thoát, nhưng thực ra không hẳn là vậy, mà có khi còn tồi tệ hơn cho người ở lại.

Nhưng bác Kha bỗng ngừng nói, rồi đổi đề tài:

- Cháu có biết làm sao người ta biết là bệnh nhân bị mắc bệnh thận không?

- Dạ cháu biết một chút, anh Qúy cũng đã nói với cháu khi cháu hỏi đến.

Nhưng bác Kha không để tôi nói tiếp, bác từ tốn:

- Bác có đọc một bài báo của một bệnh nhân viết về trường hợp của anh ta lúc khám phá ra là mình bị teo thận, là bỗng một ngày, người bệnh nhân này thấy con đường dốc từ dưới đồi lên nhà như dài và cao hơn, vì anh thấy bị kiệt sức leo không nổi khác với trước đây, nhất là tim anh đập rất mạnh và khác thường. Chính vì thế, anh ta đi khám bác sĩ, và kết quả sau khi khám nghiệm, áp xuất máu của anh lên tới 200/120, quá cao cần phải uống thuốc cao máu. Nhưng dù uống thuốc cao máu, nhưng áp xuất của anh vẫn không kiểm soát nổi như những bệnh nhân có áp xuất cao bình thường. Thế là anh ta được gửi đi một bác sĩ chuyên môn khám nghiệm, và kết quả cuộc khám nghiệm "byopsi" thận, là hai trái thận của anh ta đã bị suy thoái. Lúc bấy giờ anh ta mới biết mình đã quá trễ.

Bác Kha bỗng hỏi tôi:

- Cháu biết chất creatinie không?

- Dạ biết, đó là độ dơ còn lại trong máu mà thận không lọc được.

Bác Kha ngắt lời tôi:

- Đúng vậy, chất creatinie trung bình chỉ 150, mà của anh này sau khi thử máu lên tới 450, tức là gấp tới 3 lần, điều đó cho thấy thận của anh ta không còn làm việc hữu hiệu nữa. Chính vì thế, các bác sĩ đã quyết định cho anh ta lọc máu. Vì như cháu biết, nếu thận không làm việc, có nghĩa là không còn điều chỉnh được chất muối và tất cả những chất cặn bã mà chúng ta cần đào thải ra ngoài để đừng làm hại cho cơ thể của chúng ta. Thận giữ những chất muối và nước đồng thời thải những chất độc ra khỏi cơ thể, đó là chức năng chính. Còn chức năng phụ cũng không kém phần quan trọng là tiết ra chất hormon, tức là chất kích thích tố tạo ra máu. Một khi bị suy thận, thì chất hormon bị giảm đi và người đó sẽ bị thiếu máu, từ đó đưa đến những biến chứng khác.

Bác Kha lại thong thả:

- Bác đọc rất kỹ phần anh ta viết, và còn biết, lọc thận tức là dùng thận nhân tạo để lọc máu trong trường hợp thận không còn làm việc, và lọc thận bằng thận nhân tạo không chỉ có một cách, mà có hai cách. Cách thứ nhất là lọc thận tại gia, tên khoa học là Peritoneal Dialysis, và cách thứ hai là đến bệnh viện, tên khoa học là Hemo Dialysis. Cách thứ nhất thì mỗi ngày thay nước rửa 4 lần, mỗi lần khoảng 25 phút, nhưng phải làm 7 ngày một tuần. Còn cách thứ hai, tức là Hemo Dialysis thì tuần 3 ngày, mỗi ngày mất khoảng 4 tiếng, nhưng phải đến bệnh viện lọc máu.

Bác Kha ngừng nói, bác trầm ngâm như cố nhớ ra điều gì. Thấy thế tôi từ tốn:

- Anh Qúy của cháu hồi trước đã lọc thận cách thứ hai. Anh Qúy nói, anh phải giải phẫu để gắn ống cao su vào động mạch. Ống đó gọi là Fistula nếu cháu không lầm. Ai rửa thận bằng phương pháp này đều phải phẫu thuật và gắn ống cao su vào các động mạch, sau đó còn phải tập làm sao cho ống cao su nổi lên trên cánh tay, trung bình sự luyện tập này có thể từ 6 tuần tới mấy tháng không chừng.

Bác Kha gật đầu:

- Còn cách thứ nhất thì phải đục lỗ ở bụng và gắn vào đó một bộ phận rửa. Cách này thì gồm hai ống nhỏ, một ống bơm vào trong thận một dung dịch để rửa thận và lấy các chất dơ trong thận, một ống thì dùng để cho các chất dơ thoát ra..

Bác Kha trầm giọng:

- Với bác cách nào cũng cần một sự nhẫn nại kinh khủng, vì không phải một hai ngày, mà là suốt đời nếu không tìm được thận thay thế. Mà đâu phải dễ tìm thận, vì muốn ghép thận còn phải lệ thuộc đủ điều. Nhưng cái kinh hoàng và hãi hùng của những người lọc thận không phải là bốn tiếng hay sáu tiếng mỗi lần nằm chờ, nằm đợi... Nhưng là những cơn vộp bẻ do rút quá số lượng nước trong người. Những cơn vộp bẻ mà người bệnh nhân tả đến hãi hùng không thể nào tả nổi.

Tôi nghe bác Kha nói, tôi rùng mình. Thật ra Qúy có nói cho tôi vài lần, nhưng lúc đó làm sao tôi cảm nghiệm được đau đớn này, vì lúc đó tôi luôn nghĩ như chuyện đã qua rồi, lúc nào tôi cũng tưởng Qúy sẽ không còn phải chịu cảnh vộp bẻ vì lọc máu. Nhưng bây giờ, Qúy lại phải trở về những kinh nghiệm đau thương trước đây, làm sao tôi tránh được rùng mình trong lo sợ.

Trong ý nghĩ đó, tôi cắn răng và trong phút bàng hoàng, tôi nhớ tới Chúa. Tôi nhắm mắt lẩm bẩm cầu nguyện. Và không hiểu sao, lòng tôi bỗng an bình trong niềm tin, mặc dầu là chỉ trong khoảnh khắc, nhưng chính khoảng khắc đó đã như hoa nở, khiến lòng tôi thanh thản như một người vừa lãnh nhận một hồng ân rất đặc biệt nào đó. Bất giác tôi quay qua bác Kha bình tĩnh:

- Cháu vừa như được ơn phúc bác ạ, vì chính lúc bác nói về căn bệnh cháu đã rùng mình khi nghĩ tới Qúy, nên cháu đã nhắm mắt thì thầm với Chúa. Và bỗng dưng, cháu cảm thấy an lành. Có phải niềm tin đã giúp cháu không bác.

Bác Kha với nét mặt tự tin:

- Chúa đã chúc lành cho cháu. Hãy sống và sống trong niềm tin của mình.

Bác Kha đang nói, bỗng có tiếng rung, dù rất nhỏ nhưng tôi cũng nhận ra là tiếng rung của điện thoại. Tôi vội tìm điện thoại trong túi xách tay của tôi. Nhưng tìm mãi không thấy. Tôi nhìn bác Kha, lúc đó hình như bác Kha cũng vừa nhận ra. Bác bỏ tay vào túi quần, bác lấy BlackBerry ra, bác nhìn trên màn ảnh, tôi thấy nét mặt bác có chút thay đổi. Cuối cùng bác bấm những con số, có lẽ bác trả lời email của một người nào đó vừa mới gửi cho bác. Lúc sau bác lại bỏ Blackberry vào túi, vừa bảo tôi:

- Hôm nay bác lấy ngày nghỉ, nhưng cũng không yên cháu ạ. Bây giờ bác phải về nhà để gửi tài liệu cho khách hàng bên Pháp.

Rồi bác trầm trầm giọng:

- Thời buổi này quả thật không thể nào trốn được, không có Blackberry thì còn có lý do để trốn trách nhiệm vì lý do này, lý do nọ. nhưng khi đã đeo nó trên người, thì vừa phone, vừa email thì làm sao tìm được lý do để bào chữa cháu nhỉ. Thật văn minh quá cũng khổ.

Bác Kha lại thở dài, vừa bảo tôi:

- Đang nói dở với cháu, thật tiếc quá, nhưng có lẽ bác phải đi. Bác cần phải chuyển tài liệu ngay, nhưng tài liệu lại ở "labtop" của bác ở nhà. Bác xin lỗi cháu. Hy vọng lần khác bác cháu mình sẽ có dịp nói chuyện nhiều hơn.

Tôi đứng dậy lễ phép:

- Dạ, cháu cám ơn bác.

Nhưng bác Kha lại trầm tĩnh:

- Chúng ta hãy cùng quỳ và cầu nguyện cho Qúy trước khi bác đi Huyền ạ.

Tôi không trả lời bác Kha, tôi quỳ xuống và lâm râm cầu nguyện. Bác Kha và tôi không đọc kinh ra miệng, nhưng tôi biết cả bác và tôi đang cùng một lời nguyện, cầu xin ơn trên mang muôn hồng ân xuống cho Qúy, để Qúy mãi là của tôi, bên tôi trong hạnh phúc.

Và bác Kha và tôi cùng đứng dậy bước ra cửa.......

Rời nhà thờ Saint Helen, trầm tĩnh hơn là khi rời văn phòng bác sĩ, tuy nhiên, lòng tôi cũng không sao tránh khỏi sự bồn chồn hoảng sợ. Tôi ghẹo qua đường Pearland Parkway lúc nào không hay. Tôi như người máy, hai tay bấu vào vô lăng không định.

Thói quen hàng ngày đã đưa tôi tới cổng khu vào nhà tôi. Tôi tìm nút bấm tự động, cổng mở và tôi lái về nhà.

Trong cả khu nhà tôi ở hình như lúc này chỉ có mình

tôi, tất cả vắng lặng và thật yên tĩnh. Tôi không xuống xe, ngồi một lúc. Tôi ngắm căn nhà của tôi mà tưởng như xa lạ. Tất cả như đang xa dần tôi. Tôi nhớ tới chồng, tới con mà lòng xót xa. Tôi lắc đầu chấn an. Tôi bỗng nhớ tới lời bác Kha vừa chia sẻ cùng tôi. Tôi bám vứu và cố vượt thoát, tối thiểu lúc này. Niềm tin của con người có lẽ là thứ thuốc duy nhất để cứu mình khi phải đau thương sầu lụy. Có lẽ thế, bác Kha nói đúng, tôi phải trấn tĩnh mình trước mới có thể nói chuyện với Qúy để Qúy khỏi đau lòng và tuyệt vọng. Tôi sợ, vì một lầm lỗi nào đó khiến Qúy như cháu của bác Kha. Và tôi tắt máy xe.

Ngoài trời, ánh nắng vẫn còn khe khắt. Tôi xuống xe. Một cơn gió thật nhẹ từ bờ hồ thoảng bay mang thêm chút hơi nước khiến tôi về thực tại.

Tôi mở cửa và bước vào nhà. Tiếng "bíp bíp" của hệ thống báo động làm tôi giật mình. Tôi ngạc nhiên vì hàng ngày lúc nào tôi chẳng nghe thấy tiếng "bíp" khi mở cửa. Có lẽ lòng tôi quá lo sợ nên dù một động tĩnh nhỏ cũng đủ làm tôi xao xuyến giật mình. Tôi vội đến nhấn nút password để tắt hệ thống báo động, rồi vất mình trên ghế như lực sĩ điền kinh sau khi đã chạy quá sức hết hơi. Nhưng vừa lúc đó, có tiếng điện thoại reng. Đầu giây bên kia, giọng của Trang trách móc:

- Mày đi đâu mà tao gọi hoài không được?

Tôi cố trấn an rồi từ tốn:

- Tao mới về.

Trang nói ngay:

- Tao gọi cell phone của mày sao không bắt.

Nghe Trang nói, tôi mới chợt nhớ, tôi đã tắt phone từ lúc vào nhà nguyện. Tôi bảo Trang:

- Xin lỗi, tao tắt máy mà không hay.

Trang cười:

- Mày có bao giờ tắt cell phone đâu hở con người hạnh phúc và may mắn nhất trên đời...

Tôi giật mình. Đúng, tôi đã từng là kẻ may mắn và hạnh phúc... Và tôi oà lên khóc khiến Trang đã gọi tôi không biết bao nhiêu lần... Nhưng tôi không trả lời, tắt điện thoại và ngồi vật xuống ghế trong đau đớn như từ nay tất cả đã kết thúc, tất cả đã tan biến, chỉ còn lại tôi với nỗi bi ai và thống khổ...

Bây giờ đứng giữa bóng đêm, nơi căn nhà thân yêu, bao nhiêu việc sẩy ra ngày hôm nay bỗng ào ạt hiện về như chuyện đang sẩy ra trước mặt khiến tôi lại bồi hồi....

CHƯƠNG HAI

Tôi còn đang quay cuồng với lo lắng liên tục, thì có tiếng động dưới nhà. Tôi nhìn xuống, thấy Qúy đang từ phòng ngủ đi ra. Qúy bước những bước thật chậm như đang bị hành bởi cơn bệnh thường nhật. Bóng Qúy như chập chờn ẩn hiện. Lòng tôi lao đao, một thương yêu nồng thắm nổi lửa trong lòng. Nhưng bất giác, tôi nghĩ tới thân phận con người đôi khi quá mơ hồ và mỏng manh. Hình ảnh tuyệt vời đầy ắp tình yêu và sức sống đó có còn tồn tại mãi mãi như lời giao ước, hay sẽ bị cắt đứt bởi vô vọng vì bệnh tình và sự không may nào đó. Bỗng tôi nhớ tới phim "Ghost" do Demi Moore và Patrick Swayze thủ vai chính. Hình ảnh của Patrick hiện về với Demi như người sống, chỉ khác là Demi đã không nhìn thấy.

Patrick tiếc nuối chuyện tình, tiếc nuối tình yêu của hai người nên đã không thể nào rời khỏi nhân gian. Và tôi chợt nghĩ, khi người ta yêu nhau thật sự tình yêu đó có khiến Thượng-đế ngậm ngùi và cho họ được gặp nhau như Demi Moore và Patrick Swayze, hay tất cả chỉ là ảo giác.

Tôi không lên tiếng, chỉ âm thầm nhìn Qúy. Tôi nghe tiếng nước từ máy lọc nước chầm chậm chảy vào ly. Rồi tiếng nước tắt. Qúy bưng ly nước uống thật chậm. Tôi nghe rõ tiếng nước rỉ rả đi vào cổ họng Qúy. Tôi không biết có phải mình tưởng tượng, hay vì đêm quá thanh tĩnh khiến bất kỳ một chuyển động nhỏ nào cũng có thể nghe mồn một.

Rồi khoảng nửa phút, tôi thấy Qúy từ từ đi về hướng cầu thang. Có lẽ Qúy đi tìm tôi, vì thức giấc không có tôi bên cạnh. Nhưng tôi vẫn đứng yên, mãi tới khi Qúy lên tới bậc trên cùng, tôi mới khẽ kêu:

- Anh.

Qúy không giật mình mà chỉ quay hẳn về phía tôi. Thật chậm chạp, Qúy khẽ nói:

- Sao em không ngủ?

Tôi nói dối Qúy:

- Em nghe tiếng con, tưởng nó bị ác mộng nên em lên coi nó thế nào. Không ngờ nó đang ngủ ngon.

Qúy đến gần tôi, thật sát, Qúy ôm tôi vừa nói:

- Anh cũng vừa mơ thấy điều gì thật mơ hồ. Anh không biết rõ, nhưng thức dậy rồi mà cứ mãi ám ảnh. Người ta bảo cuộc đời là những giấc mơ, đôi khi cũng đúng em ạ.

Tôi không trả lời Qúy, dang cả hai cánh tay, thật rộng như chưa bao giờ được ôm Qúy và tôi xiết chặt, thật chặt khiến Qúy ho nhẹ. Tôi vội vàng:

- Xin lỗi anh

Và tôi bất giác:

- Em yêu anh.

Qúy nhìn tôi, tôi không nhìn rõ được ánh mắt Qúy, nhưng tôi có thể cảm nhận được từ vòng tay của Qúy, thật yêu thương, thật đằm thắm, và thật trọn vẹn. Cặp mắt Qúy lúc này phải đa tình và đầy lãng mạn như đôi mắt ngày tôi và Qúy yêu nhau lần đầu. Qúy nói khẽ trên môi tôi:

- Anh cũng rất yêu em.

Tôi gục đầu trên vai Qúy, bờ vai Qúy thật gầy, gầy lắm, nhất là gần đây những cơn đau bất thường đã khiến Qúy mệt và mất sức rất nhiều, nhưng với tôi, vai Qúy như là chiếc gối êm nhất trên hành tinh này, lại đã cho tôi đầy nghị lực, sức sống và trọn hảo của đời con gái. Qúy là tấm chăn bông, là gối ôm và là sự che chở đời tôi.

Qúy vuốt tóc tôi, mái tóc mà lúc nào Qúy cũng trân qúy. Nhưng có lẽ, Qúy trân qúy tất cả những gì của tôi, từ mái tóc, bờ môi, đôi mắt... Tất cả, vì tôi chưa bao giờ nghe Qúy chê tôi. Tình yêu là sự hoà hợp của hai làn da, nhưng với tôi, sự diệu vợi hơn nữa là sự hoà hợp của hai tâm hồn, vì khi hai tâm hồn hoà hợp thì mọi sự của người mình yêu đều trở nên mãnh liệt và tuyệt đối. Nghĩ thế nên tự nhiên mắt tôi ngấn lệ. Tôi không dám đứng thêm vì sợ tôi sẽ không còn kìm hãm nổi nỗi lo lắng và muộn phiền trong lòng khi nghĩ nếu có gì sẩy ra cho Qúy. Tôi bảo Qúy:

- Mình xuống nhà anh nhé.

Qúy không trả lời, cầm tay tôi. Qúy dắt tôi như dắt một đứa trẻ, và tôi cúi đầu theo Qúy như một hạnh phúc vô bờ.

Những bậc thang như chuyển mình theo chúng tôi trong bồi hồi hạnh phúc. Tôi cảm thấy người tôi như bay bổng, tâm hồn tôi tràn đầy sự sung mãn của thương yêu bảo bọc. Bàn tay Qúy thật vững vàng, thật huyền diệu. Bước chân Qúy như những vì sao đêm dẫn đường.

Tôi chợt suy nghĩ vẩn vơ, nếu đạo là đường, thì tôi đang tình nguyện theo con đường Qúy đi. Tôi tin như một tín đồ ngoan đạo. Tôi là kẻ mẫu mực của tình yêu và tình nguyện cả đời chỉ theo con đường Qúy dắt.

Khi xuống tới nhà dưới. Qúy bỗng hỏi tôi:

- Em có buồn ngủ không?

Tôi im lặng một chút như muốn đắn đo câu hỏi của Qúy, Tôi từ tốn trả lời:

- Chút thôi.

Qúy thở dài, vừa bảo tôi:

- Em tắt máy báo động đi. Mình mở cửa ra ngoài. Anh muốn ra ngoài ngửi hơi sương buổi sáng.

Và Qúy bâng khuâng:

- Hơi sương rất dễ chịu. Anh bắt đầu thích mùi sương mai từ khi anh có dịp được hưởng ở khu vườn của người bà con bên Canada. Anh thích lắm. Nó vừa dịu, vừa mát và vừa trong thanh.

Tôi không trả lời Quý, bước đến cửa ra garage, nơi gắn bộ điều khiển máy báo động. Tôi bấm những con số, một tiếp "bíp" kêu nhỏ. Tôi trở lại bên Quý. Quý lại dắt tôi như sợ bị lạc. Và hai chúng tôi ra sân sau.

Nhà chúng tôi mặt tiền quay về hướng nam, hướng mà nhiều người tin là rất tốt khi đi mua nhà, nhất là người Việt Nam, người ta thường nói: "Nhà hướng nam, không làm cũng có ăn." Tôi không tin, nhưng cũng vui trong lòng, nên hôm dọn đến đây, tôi lập lại câu nói đó. Quý đã mỉm cười : "Thử không làm xem có ăn không, lúc đó đói nhăn răng thì trễ rồi". Bây giờ nhớ lại tôi cười một mình.

Nhưng dẫu sao, hồ nước sau nhà là nơi rất gần gũi và tưởng như một cần thiết cho gia đình tôi, nhất là những buổi sáng cuối tuần, hai chúng tôi có dịp thức sớm mở cửa sổ phòng ngủ, chiếc cửa số lớn hướng ra mặt hồ, chúng tôi có thể nhìn hừng đông từ từ đi lên phản chiếu trên mặt hồ giống như tấm lụa đủ mầu trông rất thơ mộng và bình yên, nên tôi hay ươn lười ôm Quý nằm thêm vào những buổi sáng, để tìm cảm giác bao bọc, cảm giác được nuông chiều trong vòng tay âu yếm của Quý.

Cũng có những ngày, tôi dậy sớm, chiên trứng hay làm pancake cùng với hai ly cà phê đưa vào phòng, và hai chúng tôi cùng ăn sáng, một khung cảnh thật ấm cúng thương yêu như chúng tôi đang cùng nhau trải dài những ngày nghỉ nơi một khách sạn nào đó bên bờ hồ.

Lại cũng có những ngày hai con chúng tôi cùng thức và cả hai vào phòng của chúng tôi, thế là cả gia đình rộn trong tiếng cười ban mai, những tiếng vỗ về thương yêu tràn ngập, và tôi, Quý cùng xiết chặt hai con tôi trong lòng, cùng cảm ơn Thượng-đế đã cho chúng tôi mái ấm gia đình, và niềm hạnh phúc tuyệt vời trong yêu đương hoàn mỹ...

Nhưng ngay bây giờ, có lẽ mới khoảng ba bốn giờ sáng, nên mặt trời vẫn còn ngủ yên. Tôi ôm lấy cánh tay Quý và lấy ngón tay trỏ của tôi mân mê ống fistula ở cánh tay Quý, ống cao su mà bác sĩ đã giải phẫu đặt vào để lọc máu cho Qúy trước đây, mà vài người bạn không biết, nhìn thấy lại tưởng Qúy bị phỏng hay tật nguyền, vì hình thù trông giống như có con dun lớn nằm dưới làn da nơi cánh tay của Qúy, trông rất sợ khi Qúy vận áo cụt cánh. Nhưng với tôi thì lại thương yêu vô cùng vì nó chứa đựng một sắc thái và mầu riêng của niềm tin và sự chịu đựng.

Qúy bước những bước rất nhẹ quanh thảm cỏ sau nhà. Thảm cỏ đượm đầy hơi sương khiến bàn chân tôi hơi lạnh. Nhưng hình như tất cả không gian và thời gian dừng lại, tôi chỉ biết rạo rực trong nhịp điệu tình yêu bên Qúy.

Chúng tôi không ra khỏi vườn, mặc dầu sau nhà có chiếc cổng sắt, chỉ cần bước qua cổng sắt là có thể đi sát đến hồ nước. Tôi và Qúy không nói gì, cả hai mỗi người một ý nghĩ, hay cũng có thể cả hai chúng tôi đang cùng một ý nghĩ mà chúng tôi không hay, vì thần giao cách cảm.

Khoảng 5 phút sau, Qúy hít một hơi thật dài, rồi bỗng Qúy dừng lại, thở vào mặt tôi. Tôi hỏi Qúy:

- Anh làm gì sao anh lại thổi hơi vào em?

Qúy không trả lời, hỏi tôi:

- Em không thích à?

Tôi vội vàng:

- Em thích, nhưng nhột.

Qúy yêu thương:

- Em bảo với anh, anh là sức sống của em, anh thở hơi để em luôn con đủ hơi để tiếp tục sống mãi.

Rồi Qúy tiếp:

- Nhưng phải hứa là sống hạnh phúc nhé em.

Tôi chảy nước mắt lúc nào không hay, giọng nũng nịu:

- Em hứa. Nhưng anh cũng phải hứa với em là anh sẽ mãi mãi ở bên em nghe không anh?

Tôi trả lời Qúy xong, không cần Qúy trả lời, tôi đã níu vai Qúy. Tôi hôn Qúy say đắm trên bờ môi. Qúy đáp trả tôi trong yêu đương trọn vẹn. Bỗng tôi nghe tiếng Qúy thở dài, thật sâu trong lòng, nhưng tôi vẫn cảm nghiệm rõ ràng. Bất giác tôi nghĩ, phải chăng Qúy đã biết hết và đã sẵn sàng gánh chịu tất cả những gì thương đau sẩy ra cho mình. Hay có thể Qúy đang nghĩ tới sự chậm chạp và mất thăng bằng sinh lý khi phải trải qua những cơn đau và nỗi tuyệt vọng của bệnh, nhất là với tôi. Nhưng Qúy ơi, anh phải sống, anh không được nghĩ tới những điều đó. Anh phải như Vọi của Khái Hưng trong Anh Phải Sống. Em sẽ bằng lòng và sẵn sàng thay anh chịu những ngặt nghèo đớn đau, em sẽ bằng lòng thế mạng cho anh nếu thật sự anh phải ra đi, em sẽ chết và anh phải sống để lo cho con...

Nghĩ thế, nước mắt tôi trào ra, Qúy như cảm nhận nên lấy tay lau những giọt nước mắt trên má tôi vừa lo lắng:

- Sao lại khóc?

Tôi không trả lời, vả lại trả lời sao? Tôi nói là vì tôi đang hạnh phúc, hay vì tôi lo lắng một ngày nào đó có gì sẩy ra cho Qúy? Không, tôi không thể trả lời, tôi sẽ im lặng và tin vào tình yêu chân thật trong tôi sẽ trả lời thay cho tôi.

Lúc sau, Qúy bâng khuâng:

- Nhiều lúc khóc được cũng tốt phải không em. Vì khóc có thể cũng là một hạnh phúc.

Tôi nhõng nhẹo:

- Khóc sao mà là hạnh phúc, nước mắt em tự nó trào ra, chứ đâu phải em khóc. Em đang vui mà.

Qúy cười nhẹ:

- Thì đấy chả là hạnh phúc sao? Chứ tại sao đang bên anh mà khóc.

Tôi ôm Qúy sát hơn:

- Thì yêu anh.

- Như vậy là hạnh phúc đúng không?

Tôi trả lời khẽ:

- Dạ.

Qúy không nói thêm. Bước những bước nhẹ dần. Một lúc, chúng tôi ngồi trên chiếc ghế đu sau nhà dưới mái hiên, nơi mà thường ngày chúng tôi ngồi đong đưa hóng mát mỗi buổi chiều khi nắng đã tan sau cả ngày mệt mã, hoặc sau bữa cơm chiều.

Trong tình yêu gia đình, thật sự hạnh phúc đến rất nhẹ nhàng, đôi khi không cầu kỳ như chúng ta tìm kiếm. Tôi không cần phải có miếng thịt ngon cùng với ly rượu vang đỏ mắc tiền. Tôi cũng không cần phải có những trang hoàng vật chất, hay những đòi hỏi thái quá của những người trưởng giả dư tiền. Trái lại, rất nhẹ nhàng, rất đằm thắm và rất thương yêu trong tình yêu chân thật. Một ly nước lạnh với ánh nhìn thiết tha chân thật của Qúy còn hơn tất cả những ly rượu vang mắc tiền. Chính vì thế, chúng tôi sống đơn giản, và sự đơn giản được gói gắm trong tình yêu hàng ngày đã cho chúng tôi niềm hạnh phúc dạt dào chân thật. Tôi thường cám ơn Thượng-đế đã cho tôi gặp Qúy, và cho tôi có được tình cảm tầm thường của người đàn bà bên người chồng tâm ý.

Đang suy tư, đầu ngả trên vai Qúy, tiếng Qúy trầm ngâm:

- Em có sợ không?

Tôi phân vân, vì giọng Qúy hơi lạ:

- Sợ gì hở anh.

Nhưng Qúy không nói tiếp... Lại một tiếng thở dài.

Bỗng tôi nhớ tới bài hát của Tùng Giang, bài Tôi Với Trời Bơ Vơ: *"Đêm có tiếng thở dài, đêm có những ngậm ngùi, khu phố yên nằm, đôi bàn chân mỏi, trên lối về mưa bay.....*

Tôi chút hoang mang trong lòng. Lời ca như xoắn lấy tôi, "đêm có tiếng thở dài", tôi muốn đổi lời bài ca, "đêm nghe tiếng thở dài"vì tôi đang nghe từ sâu trong tiềm thức tiếng thở dài hiu quạnh của chồng tôi. Bất giác hai bàn tay tôi vẫn ôm lấy hai bàn tay Qúy. Tôi nhìn Qúy. Ngọn đèn sau nhà đủ tôi nhìn thấy ánh mắt Qúy như đang nhìn sâu đáy hồ trước mặt. Tôi nhìn theo ánh mắt của Qúy. Dưới đáy hồ, tôi như vừa nhìn thấy một chấm vàng rất nhỏ đang thành hình. Không biết trong mắt tôi lúc bấy giờ hư thật, một tưởng tượng trong xúc cảm hay một nhãn tiền.

Nên dù không nhìn đồng hồ nhưng tôi biết đã gần sáng, vì mặt trời đã chuyển mình cho một ngày mới. Tôi bảo Qúy:

- Mình vào chưa, gần sáng rồi đấy anh?

Nhưng Qúy vẫn ngồi yên. Lúc sau mới trả lời tôi:

- Còn bao nhiêu lần mình được ngồi như thế này.

Vừa nghe Qúy nói, bất giác tôi lo sợ. Tôi nhớ lại những điều bác Kha, những lời bác sĩ nói cho tôi chiều nay, nhớ lại những muộn phiền tôi trải qua bao ngày nay, và nhớ tới những trận cuồng phong trong lòng dồn dập nỗi bất an, nên tôi không dám ngồi thêm. Tôi cố gắng bình tĩnh đứng dậy kéo tay Qúy:

- Mình đi vào anh nhé.

Nhưng bỗng tôi đổi ý, tôi muốn Qúy xa rời những bi quan. Tôi muốn Qúy không nghĩ tới bệnh tật, tối thiểu lúc này. Sự bình an luôn là niềm hy vọng tốt nhất cho những người mang bệnh. Tôi muốn thay đổi không khí và tìm vui cho Qúy. Tôi nói tiếp:

- Em vào pha cà phê anh nhé. Anh ra ngồi ngoài nhà chòi, em sẽ mang cà phê ra, và chúng mình cùng uống.

Rồi tôi hôn trán Qúy. Tôi cảm thấy mùi sương, cảm thấy sự dịu ngọt trên làn da Qúy. Và tôi quay đi trong sung sướng pha lẫn nghẹn ngào và lo lắng trong lòng.

Nếu thật cuộc đời là bể khổ, thì lúc này đây tôi đang trầm mình trong bể khổ của tình yêu. Tôi thấy người nóng bỏng đam mê, nhưng đồng thời cũng thấy lạnh buốt tâm hồn. Tôi mở cửa, ngoái đầu lại nhìn Qúy. Qúy vẫn ngồi yên bất động. Dòng máu tôi như chảy ngược vì thương Qúy. Tôi biết Qúy đã rõ bệnh tật mình, biết mình phải làm gì, nhưng Qúy âm thầm chịu đựng. Tôi cũng đoán, có thể Qúy muốn cho tôi đi gặp bác sĩ riêng, vì Qúy muốn chính tôi là người nói cho Qúy, để Qúy có cơ hội đắn đo trước những phản ứng của tôi. Hay cũng có thể Qúy là người trầm tĩnh, muốn lặng chịu và không muốn than vãn âu lo, vì con người ai chả có những ngặt nghèo riêng. Hơn nữa, dẫu sao Qúy đã từng trải và nỗi đau đớn kinh hoàng đó đã từng khiến Qúy phải điêu đứng thì tại sao Qúy lại phải nói với tôi, để rồi tôi mất đi niềm vui và hạnh phúc bên Qúy lúc này...

Nhưng khi bước vào bếp, công tác điện vừa bật lên, ánh sáng làm tôi như chìm vào lo sợ. Tôi nhìn thấy tôi, nhìn thấy khuôn mặt hốc hác qua một đêm không ngủ, hay từ những dồn dập đau buồn lo lắng qua kiếng cửa sổ nhà bếp ngay bồn rửa. Tôi thấy bước đi mình chao đảo và yếu đuối. Tôi cố đến bên máy pha cà phê, cố mở nắp, công việc thật dễ dàng hàng ngày nhưng sao hôm nay nặng nề thế.

Tôi lấy tờ giấy lọc cà phê trong ngăn kéo, động tác chậm chạp. Múc hai muỗm ca phê đổ vào. Tôi lấy bình nước lọc. đổ trong máy cà phê. Tiếng nước chảy ọc ọc từ máy cà phê như đánh thức tôi. Tôi thấy mùi cà phê thơm, mùi cà phê hiệu Dumond của Pháp mà Qúy thích, và cũng vì Qúy mà tôi yêu mùi cà phê này.

Mỗi buổi sáng trước kia, tôi không bao giờ uống cà phê, vì tôi không thích một phần, nhưng vì tôi sợ vàng răng. Tôi không muốn răng tôi trở thành vàng như mẩu cà phê pha sữa. Nhưng từ ngày yêu Qúy, lấy Qúy, tôi đã không còn nhớ tôi bắt đầu thích cà phê từ lúc nào. Thật là huyền diệu. Tại sao chỉ vì tình yêu mình có thể thay đổi, ngay cả những điều mình không thích trở thành thích một cách dễ dàng.

Tôi ngừng suy nghĩ, tôi để cà phê nhỏ giọt, rồi tới lấy hai chiếc ly. Tôi đặt ly sát với máy cà phê, đổ sữa vào ly, loại sữa béo đặc biệt. Có lẽ đây là thói quen của tôi, tôi thường đổ sữa vào ly trước, sau đó, tôi mới đổ cà phê từ từ vào ly vừa quấy nhẹ, và tôi nhìn mẩu cà phê và sữa pha lẫn để biết được vị cà phê mà Qúy muốn. Chính vì thế, cà phê tôi pha cho Qúy lúc nào cũng đúng ý Qúy thích. Qúy thường khen yêu tôi ở điểm này, và luôn nói, không cà phê ở đâu ngon bằng cà phê tôi pha. Cũng có thể Qúy nịnh tôi, nhưng nghe Qúy khen, tôi vẫn mát ruột và luôn nghĩ đó là sự thật, vì tại sao tôi lại phải tìm hiểu, để rồi lỡ ra làm mất đi hạnh phúc trong tôi.

Tôi bưng hai ly cà phê, một cho Qúy và một cho tôi. Qúy nhận cà phê từ tay tôi như một trân qúy. Qúy từ từ đưa lên mũi. Qúy hít một hơi dài, như muốn nuốt hết cả hương vị cà phê vào lòng. Tôi cũng làm theo Qúy, và cả hai chúng tôi nhìn nhau cùng nở một nụ cười.

Thật là huyền diệu, khoảnh khắc cả hai chúng tôi như sống lại trong tình yêu tuổi ban đầu, nhẹ nhàng, say đắm và thuần chất... Tôi hớp một ngụm cà phê và lâng lâng nghẹn ngào. Cám ơn Thượng-đế, cám ơn tình yêu bên Qúy.

Từ đáy hồ, ánh nắng dần dần chìm sâu. Bình minh ló dạng dưới chân mây, nhưng cảnh vật vẫn còn thật yên tĩnh. Tôi nhìn qua hồ, tôi đã thấy rõ phía sau của những nhà bên kia hồ. Tất cả còn ngủ yên, vì không một ánh đèn. Tôi thấy mầu nước cũng sáng dần và những gợn sóng thật nhỏ lăn tăn trên mặt hồ như đang cùng nhau nắm tay chào bình minh của một ngày đang đến. Tôi nhìn sâu trong bóng nước để tìm cho tôi một lãng mạn. Nhưng hình như lòng tôi vẫn quanh quẩn trong nỗi bi ai, nên tôi vẫn không sao nhìn vạn vật với trọn vẹn bình yên, nên tôi lại rũ lòng và ngả đầu vào Qúy như tìm điểm tựa cố hữu.

Qúy dang tay ôm bờ vai tôi. Tôi thấy mình ấm lại. Lòng vương vương sự chờ đợi gì đó. Có lẽ là sự thổn thức mời gọi không tên của người con gái trỗi dậy trong lòng của buổi sáng thứ Bẩy. Tôi cố gắng để khỏi phát ra tiếng thở dài. Tôi nín thở và nuốt đi một đòi hỏi bất chợt. Lúc sau, Qúy lên tiếng:

- Em có mệt không?

Tôi không trả lời Qúy mà hỏi lại:

- Còn anh.

Qúy thanh thản:

- Cũng không mệt lắm, nhưng có em bên cạnh thế này thì sao anh mệt được.

Tôi chợp mắt, hình như mắt tôi ướt. Tôi thỏ thẻ bên tai Qúy:

- Em cũng vậy, không mệt mà còn hạnh phúc.

Qúy nhìn tôi:

- Cám ơn em.

Nhưng tôi nhìn Qúy:

- Sao lại cám ơn em?

Qúy đắn đo:

- Anh cũng không biết.

Rồi Qúy tiếp:

- Em cho anh quá nhiều.

Tôi đập vai Qúy:

- Anh khéo lắm, cái gì cũng vì em.

Qúy lại nhìn tôi, cặp mắt Qúy trong veo và đầy cảm xúc. Qúy hôn khẽ trên tóc tôi, mái tóc phủ đầy hơi sương buổi sáng.

Ngồi một lúc, Qúy chỉ tay qua nhà phía bên, Qúy nói, giọng Qúy như ân cần chờ đợi:

- Anh vẫn muốn xây hồ tắm cho con, em nghĩ thế nào?

Tôi không trả lời, vì thật ra, tôi cũng không thích hồ tắm lắm. Có lẽ bản thân tôi còn e lệ, tôi không thích vận bikini, hay cũng có thể sự e thẹn của người con gái Á-đông vẫn nặng trong tôi. Vả lại, tôi sợ đen, sợ nước hồ pha những chất hoá học làm da tôi chóng già, hay cũng có thể vì sợ các con tôi xao lãng việc học, nên tôi bảo Qúy:

- Từ từ anh ạ.

Qúy gật đầu. Nhưng có lẽ Qúy vẫn chưa bỏ ý định, tôi thấy mắt Qúy hình như đang dự trù và tính toán điều gì, nên cặp mắt vẫn chưa rời hồ tắm của nhà bên cạnh. Bỗng dưng, tôi nghĩ, hay đây là dấu hiệu khiến Qúy muốn làm điều gì đó cho tôi và các con... Nghĩ vậy bỗng lòng tôi se lại. Tôi ôm Qúy thật chặt.

Qúy quay lại vỗ nhẹ trên mái tóc tôi. Tôi cảm nhận được sự đồng hành của tôi và của Qúy trong ý nghĩ cùng sâu trong lòng.... Và chúng tôi im lặng nhìn hừng đông ló dạng.....

Khi các con tôi thức dậy, cả hai cùng mở cửa chạy tới ôm tôi và Qúy. Tôi ôm Theodore và Daniel vào lòng vừa nhìn Qúy. Con trai tôi thật giống Qúy. Tôi hôn trên trán cả hai con tôi như gửi gấm điều gì, vừa nói:

- Con mẹ ngoan, mẹ vào làm thức ăn sáng cho con. Nào hai đứa muốn gì?

Cả hai ậm ừ không trả lời. Thấy thế tôi nói yêu:

- Vậy thì mẹ khỏi làm thức ăn sáng hôm nay cho hai con nhé. Mẹ chỉ làm cho bố thôi.

Vừa nghe thế cả hai phụng phịu trả lời:

- Mẹ làm pancake với sausage.

Tôi nhìn Qúy. Qúy như hiểu ý, bảo tôi:

- Anh ăn chung với con.

Tôi liếc yêu nói khẽ:

- Thank you.

Nhưng vừa vào trong, có tiếng điện thoại reng. Tôi vội nhấc lên, vừa hello đã có tiếng trả lời:

- Tao đây.

Nghe giọng Trang tôi mừng rỡ, tối hôm qua tôi định gọi cho Trang nhưng lại thôi, đâu ngờ Trang gọi tôi hôm nay. Tôi vội bảo Trang:

- Sao mày gọi sớm vậy.

Trang như nhớ ra, bỗng cười:

- Tao quên bên đó vẫn còn sớm. Sorry.

Rồi Trang tiếp:

- Tao sẽ về Houston trưa nay.

Tôi cắt ngang:

- Có chuyện gì không?

Trang bình thản:

- Dĩ nhiên là có chuyện rồi. Chuyện vừa của em, vừa của chị tao. Tao bận quá mà cũng phải bỏ về nên tối mốt là tao lại bay lại NewYork.

Ngừng một chút, Trang nói:

- Tối nay mày có rảnh, tao mời đi ăn. Lâu rồi không

gặp. Nhớ muốn chết.

Tôi cười:

- Ê tao có ông xã tao rồi nghe, liệu mà ăn nói, ai tưởng lầm thì tội tao chết.

Trang cười vừa đùa:

- Đừng lo, đơn phương mà lại. Không gặp mày thấy càng yêu hơn. Yêu muốn chết đây này. Tao mà bên mày giờ này tao bẹo xứt má của mày mất.

Tôi xì nhỏ rồi bảo Trang:

- Chẳng thay đổi gì hết, hơn ba mươi rồi đó. Lấy chồng đi. Lúc nào cũng như mười bẩy, mười tám không bằng.

Trang vẫn hồn nhiên:

- Chồng đâu mà lấy. Vả lại hơn ba mươi chứ đâu có hơn sáu mươi đâu mà ngại. Tao chờ ít năm nữa cho thật chín rồi mới lấy chồng. Tao muốn khi lấy chồng, lúc nào chồng tao cũng nhìn tao như trái cây mọng đỏ thèm nhỏ rãi ra thì thôi.

Tôi bảo Trang:

- Mày liệu mà ăn nói, bố mẹ mày mà nghe thấy, ông bà rủa cho đáng đời.

Trang lại cười bình thản:

- Mày tưởng tao chưa nói với bố mẹ tao sao? Lần trước về, tao mượn một thằng bạn da mầu, tao nói dối ông bà là chồng sắp cưới, ông bà tao nhìn tao như quái vật. Tao tỉnh bơ nói nhỏ bên tai mẹ tao. Coi vậy nhưng tuyệt lắm đó. Mẹ tao nghe tao nói, mắt bà ấy trợn lên như nhìn thấy quỷ, tao tưởng bà ấy ngất xỉu, tao mới thôi đùa với mẹ tao.

Tôi thở dài:

- Mày hồn nhiên quá. Có phải nghề nghiệp của mày khiến mày nhìn đời như thế không? Mày luôn lấy cuộc đời như những miếng vải trải ra, và cứ thế mà thiết kế, mà cắt xén theo ý mày. Mày nghĩ tương lai của mày giống như những miếng lụa mày thiết kế thế nào cũng được sao? Mày tưởng là cuộc đời dễ thế sao?

Trang im lặng một chút rồi nói:

- Ơ con này, hôm nay mày ăn phải giống gì mà bi quan thế. Bộ mày lấy chồng rồi là hết sao?

Tôi lại thở dài:

- Ai bảo mày lấy chồng là hết, lấy chồng với tao là sự cần thiết của người con gái.

Trang lại nhí nhảnh:

- Nếu vậy thì cười lên chứ sao bi quan như thế. Mới buổi sáng mà đã bà cụ rồi chán chết.

Rồi Trang lại bình thản:

- Sao có đi ăn với tao được không? Hay còn phải xin phép đức ông chồng.

Tôi suy nghĩ, vài tư tưởng đến trong đầu. Nhưng tôi vẫn phân vân và chưa biết trả lời Trang ra sao, nên tôi trì hoãn, đổi đề tài câu chuyện. Tôi hỏi Trang:

- Mày chưa trả lời tao, mày về có chuyện gì.

Trang im lặng rồi thản nhiên:

- Hai chuyện một lúc. Về ăn đám hỏi con em. Và về chứng kiến cuộc ly dị của bà chị thứ hai của tao.

Tôi tưởng Trang nói đùa nên nói:

- Mày lúc nào cũng thế, chưa nói chuyện đứng đắn được sao?

Trang nghe thế trả lời tôi:

- Ơ con này, tao nói thật sao mày không tin tao. Chả lẽ tao đưa chuyện chị tao ra làm trò đùa sao. Mày lâu nay sống trong nhung lụa tình yêu nên quên chuyện thường tình hàng ngày sẩy ra trên thế gian hư thối này. Đúng là khi hạnh phúc, con người hầu như quên ngoại cảnh. Công chúa của tình yêu ơi, Qúy chiều mày quá rồi đó.

Nhưng vừa nghe tên Qúy, không hiểu sao tôi khựng lại. Trống vắng, mọi vật hình như đông cứng. Tôi lại nghĩ tới bệnh tình của Qúy. Nhưng rồi tôi cố gắng bảo Trang:

- Mày nói thật hả?

Trang trả lời:

- Thật một trăm phần trăm em ơi. Bà chị tao và ông xã bà ấy mới ký xong giấy tờ ly dị. Còn con em nó muốn trông gương mày, nên đã không ngần ngại nhận nhẫn đính hôn của thằng bồ bác sĩ của nó. Tao nghĩ cả hai đều điên, nhưng không biết bên nào điên hơn. Bà chị của tao cũng điên, mà con em của tao cũng điên. Chỉ có tao là không điên vì không hứa, và nhất định không để ai kéo đầu nếu không gặp được một người như chồng mày. Hiền mà lại khéo chiều, còn giỏi giang đủ thứ.

Rồi Trang cười khúc khích:

- Bảo sao làm vậy người ơi. Thật là ngoan đáo để. Cố mà giữ lấy nghe con.

Tôi ngắt lời Trang:

- Đừng khen chồng tao quá liệu tao ghen thật đó nghe chưa.

Trang bình thản:

- Có sao đâu, mày chẳng nói tao nhìn cuộc đời như tấm lụa. Người ta thì vất lên cổ không dám cắt ra, còn tao thì vẽ, cắt, xén theo ý tao mà không hề sợ uổng công. Tin tao đi. Tao sẽ và mãi sống như vậy.

Tôi trầm ngâm rồi chợt hỏi:

- Sao chị mày ly dị vậy?

Trang thở dài. Lâu rồi tôi không nghe tiếng thở dài của Trang, nên nghĩ, miệng Trang nói thế, nhưng có lẽ Trang cũng đau lòng không ít. Rồi Trang từ từ:

- Đáng tiếc là không phải lỗi của ông anh rể, mà lại do bà chị tao mới khổ. Khi hàn vi, con người ta hình như yêu nhau nhiều hơn. Vì tao thường thấy, vợ chồng mới cưới, tiền bạc thiếu hụt, công ăn việc làm khó khăn, họ lại dễ thông cảm và gần gũi nhau hơn. Như bà chị tao, khi mới cưới nhau, lúc còn thiếu ăn thiếu mặc, cả hai cùng chia sẻ nỗi vui buồn, nhất là tình cảm thật khắng khít. Nhưng dần dà, nhất là từ khi công việc làm của cả hai thành công, thì bà chị tao bắt đầu se sua. Bắt đầu biết ăn vận, đôi khi còn thái quá.

Ngừng một chút, Trang tiếp

- Ngoài ăn uống nhà hàng sang trọng, bà ấy bắt đầu

ngao du rộng rãi, nhiều ngày còn bỏ con cái đi uống rượu. Tao có khuyên thì bà ấy bảo, sống bên xứ Mỹ này phải biết hưởng thụ. Mày thấy không? Tai hại là thế, người văn minh vì họ quen với nếp sống văn minh nên họ dễ hội nhập và biết so đắn. Đằng này, một số người của mình, tưởng có tiền là có văn minh. Vận đồ hiệu, mà không biết giá trị của đồ hiệu, miễn sao là đồ hiệu, là cảm thấy mình văn minh và sang hơn người. Tao nhìn và thật sự ngượng ngùng cho những dại dột và kém văn hoá đó. Nhưng tao phân tích thì bà chị tao bảo tao là lập dị. Riết hồi không còn cách nào hơn là im lặng chờ đợi.

Trang tần ngần rồi như tâm sự:

- Mày biết lý do tao chọn nghề thiết kế là vì tao mê thời trang, mê ăn mặc. Chính vì thế, hồi còn học sinh, sinh viên ngày nào tao cũng lang thang ở mấy tiệm quần áo mắc tiền, nhất là mấy tiệm bán đồ ý. Tao đã mê đến độ ráng để dành tiền, nhưng mày nghĩ xem, mấy bộ quần áo của những nhà thiết kế như Roberto Cavalli, Nina Ricci, Oscar De La Renta, Moscino, Missoni.. bộ nào cũng cả mấy ngàn thì tiền đâu mà mua. Vì thế, tao mới chọn nghề này để tự mình thiết kế cho mình. Ấy vậy mà tao vẫn còn ngượng và nhiều lúc thấy mình dị hợm và lỗi thời, huống hồ là một số chị em nhà ta không hề biết chút gì là thẩm mỹ, thấy đồ ba bốn ngàn là cứ mua không cần biết chân dài, chân ngắn hay mầu da, kích thước của mình có hợp không. Giầy một kiểu, quần áo một kiểu, tóc tai một kiểu. Trời nắng chang chang mà cứ sang trọng với chiếc váy đen từ đầu tới cuối chân như muốn hút hết mỡ trong người.

Rồi Trang lại bình thản:

- Bà chị tao cũng bị cái bệnh đó. Bà ấy có tiền, bà ấy phung phí và không cần biết trắng đen, có khi mua cả mấy bộ một lúc, mà bộ nào cũng mấy ngàn, nhưng tao thấy bà ấy mặc mà tiếc cho nhà thiết kế hơn là tiếc tiền của chị tao. Vì thiết kế ra một bộ quần áo, mà nếu phải bán cho một khách hàng nào đó không đủ tiêu chuẩn thẩm mỹ hay dáng bộ, thì bộ quần áo đó sẽ hoàn toàn mất giá trị. Người đẹp nhờ lụa, nhưng phải là đúng lụa, đúng người chứ thiếu một trong hai thì dù lụa có đẹp vẫn mất tính cách thẩm mỹ và sự tuyệt đối của nó. Đi dạ tiệc, thì vận đồ dạ tiệc, nhưng lại phải tùy thuộc dạ tiệc có khiêu vũ hay không mà chọn quần áo, vì dạ tiệc khiêu vũ có những loại vải riêng của nó, phải mịn màng, hoặc phải hở hang tùy theo thiết kế, nhưng điều quan trọng là người đàn ông khi để tay lên vai, lên lưng sẽ thấy mềm mại và lãng mạn.

Trang ngừng nói, rồi tiếp luôn:

- Tao nói vậy, nhưng thật ra không phải tao chê những người đàn bà ăn vận thái quá, mà ngược lại, chính tao đã khuyên chị tao ngay từ khi vợ chồng bà ấy còn phải chật vật kiếm sống từng ngày. Tao nhớ, sau khi cưới vài năm, bà ấy vì làm ăn vất vả, nên chẳng để ý gì tới ăn vận. Nhiều ngày từ văn phòng làm việc về, tao thấy bà ấy xốc xếch mà lo cho bà ấy. Chính vì thế, tao đã bảo chị tao là dù hoàn cảnh nào, người đàn bà cũng luôn phải chăm sóc mình. Người đàn ông luôn luôn muốn sự mới mẻ, chính vì thế, mới hay sẩy ra những cuộc ngoại tình vụng trộm vì sự lơ là của người vợ đã khiến người chồng nhàm chán. Hơn nữa, người đàn ông còn mâu thuẫn chính mình, họ biết người vợ sở dĩ nhem nhuốc là vì lo cho chồng, lo cho con, nhưng họ lại không lấy đó là điều hãnh diện hay cần phải được mang ơn và trân qúy, mà ngược lại, họ chỉ đánh giá bề ngoài để rồi chán nản, vì đầu tóc bù xù hay quần áo xốc xếch của vợ. Tao được ông thầy thiết kế nói rất kỹ và đưa ra không biết bao thí dụ về đời sống hôn nhân, cũng như sự liên quan và cần thiết của các người theo nghề thiết kế thời trang như tao. Thầy tao nói, nghề thiết kế thời trang, hay nôm na là thết kế quần áo, không chỉ là vẽ ra những kiểu quần áo đẹp để cho khách hàng làm dáng, mà còn đóng vai trò rất quan trọng trong đời sống gia đình, xã hội và ngay cả chính trường, vì đôi khi có thể ảnh hưởng đến cả một thế hệ. Nó là một trong những thành công và hạnh phúc gia đình ít ai cảm nhận, nhưng lại rất cần thiết. Do đó, khi thiết kế quần áo, là phải thiết kế với một tâm hồn trong sáng bằng tất cả chân thành của mình, giống như sửa soạn một món ăn đặc biệt nào đó cho người mình yêu. Và nhất là hãy coi tất cả những mẫu thiết kế như có linh hồn, và nó được săn sóc trong sự thiện hảo hầu người mặc có linh cảm như thiết kế này dành riêng cho một mình họ mà thôi.

Trang chần chờ, lúc sau Trang lại nói:

- Khi nghe bài nhập môn của thầy, tao phân vân, vì quả thật, trước khi quyết định học thiết kế thời trang, hầu như không chút khái niệm về sự cần thiết của ăn mặc cũng như vai trò và sự ảnh hưởng của thiết kế thời trang đối với hạnh phúc gia đình, hay nói khác hơn, là đời sống hôn nhân. Vì tao đơn giản, học nghề thiết kế thời trang là dùng óc thẩm mỹ và sáng tạo của mình để thiết kế ra những bộ quần áo mắc tiền và nổi tiếng để tô điểm và làm đẹp cho khách hàng, nhất là cho những người muốn khoe sự giầu sang hay quý phái của họ. Đặc biệt là khi thừa tiền của, người ta thường dùng tới thời trang ăn mặc để tự định giá trị của mình. Chính vì ý nghĩ đó, tao chỉ thuần chất và nghĩ, cặp uyên ương nào sau khi lấy nhau rồi, cũng chỉ còn để ý tới gia đình, có con, lo cho chồng, cho con là hạnh phúc rồi, đâu còn cần tới ăn mặc. Vả lại, cả ngày có đi đâu mà cần thay đổi quần này, áo kia, nên tao đã nói với thầy về quan điểm của tao. Ngờ đâu chút nữa là bị thầy xoá tên. Tao năn nỉ mãi thầy mới nhận và khuyên, người đàn bà khi lập gia đình xong cần phải săn sóc mình gấp mấy lần trước khi cưới. Sự thay đổi cách ăn mặc hàng ngày rất cần thiết, ngay cả những người đàn bà nội trợ quanh năm. Vì người đàn ông luôn tìm sự mới lạ, mà nếu người vợ không biết thay đổi sẽ làm họ nhàm chán, và một ngày nào đó, họ sẽ như quên có người vợ đang sống với họ trong nhà. Tuy nhiên, người đàn bà cũng phải hiểu, thay đổi cách ăn mặc không phải là se sua bằng những quần áo mầu mè hay mắc tiền, mà là phải khéo léo tùy thuộc hoàn cảnh để tìm những thiết kế đơn giản, nhất là hiểu ý người chồng mình thích gì và muốn gì. Chính vì thế, thầy mới nhắc đi nhắc lại là nghề thiết kế rất quan trọng và cần thiết, nhất là những nhà thiết kế không nên chỉ để ý tới những bộ thiết kế thời trang sang trọng mắc tiền, mà còn phải đi vào lòng quần chúng, tìm hiểu và thiết kế ra những bộ rẻ tiền nhưng thực dụng, nhất là cho những bà nội trợ. Chính vì thế, thầy mới giận tao, là chỉ nghĩ tới những thiết kế để mong nổi tiếng mà quên những căn bản cần thiết của quần chúng. Thầy tao còn nhấn mạnh, một người thiết kế, dù trong ngành nào mà nặng về tiền bạc và danh vọng, thì tự họ đã giết chết tài năng của mình ngay từ khởi sự, vì họ không còn là nhà thiết kế thuần chất, mà họ là những con buôn, những người đã bán tài năng thiên phú của mình cho kim tiền và danh vọng. Những kẻ như vậy dù có giầu sang cũng không còn là nhà thiết kế, mà phải gọi là thợ thiết kế mới đúng.

Trang lại tiếp:

- Một hôm tao ngồi nghe chương trình ca nhạc được thực hiện rất tốn kém của một trung tâm nào đó tao quên rồi. Thú thực, tao không mấy vui vì thấy các vũ công, và ngay cả ca sĩ rất bài bản nhưng lại ngượng ngùng vô cùng, nhất là cách trình diễn của người ca sĩ không chút phù hợp với ý nghĩa của bản nhạc. Đấy là chưa kể còn hát nhép môi, đánh lừa khán giả. Tao mới hỏi ông chú tao đang cùng xem với tao nghĩ gì. Ông chú bèn bình thản bảo tao không suy nghĩ: "Thời nay họ chỉ tự nhận mình là ca sĩ, chứ thực ra, phần đông chỉ là thợ hát đúng hơn, do đó, nếu cháu suy nghĩ kỹ, cháu sẽ hiểu và hãy coi đây như là một món hàng rẻ tiền và không có giá trị, nếu cháu không dùng hãy dục đi để khỏi phân tâm cháu ạ".

Nhưng bỗng Trang im lặng. Thấy vậy tôi chen vào:

- Mày có ông thầy tốt, chứ thời buổi này mấy ai để ý tới điều đó. Ngay cả lời bình phẩm của chú mày dù có lý, nhưng vật chất đã làm con người không còn lý trí và ngay cả lương tâm. Vì họ chỉ nghĩ tới tiền.

Trang ngắt lời tôi:

- Cũng đúng, chính vì thế nên cuộc sống càng ngày càng nhiễu nhương, và người ta kém tôn trọng lẫn nhau phải không mày.

Nhưng rồi bỗng Trang đổi giọng, như đùa:

- Mày đứng vào loại nào? Loại lấy chồng xong rồi là quên bản thân, hay loại biết làm đẹp cho chồng?

Trang lại cười lớn:

- Hay lại loại như chị tao, se sua, bộ đầm nào cũng mua, miễn là cao giá và phải sản xuất từ Ý.

Tôi cũng cười theo:

- Con khỉ, mày mà ở bên tao thì ốm đòn.

Nhưng rồi tôi trầm giọng:

- Nghe mày nói tao cũng ngại. Lâu nay thật sự tao chẳng để ý gì tới tao hết.

Trang ngắt lời tôi:

- Đừng có coi thường. Thấy chồng hiền không nói, không có nghĩa là chồng không để ý tới cách ăn mặc và sửa soạn hàng ngày của mày đâu. Tao nói rồi, lẩm ngẩm mà đấm chết voi đấy, hiền chứ không phải là không để ý đâu. Mày nên nhớ, chín mươi chín phần trăm đàn ông để ý tới cách ăn mặc của vợ, khác là họ không nói thôi. Mày thử hỏi anh Qúy xem, tao nói có đúng không?

Tôi ngẫm nghĩ rồi nói:

- Tao không cần hỏi cũng biết là mày nói đúng, nhưng khổ là biết đấy, nhưng lại không chịu sửa đổi. Thôi tao hứa từ nay tao sẽ để ý hơn.

Nhưng Trang nói như ra lệnh:

- Không phải là để ý, mà phải làm ngay. Tao bảo đảm mày sẽ nhìn thấy ánh mắt của anh Qúy nhìn mày khác mỗi khi mày sửa soạn hay mặc một bộ đồ mới.

Trang lại cười bảo tôi:

- Coi chừng anh Qúy ngày nào cũng đòi đóng cửa văn

phòng làm việc sớm, để về với vợ thì mày phải cám ơn Trang này nghe không.

Tôi nghe Trang nói, cười khúc khích rồi bảo Trang:

- Nói thì hay lắm, nhưng "chửa chồng" mới lạ.

Trang không vừa:

- Tao còn chưa đi hết đường quyền đâu, khi nào gặp, tao còn nhiều chiêu khác nữa. Chờ rồi xem con khỉ ạ, đừng có vội chê tao chửa chồng.

Rồi Trang như suy nghĩ tiếp:

- Nhưng thực ra học nghề thiết kế cũng có cái hay của nó, tuy nhiên nghề này lại rất cần vào khả năng thiên phú. Vì con mắt nghệ thuật hình như rất ma quái, nó đến như một không tưởng nhiều lúc chính mình cũng không biết từ đâu mình nghĩ và vẽ ra được những tác phẩm như vậy.

Rồi Trang như trầm giọng:

- Có những ngày tao thơ thẩn như người mộng du ngay cả lúc tao lang thang trên đường, chỉ vì vừa nhìn thấy hay phát hiện một điều gì thoáng qua trong óc.

Trang bỗng ngừng nói rồi mông lung tiếp:

- Nhưng khổ là vì đam mê, hơn nữa, thật sự càng đi sâu trong nghề thiết kế thời trang mới thấy sự cần thiết của nó, nhất là con người ta hình như càng ngày càng khôn ngoan và hiểu biết hơn, đặc biệt phương diện nghệ thuật. Vì thế, nếu mình không khéo sẽ bị đào thải dễ dàng. Mày thấy, đâu phải ai làm nghề thiết kế cũng có con mắt nghệ thuật giống nhau, vì như tao nói, đó còn tùy thuộc rất nhiều do thiên phú, nên rất đa dạng, lại tùy thuộc rất nhiều vào môi trường, vào văn hoá của từng vùng, từng miền. Mà không cần nói tới thiết kế, hãy chỉ nói tới mua sắm quần áo, với tao cũng đã cả là một vấn đề, không phải mình thích là được, và dù có thật nhiều tiền cũng không thể nào khoác trên người mình được, vì nó sẽ trở nên rất dị hợm, giống như người ăn xin mà đeo bóp mắc tiền....

Nhưng bỗng Trang thở dài giọng như nuối tiếc:

- Thôi, nói chuyện thiết kế chắc cả mấy ngày cũng

không xong.

Rồi Trang tiếp:

- Nhưng tao có thể bật mí cho mày một điều, tao có nhìn người đàn bà, con gái chọn đồ lót hay áo ngủ, có thể biết là người đó đã có chồng, có bồ hay đang có tình nhân. Và ngược lại, tao có thể nhìn người đàn ông đi mua sắm áo quần của phụ nữ, nhất là đồ ngủ tao cũng có thể chắc với mày là người đàn ông đó có bồ nhí, hoặc có nhân tình ngoài hôn nhân hay không...

Tôi ngắt lời Trang:

- Sao mày đoán ra được?

Trang cười:

- Cũng dễ thôi, vì thường là sau khi kết hôn, người đàn bà ít khi còn để ý tới sự lãng mạn trong phòng the, mà chỉ còn làm như thông lệ, vì ván đã đóng thuyền rồi. Nhưng điều đau lòng là khi người đàn bà có tình yêu mới, thì hình như điều đó lại là điều cần thiết nhất để chinh phục ái tình. Mày thấy người đàn ông đôi khi ngoại tình cũng là do chính người đàn bà tạo ra mà không ngờ. Vì nếu không, tại sao lại không biết lãng mạn và chinh phục chồng mình trước khi chồng mình nhàm chán và thấy giá trị ân ái của mình không còn tác dụng. Mà mày biết, tất cả dục vọng ái ân đều điều khiển từ bộ óc đúng không? Do đó, đừng bao giờ để mất ánh mắt đam mê thèm muốn của chồng mình rời mình.

Tôi lại ngắt lời Trang:

- Con này hôm nay bạo miệng quá vậy. Chưa có chồng mà làm như rành lắm.

Trang cười:

- Tao nói rồi. Tao đâu cần có kinh nghiệm nhưng tao cũng biết, vì thầy tao và mấy cuốn sách ái ân dậy tao?

Và Trang tiếp:

- Nói thế thôi, chứ thực ra tao cũng nhờ kinh nghiệm của bà chị tao. Có lẽ bà ấy điên nặng, hay vì mù quáng tình yêu, hay cũng có thể bà ấy cố tình, nên để ông anh rể tao thấy mấy bộ đồ ngủ, và ngay cả đồ lót rất lãng mạn trong ngăn kéo của bà ấy. Ông anh rể tao nghi ngờ và theo dõi. Và mày biết việc gì đã sẩy ra, họ ly dị, và ngay sau đó, bà ấy đã theo một thằng khác, một thằng chưa nghề, chưa nghiệp thua xa ông anh rể tao. Tao thường phản đối mấy người nói đàn bà là nhẹ dạ, nhưng trường hợp chị tao, có lẽ đàn bà nhẹ dạ thật. Tao nghĩ mà buồn cho bà ấy nên về để chứng kiến sự dại dột của chị tao. Cũng may tao còn mấy bà chị khác tương đối đoàng hoàng, nếu không tao cũng điên vì bà ấy. Mày bây giờ đã tin chưa?

Tôi thở dài:

- Không phải không tin mày, nhưng vì mày hay đùa nên tao chỉ nghi ngờ thôi.

Trang lại hồn nhiên ngay:

- Cái con này, khéo bào chữa, nghi ngờ hay không tin thì cũng thế.

Tôi cãi lại:

- Nghi ngờ khác, và không tin khác. Hãy mở tự điển coi lại đi. Mày quên tiếng Việt hay là mày lú lẫn mất rồi. Kỳ này tao thấy hình như mày thiếu cái gì ấy nên ăn nói thất thường.

Trang cười:

- Tự điển trong đầu tao đây này. Mà mày dám nói tao lú lẫn, còn thiếu cái gì là cái gì. Nói cho rõ không tao về tao ký sưng đầu lên.

Tôi cười, có lẽ làm Trang sốt ruột, nhưng tôi mặc kệ, mãi sau tôi nói rất nhỏ:

- Thiếu hơi đàn ông phải không?

Trang cười hố lên:

- Con khỉ, tao có đâu mà nhớ. Mày xuyên tạc là chết với tao. Liệu hồn không là tao tố chuyện của mày cho Qúy.

Tôi chút chột dạ, nhưng tôi nghĩ tôi đâu có chuyện gì, nên thản nhiên:

- Mày cứ tố đi, càng tố tao càng thích.

Nhưng Trang cười, nhẹ nhàng:

- Hù mày tí thôi, chứ mày có gì đâu mà tố. May chỉ có tên Khiêm nào đó theo đuổi mày mà mày mãi "em chả" thôi.

Tôi nghe Trang nói đến Khiêm, tôi chút do dự bảo Trang:

- Ê, mày đừng nói thế, mình có lỗi với anh Khiêm. Dẫu sao anh ấy cũng thật lòng, mình phải tôn trọng người ta.

Trang nghe thế ngắt lời tôi:

- Dạ thưa chị em biết rồi, không dám đụng tới người yêu chị đâu.

Tôi không để Trang nói tiếp, nói xen vào:

- Tao tha cho mày đấy. Khôn hồn thì đừng nhắc tới nghe chưa.

Trang lại cười:

- Dạ, thưa bà chằng.

Rồi Trang như chợt nhớ ra, Trang nghiêm giọng:

- Nói quanh nói quẩn mãi, hết ly dị rồi tới thiết kế, bây giờ đã quyết định chưa con nhỏ này.

Tôi làm như không nhớ ra:

- Quyết định cái gì?

Trang khẽ nói:

- Đúng là con tinh con. Sao mà dễ chống thế. Đừng làm bộ ngây thơ bà cụ nghe. Coi chừng riết hồi thành quen, lại trở thành bà cụ ba mươi mấy bây giờ.

Tôi cười rồi khẽ nói:

- OK, nhưng anh Qúy đi được không?

Trang do dự. Trang nói như thật:

- Dĩ nhiên là không, sao lại mang ông xã vào giữa lúc mình đang nói chuyện đàn bà, mày không sợ anh Qúy của mày ngại sao?

Tôi im lặng, có lẽ thấy thế nên Trang cười lớn:

- Mới dọa một chút mà đã sợ chết trân rồi sao.

Rồi Trang bình thản:

- Dĩ nhiên là phải mời cả chồng mày, nhưng nhớ một điều, là nếu tao có vô tình liếc mắt đưa tình với chồng mày thì cấm ghen đấy nhé.

Trang đùa, tôi chắc chắn thế, vì Trang có thể không đoan chính với ai, nhưng với tôi và Qúy thì Trang mến chúng tôi vô cùng. Tôi bảo Trang:

- Nói thế, nhưng tao phải hỏi anh Qúy chiều nay có bận không. Anh Qúy gần đây rất bận việc cộng đồng nên họp hành liên miên.

Trang không suy nghĩ:

- Biết chồng mày siêng năng và đa tài. Không cần quảng cáo thêm.

Rồi Trang như bỗng nhớ ra:

- Ê, ngày mai mày có muốn đi dự đám hỏi của con em tao không?

Tôi cắt ngang:

- Cái con này thật vô duyên, ai mà đang khi không đi ăn hỏi em mày. Ăn hỏi thì chỉ dành cho những người ruột thịt chứ ai lại mời quanh quẩn thế.

Nhưng Trang thản nhiên:

- Nó là em tao, cũng như em mày. Hơn nữa bố mẹ tao cũng biết mày mà?

Tôi cười:

- Không được. Mày đừng lạm quyền và dễ dãi quá như vậy. Phong tục tập quán luôn phải tôn trọng.

Trang cười đùa:

- Cháu cám ơn cụ ạ.

Rồi Trang tiếp:

- Mày có tin duyên số không? Chứ sao tao gặp hoài mà không thằng nào nó cưới tao?

Tôi cười:

- Phải nói là không thằng nào mày muốn lấy chứ. Sao tự đo ván chính mình vậy. Trang đẹp, Trang giỏi lại khéo ăn khéo nói mà để trai chê sao?

Trang suy nghĩ rồi trả lời:

- Cũng không hẳn tao chê, nhưng hình như có cái gì đó cứ luôn giật tao lại. Làm như sợ tao khổ hay sợ tao không thích hợp gì đó. Như Phận, tao yêu hắn ấy thật tình, yêu lắm lắm. Tuần lễ nào tao không gặp Phận thì tưởng như thế gian này biến mất. Người tao bồn chồn và tim tao nhói đau liên tục. Nhưng cuối cùng, tình yêu đó vẫn không giữ được tao với Phận. Tao vẫn xa Phận, mặc dầu tao đã phải trả giá rất đắt bằng những ly rượu không ngừng khiến tao bị loét bao tử vì lo buồn và suy nghĩ. Rồi tới Hân, tới Lũy... Bao người con trai trong đời mà tao không giữ nổi một người có đáng buồn không? Trong khi đó, mày và Qúy, gặp nhau, yêu nhau, lấy nhau. Tụi mày là ơn trời ban đấy Huyền ạ.

Tôi không trả lời Trang, chỉ nhớ lại chuyện tình của Trang và Phận hồi còn trong đại học. Quả thật, Trang và Phận rất đẹp đôi. Phận thì theo nghành luật, còn Trang thì theo ngành thiết kế. Phận đẹp trai, tướng cao ráo và ăn nói dễ thương. Còn Trang thì nhí nhảnh hồn nhiên và lúc nào cũng đầy nhựa sống. Tình yêu của hai người đã khiến không ít những chàng trai và cô gái trong trường ghen thầm. Nhưng ngờ đâu tới năm thứ tư, khi Trang gần ra tường thì một biến cố đã sẩy ra cho Phận. Cuộc đời, lúc mà trời thanh biển lặng là lúc chúng ta luôn sẵn sàng một cơn giông bất chợt có thể sẩy đến bất thường.

Cũng như Trang và Phận, tình yêu đang lên cao, cả hai quấn quít tưởng như không rời thì Phận nghe tin mẹ đau nặng, Phận phải trở về Việt Nam, vì Phận sang đây một mình do người chị bảo lãnh. Nhưng mới đây không lâu, người chị của Phận đã theo chồng qua làm việc bên nước Anh khiến Phận một mình ở lại tiếp tục đường học vấn. Lúc đầu, Phận tưởng không về, nhưng sau vì chị Phận khuyên mãi, Phận mới để Trang ở lại trong nhớ thương về thăm mẹ, vì theo như lời chị Phận, mẹ Phận bị thổ huyết và có lẽ không sống được lâu. Ngày Phận lên máy bay, Trang đã khóc không ngừng. Đêm đó, Trang đã cùng Phận đổ không biết bao nước mắt. Và chính lúc đó, Trang đã hiến dâng đời con gái cho người mình yêu với lời hứa sẽ mãi yêu nhau, và hứa sống với nhau tới răng long tóc bạc.

Nhưng rồi không biết sự gì đã sẩy ra bên Việt Nam khiến Phận hoàn toàn thay đổi khi trở lại Mỹ. Trang gặn hỏi, nhưng câu trả lời luôn là những né tránh. Trang khóc và tâm sự với Huyền hàng đêm và đêm nào cũng tràn nước mắt. Cuối cùng, Huyền phải làm trung gian. Huyền đã hết sức khéo léo gặp Phận để giúp Trang, nhưng Phận chỉ thở dài và quanh quẩn giấu quanh. Huyền thất vọng, càng cố gắng, Phận càng lảng tránh. Thời gian này lại là năm cuối, nên cả Trang và Phận đã rất vất vả mới qua được các kỳ thi. Tuy thế, Trang vẫn hết lòng yêu Phận và tưởng dần theo thời gian Phận sẽ thay đổi, vì Trang nghĩ có lẽ Phận đang buồn vì mẹ Phận mới qua đời. Trang cố gắng bấu níu trong hy vọng, dù cỏn con. Nhưng cuối cùng. Phận đã bỏ đi không lời chia tay. Trang khóc và tưởng đã uống thuốc tự tử nếu không có tôi bên cạnh.

Không ai có thể nói mình khôn ngoan, và không ai có thể chê người khác dại dột trong tình trường. Vì quả thật, tình yêu là một liều thuốc phiện rất đáng sợ, khi đã nhúng tay vào rồi thì rất dễ nghe, dễ tin và hết mực trung thành khiến khó lòng thoát ra. Có lẽ thế mà Trang những ngày sau đó sống dở, chết dở như con thiêu thân. Cũng may, tôi và một số bạn bè đã cùng nhau chung sức, và cùng nhau giúp Trang trải qua những ngày ngặt nghèo, nhờ đó mà chúng tôi đã lôi Trang ra khỏi vũng lầy của thất vọng.

Thế rồi Trang gặp Hân... Nhưng rồi lại xa nhau, có lẽ vì Trang vẫn chưa quên được Phận một phần, và cũng có thể Trang trưởng thành hơn, nhất là sau này, công việc đã dậy Trang và cho Trang niềm tin và sự khuất phục. Nhất là Trang hiểu rằng trên đời này không chỉ có tình yêu trai gái là hoàn mỹ, mà sự hoàn mỹ còn là những chia sẻ, những khách quan và những thành đạt trong hăng say nghề nghiệp, những gì mà mình mang lại niềm hạnh phúc thật cho nhân loại... Nhưng nói gì thì nói, Trang vẫn là một người con gái, nên vẫn có những cảm xúc nhớ thương và sầu nhớ trong lòng, dù Trang cố gắng giấu tránh.

Nghĩ thế tôi hỏi Trang:

- Mày có gặp Phận không?

Trang thở dài:

- Có, tao tình cờ gặp tại một khách sạn trên New York. Phận đi với một cô gái trẻ, đẹp, nhưng chút Việt Nam.

Tôi nghĩ ngợi:

- Sao lại hơi chút Việt Nam? Ý mày là sao?

Trang bình thản:

- Thì sao nữa, hơi chút Việt Nam là hơi chút Việt Nam chứ sao. Mày không thấy có những người con gái, dù vận đồ đắt tiền tới đâu cũng không thể nào xoá được cái quê mùa và kệch cỡm của những cô gái thiếu mỹ thuật, hay nói khác hơn là quê mùa mà đòi học làm sang sao?

Tôi cười:

- Mày chê tao đấy hả con khỉ.

Trang ranh mãnh:

- Cũng có thể. Nhưng may là mày là bạn của tao, nếu không chắc Qúy bỏ mày mà theo tao mất từ lâu rồi.

Tôi vui vẻ:

- Đồ quỷ, lại dỡn rồi. Tao chấp mày đấy. Qúy chỉ yêu có Huyền thôi biết chưa?

Trang phì cười:

- Tao thích chọc mày cho tới khi nào máu hoạn thư của mày nổ tung.

Nhưng rồi Trang tiếp:

- Nói chơi thôi bà. Chứ mày không quê đâu, mày đơn giản, nhưng cái đơn giản của mày rất khéo lại thời trang khiến cho ai nhìn cũng có chút cảm tình đặc biệt nào đó. Mày biết mà, không phải đồ đắt tiền hay là vận sexy là trở nên sexy đâu. Có những cô gái chỉ vận rất đơn giản và kín đáo nhưng khiến các đấng mày râu đỏ mắt thèm thuồng. Và ngược lại, có những mụ, ăn vận đồ cả mấy ngàn, tay hở, mông hở, nhưng đàn ông vừa nhìn đã tránh xa. Chính vì thế, khi thiết kế quần áo tao phải đắn đo và tìm hiểu rất kỹ, không chỉ phong tục tập quán từng nước, mà còn phải biết nhu cầu, biết đời sống và sự văn minh của từng vùng từng tỉnh. Tao có xem truyền hình của Việt Nam, nhiều lúc, tao thấy cái áo bà ba miền Nam thế mà sexy vô cùng. Lúc nào mày thử xem, và mày hỏi Qúy tao nói có đúng không? Trông thấy thật bình dị, nhưng mày tưởng như nhìn thấy thấu rõ được từng làn da, từng hơi thở của người con gái đoan trang đó. Chính vì thế, thằng em tao nó nói, nó chỉ muốn về miền tây Việt Nam ngay. Hay nói gần hơn, chiếc áo dài Việt Nam chẳng đơn giản sao, nhưng với tao, nó lại cũng rất sexy mà lại cũng rất ư là đoan trang, nhất là khi người con gái hơi vươn người lên, giữa hai tà áo lộ ra làn da trắng ngần nửa hở nửa kín mày thấy chẳng là một khiêu gợi hoàn mỹ và độc đáo chết người sao. Thấy làn da trắng ngần đó đàn ông nào mà không thèm thì mới lạ.

Ngừng một chút Trang tiếp:

- Rồi mày nhìn cái áo tứ thân miền bắc, thật yêu kiều và duyên dáng. Nhất là xem các nàng múa cứ như những cánh bướm bay lượn, thấy mà tao cũng thèm nữa chứ nói là ai. Vì thế, tao mới nói vợ của Phận là hơi Việt Nam, nghĩa là, thuộc dạng đua đòi, hay nói khác hơn, loại lai căng mà không biết mình lai căng.

Rồi Trang thở dài:

- Sau này tao mới biết lý do mà Phận thay đổi.

Rồi bâng khuâng Trang tiếp:

- Ngày Phận rời Việt Nam sang du học, vì nhà Phận nghèo, hay vì lý do sâu xa nào đó, Phận bị chê, khiến Phận đã cắm cúi học hành, và lúc đó, vì xa người yêu, và vì muốn trả thù, gặp tao, Phận đã tán tỉnh, và đã coi tao như người yêu cũ của Phận ở Saigon. Chính vì thế, tao đã là vật tế thần mà tao không hay.

Trang lại ngừng nói, thở dài rồi tiếp:

- Tụi đàn ông cũng đểu lắm, nhiều lúc nằm với mình mà nó nhớ tới người khác. Có lẽ đối với Phận, tao nằm trong loại con gái bị dùng như một món hàng đó.

Rồi Trang nói như trách móc chính mình:

- Mày thấy tao có tủi không. Phận về thăm mẹ, lúc bấy giờ bố của cô này biết Phận là Việt kiều lại sắp sửa tốt nghiệp luật sư nên đã bám lấy, chính vì thế, Phận bỏ tao dễ dàng và đã trở lại với mối tình Việt Nam của Phận. Tao cũng nghe thế thôi, chứ thật hư thế nào cũng không biết rõ. Biết đâu chả là một bi kịch giả phải không mày.

Ngừng một chút Trang tiếp:

- Dẫu sao, có trách là trách tao, tao đã bỏ hết đời con gái cho Phận, lại còn đau khổ cả thời gian dài..

Tôi thở dài, định khuyên Trang, nhưng vừa lúc con tôi chạy vào mếu máo:

- Con đói.

Tôi xoa đầu con tôi, vội vàng bảo Trang:

- Hẹn mày tối nay nhé. Nhớ gọi cho tao. Thằng bé nó đòi ăn sáng..

Nhưng Trang không để tôi yên, vẫn chêm vào:

- Thằng bé nào đấy, mày chỉ khéo đóng kịch. Tao mà biết mày nói láo với tao, là bị đánh đòn nghe chưa?

Tôi bảo Trang:

- Đầu óc đen tối, liệu mà ăn nói, có ngày bị đòn oan không ai chữa đâu.

Tôi cúp điện thoại nhìn con tôi... Và tất cả lại về... Lòng tôi bồn chồn nhìn Qúy đang ngồi sau nhà.

Ngoài trời nắng đã lên. Tôi nhìn thấy mẫu sương bốc hơi. Và trong ý nghĩ đó, một cảm giác mỏng manh của con người thoáng trong đầu. Tôi thở dài trong bồn chồn, vừa theo con tôi ra ngoài...

CHƯƠNG BA

Trang xuống phi trường Hobby là gọi điện thoại hẹn tôi ngay. Tôi nhớ lúc đó là 11:30 sáng tôi và Qúy đang ở văn phòng làm việc.

Trời Houston hôm nay nhạt khác với mọi ngày. Nắng như khiêm nhường ươn ngủ khiến mây che phủ làm cảnh vật chút se buồn. Tuy thế, ở thành phố này lại là một diễm phúc, vì chúng tôi được một ngày mát mẻ so với oi nồng nắng đổ bất thường nơi đây.

Quý vẫn cố gắng làm việc như bình thường. Có lẽ cả hai chúng tôi cùng âm thầm chịu đựng để an tâm cho nhau. Tình yêu là thế. Tình yêu là sự chịu đựng và hy sinh cho người yêu. Thì tiếng Trang vồn vã trong điện thoại:

- Bây giờ tao về thăm ông bà già tao trước, để tỏ ra là cô gái ngoan, sau đó, tao đi làm tóc, chiều 7 giờ gặp mày được không?

Tôi chần cờ suy nghĩ rồi bảo Trang:

- Tao không biết có đi được không, sáng nay thấy Qúy mệt. Có lẽ cả đêm mất ngủ. Hay mày xuống tao. Tao đãi ăn tối tại nhà. Tao sẽ làm cơm gà Hải Nam, món mày thích được không?

Trang trề giọng:

- Ai lại ăn gà Hải Nam, nếu có thì cũng phải bò beef steak

thịt bò Angus chứ.

Nhưng Trang lại vui vẻ:

- Nhưng mà tao đã thay khẩu vị gà Hải Nam rồi mày không biết sao?

Tôi thành thật:

- Sao lại thay? Mày không thích nữa hả?

Trang cười:

- Thích, vẫn thích, vì tương đối tốt cho sức khoẻ. Nhưng vì qua Singapore tao mới được ăn gà Hải Nam với cách nấu thật Hải Nam, nên kiểu gà Hải Nam pha chế bên này tao không còn thích nữa.

Rồi Trang cười:

- Nhưng Con khỉ này, lạ thật, lúc nào cũng tìm cách từ chối. Từ ngày mày cưới tới giờ, mày gặp tao được mấy lần có nhớ không?

Rồi không chờ tôi trả lời:

- Chắc là cô ả không nhớ đâu. Chỉ có một lần duy nhất thôi đó cô ả. Liệu mà tính cho phải đạo, không là tao bán mày luôn đó. Đúng là có chồng rồi là lú lẫn quên hết mọi sự. Nếu mà ngày xưa thì các bà chẳng rủa cho là bị bùa mê, hay ăn phải bả nhà chồng. Anh Qúy cao tay ấn quá khiến cô nàng mất vía đúng không?

Trang lại cười lớn:

- Tao nghe mẹ tao thỉnh thoảng la rầy mấy bà chị tao, chứ thật tao cũng chẳng hiểu gì. Mấy ông bà xưa mà nói thì nhiều nghĩa lắm, tụi hậu sinh như mày và tao thì chỉ có cười trừ.

Tôi cười theo Trang. Nhưng khi nhìn Qúy, tôi vẫn không sao nhận lời Trang. Tôi muốn dành tất cả thời gian cho Qúy. Hơn nữa, tôi chắc chắn Qúy sẽ không đi với tôi, dù tôi có nhận lời Trang, mà nếu tôi phải đi đâu mà không có Qúy thì còn gì vui. Nên ngẫm nghĩ tôi nói nhỏ:

- Mày tha cho tao lần này. Chỉ lần này thôi. Mày xuống tao. Tao năn nỉ mày, và nhất định hứa lần sau tao sẽ mời mày. Mày muốn steak có steak. Tao chiều. Còn nếu muốn gà Hải Nam theo đúng cách nấu Hải Nam bên Tầu, tao sẽ tìm cách học cho bằng được để đãi mày.

Trang cắt lời tôi:

- Làm bạn mày khó thật. Có lẽ tao phải nghỉ chơi với mày

mất.

Nhưng tôi cố đùa, tôi làm bộ hát vọng cổ:

- "Hãy "phang" xin cô Trang đừng giận hờn vô lý ..."

Trang vừa nghe, cười lớn:

- Cái gì mà hãy "phang". Hãy khoan chứ

Tôi cười theo:

- Với mày thì phải phang mới được. Tao học từ mấy ông anh tao thường hát đùa với mấy người bạn miền nam khi mấy ông ấy rượu vào lời ra đấy.

Trang lại cười lớn. Nhưng bỗng ngừng, bảo tôi:

- Thôi cũng được. Ai bảo tao là bạn mày. Tao sẽ xuống mày khoảng 6:30 chiều nhé.

Tôi vui mừng:

- Cám ơn mày. Thế mới là con bạn ngoan của tao chứ.

Tôi không hiểu những người con gái khác khi về nhà chồng có giống tôi không, nhưng quả thật Trang nói đúng, dù bạn bè thân như Trang mà chúng tôi cũng khó có dịp gặp nhau. Chuyện chồng con đã khiến cho những người con gái như tôi dần quên hết bạn bè, có nhớ chăng cũng chỉ còn toàn là những kỷ niệm...

Nói chi, ngay cả người em ruột của Quý, bà mai của tôi, thế mà gần đây tôi cũng ít có dịp chuyện trò. Tôi nhớ mãi, hình ảnh của Hương, em Quý, lúc nào cũng canh tôi khi chúng tôi còn sinh hoạt trong ca đoàn của giáo xứ. Ngày đó, cũng có mấy anh trong ca đoàn cảm tình và muốn rủ tôi đi đây đó, nhưng lúc nào cũng bị Hương cản, lúc thì Hương lấy lý do phải về sớm và muốn tôi về chung, lúc thì cần tôi đi chợ... Đủ mọi lý do, mà lý do nào tôi cũng nghĩ là đúng. Nhưng nào ngờ, mãi sau này tôi mới biết, Hương không muốn tôi đi với ai, chỉ duy nhất một lý do, là Hương đã nhắm làm mai tôi cho anh của Hương. Khi biết ý Hương, tôi vừa cảm động và vừa bực. Cảm động vì có người bạn lo và thương mình, nhưng bực vì lúc bấy giờ tôi luôn coi Quý như người anh, vì Quý hơn tôi cả gần con giáp, mà ý của tôi, chỉ mong sao như lời người xưa, gái hơn hai, trai hơn một, quá lắm thì dăm ba tuổi, chứ chục tuổi thì nhiều quá tôi không bao giờ nghĩ tới. Nhưng quả duyên phận của con người, nên có lần Hương hát bên tai tôi như trêu chọc: "Người cho người gặp nhau, yêu nhau, hiến trao cuộc đời".

Tôi nhớ tôi đã đập vai Hương:

- Ai mà hiến trao. Hương chỉ nói tàm xàm.

Quả thật, hôn nhân đúng là một mầu nhiệm. Có những cách trở trùng trùng nhưng cuối cùng vẫn đến được với nhau. Đúng là khi sinh ra, đã sẵn đặt một giao kết khiến định mệnh luôn là sợi dây chỉ hồng se duyên.

Tôi đang thẫn thờ trong những ý nghĩ quay cuồng. Tiếng Trang:

- Con khỉ, lúc nào mày cũng thắng tao. Nhưng nhớ nhé, beef steak nghe chưa, nhưng phải là thịt bò Angus, nếu không tao sẽ từ mày.

Nói xong, Trang không đợi cúp điện thoại....

Tôi cũng bỏ điện thoại xuống vừa phân vân trong đầu. Tôi lại nhìn Qúy. Nét mặt Qúy hình như xanh, người Qúy hôm nay hình như sưng hơn mọi ngày. Tôi chút lo lắng nhớ tới lời bác sĩ. Vì thực ra, không phải tôi không biết, sống bên nhau, dĩ nhiên tôi đã cảm thấy phần nào bệnh tình của Qúy, nhưng con người chắc ai cũng thế, không dám nghĩ tới những điều bi quan, mà lúc nào cũng tìm cách an ủi hầu bớt phần nào lo âu và sợ sệt trong lòng.

Trong âm thầm thương đau đó, tôi thấy tứ chi như nhũn ra. Mắt tôi như mờ đi. Và có lẽ chính sự lo sợ dồn dập đã khiến tôi nhớ lại đời mình. Nhớ lại mẹ tôi, nhớ lại anh chị tôi.......

Ít ai biết, tôi là một đứa con đã sinh ra vì chiến tranh và vì sự sống còn của đất nước. Tôi không được may mắn, hay cũng có thể nhờ sự may mắn mà tôi sinh ra. Vì nếu không có chiến tranh, không có những người lính Mỹ tham chiến tại miền nam Việt Nam, thì làm gì có tôi. Tôi không biết phải cám ơn hay tức giận vì đã có mình trên đời. Nhưng một điều tôi biết chắc, tôi là một đứa trẻ sinh ra từ chiến tranh.

Tôi có một người bạn, đứa bạn rất thân của tôi đã cùng chuyến máy bay rời Việt Nam, đứa bạn đó có một người mẹ, chắc là không giống hoàn cảnh tôi, nhưng bố nó cũng là một người lính Mỹ. Bố nó đã bỏ lại mẹ nó, đã về Mỹ. Mẹ nó ở lại đã tức tưởi, khóc lóc và cuối cùng đã cho nó vào sống trong cô nhi viện, để rồi, nó đã được một gia đình nhận nuôi nó. Dẫu sao cuộc đời của con bạn tôi cũng truân chuyên và thương đau còn hơn tôi gấp bội. Nó kể tôi nghe đã phải mang bao nhiêu u buồn đau thương nhớ về mẹ nó. Nó nói, giọng lúc nào cũng tràn đầy bi ai buồn nhớ và hệ lụy. Tên nó là Kim, nó tâm sự cùng tôi: "Khi Kim sinh ra, Kim không biết mẹ với bố Kim đã yêu nhau thế nào, yêu nhau bao lâu, và có cùng thề non hẹn biển chung sống với nhau suốt đời không, hay chỉ là những cuộc gặp gỡ bình thường, những trao đổi thân xác bất đắc dĩ, hoặc là vì một hoàn cảnh bệnh hoạn nào đó đã khiến hai người đến với nhau, để rồi Kim được sinh ra, được cất tiếng khóc chào đời như muôn triệu trẻ khác lúc bấy giờ. Kim cũng không biết bố mẹ Kim có tin vào Chúa hay tin vào Phật, hay có thể vô thần, mà chỉ tin vào vật chất sa đoạ. Bao nhiêu câu hỏi, bao nhiêu câu trả lời, nhưng tất cả chỉ là những hồi trống thúc dục trong lòng khoảnh khắc, rồi lặn mất tận sâu trong cùng ký ức. Tuy nhiên, dẫu thế nào, Kim vẫn yêu bố mẹ. Kim yêu họ vì nhờ họ mà có Kim. Kim chưa bao giờ trách đời vì sao Kim sinh ra, dù là bố mẹ Kim đã bỏ Kim ngay từ bé. Kim chưa bao giờ biết bố mẹ là ai. Kim giống bố, hay Kim giống mẹ. Chỉ mãi sau này Kim mới biết, ngay sau khi sinh ra Kim, mẹ Kim đã đưa Kim cho một cô nhi viện. Kim nghe sơ nói, Mẹ Kim đi lấy chồng, không thể nào nuôi Kim. Kim thông cảm và thương cho mẹ của Kim. Kim luôn nghĩ, có lẽ mẹ Kim cũng nhẹ dạ như bao người con gái khác, yêu bố Kim, bằng lòng hiến dâng đời con gái cho bố Kim, rồi bố Kim phải về nước, còn lại mẹ Kim âm thầm trải qua chín tháng cưu mang trong nỗi khó khăn cùng cực, rồi sinh ra Kim... Kim luôn nghĩ thế, và luôn cám ơn mẹ Kim đã không vì những lời đay nghiệt mà phá thai, làm mất đi mầm sống tình yêu trong mình. Và cũng chính ý nghĩ đó, Kim đã luôn giữ trong lòng một cảm xúc đặc biệt với mẹ Kim. Kim luôn cầu nguyện và chúc cho mẹ Kim hạnh phúc, dù Kim không biết mẹ sống chết thế nào...

Và Kim còn kể cho tôi:

- Tính ra, tới năm nay, nếu mẹ Kim mang thai Kim lúc mười tám hay hai mươi gì đó, thì mẹ Kim vẫn còn trẻ, còn trẻ lắm. Vì thế trong óc Kim, trong tim Kim, và ngay cả trong những giấc mơ Kim vẫn hay nhìn thấy như nhãn tiền một cặp trai gái, họ là người Việt Nam, là Mỹ, sánh vai nhau âu yếm trên đường phố Sài gòn. Thật là một kỳ diệu, người con gái có khuôn mặt giống Kim, nhưng có mái tóc dài thẳng mướt, trông

xinh xắn và thật dễ thương. Mầu da không trắng nhưng mặn
mà dễ cảm. Nụ cười tươi như hoa nở. Hai đôi tay gầy đan vào
tay người con trai lính trận Mỹ với bộ đồ bay trông rất đẹp
trai. Kim cũng nhìn thấy ánh nhìn trừu mến cùng nét mặt buồn
thảm chia ly nào đó. Giấc mơ đã chồi sụp và luôn mãi trong
Kim trong những trạng thái khác nhau. Những lần đó, lần mà
Kim được sống trong giấc mơ huyền diệu đó, Kim luôn ấp ủ
và chảy nước mắt. Kim tưởng tượng đủ điều trong giấc mơ đó.
Kim nghĩ có thể bố Kim vì công vụ, biết đâu chẳng tử thương
và chết trong một trận chiến nào. Hoặc cũng có thể bố Kim
mang trách nhiệm của người phi công đã bị bắn hạ bên Hạ Lào,
hay miền bắc như John McCann............................

   Chiến tranh là đau khổ, là đoạ đầy, nên mới có bao chuyện
bi ai cho những đứa trẻ không cha, không mẹ như Kim... Chính
vì thế, tôi luôn phải sống và phải sống trong niềm tin và sự tự
trọng nâng đỡ lẫn nhau..

   Tôi nghe chuyện Kim kể, chuyện những người bạn đồng
lứa, những người bạn đã từng lớn lên trong những bối cảnh
khác nhau của chiến tranh. Rồi biết bao những hoàn cảnh
ngang trái và đau lòng khác từ các cô nhi viện, những người
con được chính phủ Mỹ đặc ân vì là những đứa trẻ hai dòng
máu... Tôi đã cảm động, vì tôi có phúc, dẫu sao tôi cũng có
gia đình, và được mẹ nuôi tôi bảo bọc từ bé, nên tôi tự tin và
an ủi chính mình....

   Thực ra, vì chiến tranh, vì hoàn cảnh hiểm nghèo và sự
chà đạp của cuộc sống, tôi không giám trèo cao, và chỉ luôn
biết rằng, tôi vẫn là người may mắn hơn những đứa trẻ cùng
hoàn cảnh đồng lứa với tôi.

   Mẹ nuôi tôi là người đàn bà hiền lương và chính trực đúng
với đạo Chúa dậy. Mẹ nhu mì và mẫu mực, lại có lòng thương
người và luôn nở nụ cười dù hoàn cảnh nào. Mẹ nuôi tôi sống
một đời sống đức tin và một tâm hồn đoan chính với đúng nghĩ.
Chính vì thế, dù đã có anh cả tôi là anh Đốc, rồi anh hai Vĩnh
cùng chị Lan và anh út Thịnh. Và mặc dù đã có tới bốn người
con, thế mà mẹ vẫn nhận tôi về nuôi, đặc biệt lại trong hoàn
cảnh éo le của tôi.

   Tôi đã được mẹ nuôi mang về khi còn trong nôi. Mẹ không

có sữa, đã nuôi tôi bằng sữa bò. Mẹ còn dùng tất cả tình thương, đã mớm cho tôi từng miếng cơm như con chim mẹ kiếm mồi về mớm cho chim con trong tổ. Mẹ yêu tôi không khác chi con ruột. Và chính tình yêu đó đã khiến tôi không hề cảm nhận mình là con nuôi, mà luôn nghĩ tôi được mẹ tôi sinh ra, dù mái tóc tôi có quăn và khuôn mặt có khác các anh chị tôi. Cho mãi tới ngày tôi được đi học...

Hôm đó, tôi và đám trẻ đang chơi ngoài sân. Tuổi trẻ ở Việt Nam, nhất là những đứa trẻ không sống trong thành thị như chúng tôi, thì giờ ra chơi cùng lắm là nghịch đất hoặc nhảy ô, nhảy dây... Tôi bỗng bị một con bạn xô tôi, mắt nó trợn lên vừa bảo:

- Ê đứa con nuôi.

Tôi nghe, nhưng lại tưởng nó bảo ai nên không trả lời. Nó lại xô tôi lần nữa vừa nói:

- Tao nói với mày, mày không nghe hả?

Lúc đó tôi mới trợn mắt nhìn nó:

- Sao mày bảo tao là con nuôi?

Nó khoanh cánh nhìn tôi, tôi vẫn nhớ, giọng nó như đàn chị tôi:

- Mày là con nuôi thì tao bảo mày con nuôi chứ sao.

Rồi nó quay lại hỏi mấy đứa bạn gần đó:

- Phải không chúng mày?

Thế là tất cả mọi đứa cùng lớn tiếng:

- Con nuôi.. con nuôi. Con Huyền là con nuôi.

Nước mắt tôi trào ra và tôi đứng chết lặng.

Mãi tới khi có tiếng kẻng vào lớp. Tôi mới giật mình. Tôi chùi nước mắt và thẹn thùng như người có tội. Tôi không biết chúng có nói thật không, nhưng mặc cảm của một đứa con gái nuôi vừa mới lớn, khiến tôi không dám nhìn bạn tôi trong lớp. Tôi cúi đầu như một kẻ có tội.

Tôi bắt đầu buồn từ đó. Và cũng chính hôm đó, tôi nhớ mãi, từ lớp học về, tôi đã nhào vào lòng mẹ nuôi tôi nức nở giữa lúc nước mắt tôi tuôn ròng khiến mấy anh nuôi của tôi cũng lặng yên nhìn tôi buồn bã. Tôi vừa nấc vừa hỏi mẹ nuôi:

- Sao chúng nó bảo con là con nuôi...

Mẹ tôi không trả lời vội. Mẹ tôi nhìn các anh. Nhưng tất cả các anh tôi đều lắc đầu. Có lẽ mẹ muốn hỏi vì sao tôi biết, có anh nào đã nói điều này với ai không? Rồi mẹ tôi mới vui vẻ:

- Ô con bé này, không nuôi thì sao mà sống.

Và tôi nhớ mãi câu này.

Thật như mẹ tôi nói, không nuôi thì sao mà sống. Nếu mẹ tôi không nuôi tôi thì làm sao tôi sống vui, sống khoẻ trong vòng tay mẹ. Mẹ nuôi tôi đã hy sinh, đã ấp ủ và đã dậy cho tôi biết làm người. Mẹ đã bảo bọc và lo lắng cho tôi không khác chi những người con trai, con gái của mẹ. Hơn nữa, mẹ đã dậy các anh, chị tôi không được coi tôi là em nuôi, dù hình thức nào. Mẹ nói, tôi là con để của mẹ, và đứa nào cũng phải hiểu như vậy.

Nói về tình mẫu tử, thú thật khó thể phân định và nói hết được những sâu xa trong lòng của người mẹ đối với người con. Có thể tôi thiên về mẹ nuôi tôi hơn, vì thật ra khi sống với mẹ, tôi đã cảm nghiệm được hoàn toàn tình yêu của người mẹ để. Tôi không biết những người con nuôi khác thế nào, họ có may mắn gặp người mẹ nuôi như tôi hay không?

Chính vì thế, tôi luôn cám ơn Thượng-đế đã cho tôi hai người mẹ. Và thật đặc biệt cám ơn mẹ nuôi tôi, người đã cho tôi cuộc sống tiếp tục trong môi trường đạo hạnh và niềm tin.

Tôi nhớ có lần một người bạn hỏi tôi:

- Tại sao mày không tìm mẹ đẻ mày.

Tôi bình thản trả lời:

- Tao đã có mẹ đẻ rồi, mày bảo tao tìm ai.

Bạn tôi lườm tôi rồi nói:

- Mày không nhớ ơn mẹ mày đã sinh ra mày sao?

Tôi chỉ cười. Và đêm đó, thực sự tôi khóc. Tôi nhớ mẹ và muốn gặp mẹ. Nhưng rồi suy nghĩ lại. Tôi không muốn khuấy dậy hạnh phúc của mẹ đẻ tôi, cũng như mẹ nuôi tôi.

Chính vì thế, tôi đã âm thầm cam chịu riêng mình, hay nói khác hơn, tôi sống bằng những giấc mơ đẹp, những giấc mơ của riêng mình trong tình yêu của người mẹ, người bố đã sinh tôi trong hoàn cảnh chinh chiến... Và tôi đã trân quý cuộc đời tôi, cũng như trân quý tình thương mà mẹ nuôi và các anh, chị tôi cho tôi.

Từ những suy nghĩ đó, có thể là rất tiêu cực nhưng với tôi lại là một cần thiết và đúng lý. Và tôi tiếp tục sống với mẹ nuôi tôi như đứa con gái yêu của mẹ..

Nhưng rồi phận nước. Sau năm 75, tất cả thay đổi, nhất là

khi những người Việt phải di tản, phải bỏ nơi chôn nhau cắt rốn ra đi, thì sự khó khăn của mẹ nuôi tôi và các anh tôi càng bế tắc. Nhất là, người anh cả, là lính Hải Quân đã không về. Thời gian đó, mẹ tôi đã khóc lóc, than vãn không ngơi, nghĩ anh tôi đã tử thương nơi một con sông, hay bờ biển nào. Vì lẽ đó, mẹ tôi tiều tụy, lại càng tiều tụy.

Và không biết có phải vì thế mà mẹ tôi đã mắc chứng bệnh nan y, một chứng bệnh hiểm nghèo cần rất nhiều tiền, cần thuốc và cần các bác sĩ chuyên môn... Nhưng hoàn cảnh gia đình tôi lúc bấy giờ ngoài căn nhà tranh, tất cả đã bị khủng hoảng và mất đi từ nghèo khó do thời cuộc ép buộc, biến chuyển và đầy ải.

Giải phóng là từ ngục tù tới tự do. Từ nghèo đói tới sang giàu. Từ đau khổ tới hạnh phúc.... Nhưng bây giờ thì hoàn toàn trái ngược. Giải phóng có nghĩa mới, giải phóng là từ tự do trở thành địa ngục. Từ sang giàu trở thành nghèo đói. Từ hạnh phúc trở thành đau khổ.... Sự trái ngược đó đã khiến mảnh đất mầu mỡ và đầy niềm tin trở thành những tai ương và ức hiếp khiến chúng tôi càng ngày càng lâm vào cảnh đoạ đầy, thì tìm đâu ra tiền thuốc cho mẹ tôi.

Chính vì thế, mẹ tôi đã phải trải qua những đau đớn khôn cùng, nhất là những lần bị sưng hai bên nách. Những mụn nhọt to phồng đầy máu như những trái nhót, da thật mỏng, chỉ cần đụng vào là cả bát máu bắn ra. Tôi đã săn sóc mẹ tôi, đã hứng từng giọt máu, đã lau chùi và an ủi mẹ tôi. Quả thật, lúc bấy giờ, tôi hoàn toàn làm với một tâm hồn xót xa và đầy lòng mẫu tử. Tôi không nề quản, ngược lại, tôi lúc nào cũng bên mẹ và an ủi mẹ. Tôi cầu nguyện rất nhiều cho mẹ, cho anh em tôi và cho quê hương tôi... Mẹ tôi cũng cầu nguyện cùng tôi. Mẹ tôi biết tôi cực nên không hề than đau hay kêu la. Mẹ muốn tôi an lòng. Tôi biết, nên tôi tôn trọng mẹ tôi.

Thật sự, ở tuổi tôi lúc bấy giờ chỉ mười hai mười ba, nhưng không hiểu sao tôi đã có sự dạn dầy và khéo léo như một cô gái trưởng thành. Có lẽ cái khó nó bó cái khôn, hay cũng có thể vì sự giáo dục của mẹ tôi, khiến tôi biết ứng biến và chấp nhận mọi hoàn cảnh. Hay cũng có thể vì tôi là con nuôi, là con mồ côi, là đứa con sẵn trong người mặc cảm, nên đã ăn vào máu huyết tôi tinh thần tự lập và tìm sống trong cơ cực....

Giữa lúc đó, lúc mà chúng tôi đang trong khó khăn với bao

nỗi truân chuyên dồn dập, nhất là đời sống không khác chi cảnh tù đầy với bao đè nén cùng tận của cuộc đời khốn cùng quyền thế, thì một chuyện sẩy ra đã làm biến đổi hoàn toàn cuộc sống thường nhật của tôi, nhất là nhờ đó, tôi đã nhìn thấy ánh sáng tự do, niềm hy vọng và quyền sống con người. Hay đây tất cả là sự an bài của Thiên Chúa dành cho đứa trẻ cam cảnh khó nghèo như tôi, khi tôi bàng hoàng với tin được phỏng vấn đi Mỹ theo diện con lai.

Thật tình tôi không hề nghĩ, và chưa bao giờ dám nghĩ vẩn vơ, mình lại có gía trị khi sinh ra là một đứa con lai. Vả lại tôi đã chẳng luôn để trong lòng, tôi chỉ có mẹ nuôi tôi và tôi là người Việt một trăm phần trăm, dù tôi biết, tôi là đứa con lai.

Có lẽ, những cơ cực hàng ngày đã không còn cho tôi cơ hội để nghĩ tới thân phận mình. Hơn nữa, sống xa Sàigòn, lại không biết tin tức và những thay đổi chính trị hàng ngày trên thế giới, thì làm sao tôi biết rằng có diện con lai mà rất nhiều người đang tìm kiếm, nhận về nuôi, hầu có cơ hội đi định cư tại Mỹ.

Thật là một lạ lùng, mẹ tôi thì đang bệnh, các anh tôi thì đang phải lầm than tìm miếng ăn qua ngày. Tất cả ngỡ ngàng như từ trên trời rớt xuống. Tôi không biết mẹ tôi mừng vui thế nào trong lòng. Nhưng mẹ chỉ cười nụ bảo tôi:

- Tốt rồi. Như vậy là con sẽ được qua Mỹ.

Tôi nhìn mẹ tôi, nước mắt chảy ra vừa khóc:

- Con không đi đâu. Con phải ở nhà săn sóc mẹ.

Nhưng anh tôi đứng bên lên tiếng:

- Mẹ sẽ đi cùng em. Em còn bé, chắc chắn họ phải cho cả mẹ và em.

Nghe anh tôi nói, tôi yên tâm. Tôi không cần suy nghĩ đắn đo lời anh tôi thật giả. Phải chăng anh chỉ nói để cho tôi an lòng, mà thực tế không phải thế, hay vì anh đã biết nhưng không tiện nói ra?

Hơn nữa, với trí óc của một đứa trẻ mới lớn, tôi cũng chỉ biết thế và vui với cảm xúc bé bỏng của mình. Ngờ đâu những cảm xúc này lại khác với những gì sẩy ra thực sự, nhưng mãi tới sau này tôi mới hiểu.

Nhưng khốn thay, trời không công bằng hay số tôi là thế, một số phận long đong. Mẹ nuôi tôi đã vất vả nuôi tôi chưa lần công lao đền đáp. Đến khi tôi có cơ hội, hy vọng mẹ đi Mỹ cùng tôi, và có thể nhờ vào văn minh y học, họ sẽ chữa lành bệnh của mẹ tôi, thì mẹ tôi qua đời. Thế là tất cả xụp đổ. Bao hy vọng trong lòng như bị một cơn bão cuốn trôi. Tôi tiếc nuối đời sống ngắn ngủi và khổ đau của mẹ nuôi tôi. Sự ngậm ngùi đó đã khiến tôi tê dại.

Ôi còn gì đau khổ hơn cho tôi lúc đó. Tôi đã quằn quại trong nỗi nhớ thương mẹ, cũng như buồn lòng vì phải xa anh tôi. Ngày chôn mẹ, tôi khóc hết nước mắt tới độ ngã qụy ngay trước mộ mẹ. Quả thật, lòng tôi tê dại vì đau đớn vô cùng.

Ngày rời phi trường Tân Sơn Nhất... Lòng tôi hoang vắng như cánh đồng cháy khô... Tôi ngậm ngùi rơi lệ nhìn các anh tôi đứng vẫy tay trong hoang mang trống vắng xót xa cùng tận....

Cũng may, bên cạnh tôi có người chị, một người chị rất đặc biệt trong lòng tôi, người chị không phải là con mẹ nuôi mà là cháu mẹ nuôi tôi đích thân từ Mỹ về đón tôi. Người chị mà tôi chưa bao giờ gặp nhưng vô cùng quan trọng trong đời sống tôi, đã cho tôi sống, và sống những ngày mới tại Mỹ trong một tình thiêng liêng đặc biệt, khiến tôi luôn xúc cảm và mãi nhớ trong cùng tâm khảm tôi. Thật là một trân qúy và biết ơn suốt đời, nhất là giữa hoàn cảnh bỡ ngỡ vui buồn lẫn lộn trước khi tôi được chị Hương, chị dâu tôi, cùng chồng là anh Đốc, cựu quân nhân Hải Quận, mà chúng tôi đều tưởng đã không còn sống sau biến cố 75, nay anh định cư tại miền nam California đón nhận.

Và từ đó, anh chị nuôi tôi đã thay thế mẹ nuôi tôi, tiếp tục nuôi nấng và săn sóc tôi không khác mẹ nuôi tôi thuở nào. Thật là một ân phúc, tôi vẫn nhớ và suốt đời mang ơn tấm chân tình của anh tôi và chị dâu tôi......

Đang bâng khuâng nhớ về dĩ vãng, và có lẽ vì xúc động khi nhớ tới mẹ, nhớ tới anh ngày tôi rời Việt Nam, nên nước mắt tôi chảy ra khiến Qúy đến gần tôi lo lắng:

- Em làm sao vậy. Có chuyện gì sao em khóc.

Tôi giật mình, chợt nhớ mình đang ở văn phòng. Tôi quay vào tường thấm nước mắt rồi e lệ:

- Chắc có gì bay vào mắt em.

Qúy vẫn lo lắng:

- Em nói chuyện với ai trong điện thoại?

Tôi nhìn Qúy âu yếm:

- Em nói với Trang. Nó mới về Houston. Nó mời mình đi ăn tối nay.

Qúy vẫn nhìn tôi:

- Em đi với Trang, anh ở nhà lo cho con được rồi, không sao đâu bà xã.

Rồi Qúy do dự hỏi tiếp:

- Nhưng anh hỏi vì sao em khóc?

Tôi làm bộ nũng nịu:

- Em nói là có gì bay vào mắt em mà. Anh không tin em.

Qúy thở dài:

- Tin. Nhưng không phải là có gì bay trong mắt đúng không? Em quên anh là bác sĩ nhãn khoa sao?

Tôi cười:

- Đừng đoán mò. Có gì bay trong mắt thật mà.

Rồi tôi đổi đề tài:

- Nhưng anh có đi với em không?

Qúy nghĩ ngợi:

- Đi đâu?

- Đi ăn với Trang. Nó mời cả anh nữa.

Qúy phân vân:

- Không được. Em đi đi. Chuyện đàn bà con gái có đàn ông bên cạnh thì chán chết.

Rồi Qúy khẽ nói:

- Chứ không phải là hẹn nhau nói xấu chồng sao?

Tôi nguýt Qúy:

- Chỉ là đổ oan cho vợ.

Tôi cố gắng tươi cười mặc dầu lòng đang phân vân với những xáo trộn cùng sâu. Tôi bảo Qúy:

- Anh nhất định không đi với em.

Qúy bẹo má tôi. Có lẽ Qúy cũng đang giấu diếm điều gì như tôi:

- Không! Nhất định không. Nhưng em phải cho anh biết là ăn ở đâu?

Tôi lườm Qúy:

- Tại sao?

Qúy thanh thản mỉm cười:

- Ai lại để cho cô vợ trẻ đẹp đi ăn một mình. Liệu lại có ai mua rượu đỏ đến tận bàn tán tỉnh thì anh đến mất vợ mất.

Mình phải đề phòng chứ. các cụ xưa bảo, vợ đẹp là vợ người ta mà lại.

Tôi không vừa, bẹo vai Qúy:

- Đừng có mà muốn ăn gấp bỏ cho người. Hãy khai thật đi, đời anh có bao nhiêu cô đào rồi, sau đó em sẽ nói cho anh nghe.

Qúy kêu ái rồi nói:

- Em bắt anh trả lời ngay thì làm sao anh nhớ hết được. Em phải cho anh thêm chút thì giờ chứ, anh phải từ từ suy nghĩ rồi mới viết vào giấy, nhưng may ra anh cũng chỉ mới nhớ được một nửa, huống hồ em hỏi bất chợt như thế này, thì bố ai mà nhớ hết. Thôi tha cho anh hôm nay đi. Để ngày khác anh sẽ tuyệt đối nghe lời em. Nhưng phải có một điều kiện.

Tôi suy nghĩ:

- Điều kiện gì? Nhưng tại sao lại phải có điều kiện?

Qúy làm bộ đắn đo, rồi lườm tôi:

- Thì cứ hứa đi, trẫm sẽ nói cho ái khanh nghe.

Tôi nguýt dài:

- Ừ ái khanh hứa, nhưng trẫm không được làm ái khanh buồn nghe chưa, nếu không ái khanh sẽ khóc, trẫm sẽ không ra triều được.

Qúy tằng hắng, rồi nói nhỏ vào tai tôi:

- Không được ghen vì chồng có nhiều đào, mà phải hãnh diện vì chồng mình là kẻ đào hoa nghe chưa.

Tôi lấy hộp kiếng trên tay đánh mạnh vào vai Qúy:

- Anh này, thật là lắm chuyện. Sao kỳ này học ai mà biết ăn nói loanh quanh thế này. Điệu này dám bên ngoài có gì thật rồi đây. Con Trang nó bảo em, phải canh anh, anh có cặp mắt ranh lắm đó.

Có lẽ Qúy hơi ngại về lời nói của tôi nên xịu mặt nói khẽ:

- Đùa thôi mà. Chứ làm sao mà dám trêu tới 'sư...Hà Đông.

Tôi trợn mắt lên, nhưng có lẽ ánh mắt của tôi không che được sự đùa cợt nên Qúy cười nói tiếp:

- Bây giờ thì anh tính tiền em được rồi.

Tôi nhăn mặt:

- Lại dở trò gì nữa đây.

Qúy bình thản:

- Ai mà dở trò, em uống thuốc thì phải trả tiền.

Tôi nhíu mày:

- Uống thuốc gì, anh cho em uống thuốc hồi nào?

Nhưng Qúy bình thản cười nụ.

- Nhớ là một nụ cười bằng mười liều thuốc bổ. Anh đã bán cho em bao nhiêu nụ cười từ nãy tới giờ, em phải trả tiền anh chứ.

Tôi vừa lắc đầu vừa nguýt dài, rồi bỗng bảo Qúy:

- Tối qua anh nói những gì với em anh có còn nhớ không?

Qúy suy nghĩ, hình như Qúy lo lắng, nét mặt trở lại bình thường. Thấy thế, tôi trách mình, làm sao có thể làm Qúy buồn lúc này. Chút hối hận, tôi pha trò:

- Mới thử chút mà anh đã giật mình rồi.

Rồi tôi nói như thỏ thẻ:

- Em cám ơn anh tối qua, và cám ơn anh những viên thuốc vừa rồi luôn, như vậy được chưa.

Qúy nhìn tôi:

- Anh cũng cám ơn em. Thật sự, nhờ em mà hôm nay anh đến văn phòng với sức sống mới.

Tôi mỉm cười:

- Nhờ tình yêu chứ.

Qúy nháy mắt, cử chỉ như muốn nhào đến ôm tôi. Tôi vội đứng dang ra làm như hiểu ý Qúy vừa mỉm cười:

- Ê, đừng làm ẩu. Đây là văn phòng làm việc đấy nghe. Nếu trẫm muốn gì, trẫm phải đến cung điện của ái khanh.

Qúy tỉnh bơ:

- Có sao đâu. Trẫm là vua, thì trẫm muốn làm gì, và ở đâu tùy trẫm.

Nhưng bỗng Qúy đổi giọng:

- Nhưng hỏi thật, em có dám không?

Rồi Qúy thảnh thơi như hồi mới quen nhau:

- Hôm nay vận áo sexy quá.

Tôi lắc đầu:

- Cái anh này. Bộ muốn gì thật sao?

Qúy cười thành tiếng:

- Bây giờ thì đúng rồi. Muốn ăn gắp bỏ cho người.

Thấy Qúy cười lớn, tôi liếc nhìn mấy người khách, không hiểu họ có nghe những điều đối thoại của hai chúng tôi không, nhưng hình như ai cũng có ánh mắt đồng lòng, khiến tôi thẹn thùng bảo Qúy:

- Anh quỷ lắm. Tối nay chết với em.

Qúy cầm tập hồ sơ của bệnh nhân trên tay vừa đi vừa liếc nhìn tôi với ánh mắt trêu ngươi, rồi nói nhỏ:

- Chờ rồi ai chết..

Tôi lắc đầu. Nhưng chợt nhớ ra, tôi chưa nói rõ với Qúy về Trang nên gọi Qúy:

- Chờ đã. Bộ anh sợ đâu mà trốn lẹ thế. Trở lại em bảo đã.

Qúy quay lại, đến sát tôi:

- Bộ em muốn thật hả, ngay bây giờ,

Tôi đập vào mông Qúy:

- Chết anh. Nói bậy phải ăn đòn.

Rồi tôi nói khẽ:

- Hồi nãy em chỉ thử anh thôi

Qúy nhìn tôi ranh mãnh:

- Làm anh tưởng thật.

Tôi cắt ngang:

- Tưởng thật cái gì. Đầu óc đen tối. Ý của em là chiều nay em không đi ăn với Trang, mà Trang xuống nhà mình.

Qúy nhìn tôi:

- Em chỉ muốn thử là anh có chiều em không, đúng không?

Tôi khúc khích:

- Đúng rồi.

Nhưng Qúy bình thản vừa định quay đi vừa nói:

- Đúng là đàn bà nhẹ dạ.

Tôi kéo tay Qúy:

- Ê, sao chê đàn bà hoài vậy. Anh nên nhớ đàn bà là một động vật khôn ngoan nhất hành tinh này đấy nghe, nếu không thông minh và khôn ngoan thì làm sao các ông lúc nào cũng phải nghe vợ. Từ ở ngoài chiến trường, tới hậu trường chính trị như Napoleon hoàng đế cũng phải lụy vì đàn bà. Hơn nữa, đàn ông dù quyết đoán tới đâu, cái gì cũng phải chờ xin phép vợ và được ý vợ, nếu không là phải ngủ ở phòng khách sao?

Qúy cười bảo tôi:

- Hôm nay thì thật là em tự tin quá. Nhưng thôi, cứ coi như đàn bà thông minh nhất trên đời, nhưng em cũng bị anh lừa đúng không?

Tôi nhìn Qúy:

- Tại sao?

Qúy bình thản:

- Em mắc lừa nên mới lấy anh.

Tôi nhéo tay Qúy. Qúy kêu, gỡ tay tôi quay đi vừa nói:

- Anh cũng vừa thử em. Anh bảo là để em đi với Trang một mình, nhưng thật ra là anh tính đi với em, chứ ai để em đi một mình đúng không.

Tôi lắc đầu. Một hạnh phúc tràn ngập trong lòng. Nhưng khi nhìn Qúy khuất sau cánh cửa lòng tôi lại dạt dào những âu lo phiền muộn về bệnh tình của Qúy, và vì những cố gắng hàng ngày Qúy đã cố gắng che lấp đau đớn và lo âu, để cho con tôi và tôi được hạnh phúc như những người đàn bà bình thường.

Nhưng Qúy ơi! Anh càng giấu diếm, em càng cảm nhận được những lo lắng muộn phiền đầy đau đớn trong anh. Nhưng em biết phải làm gì bây giờ ngoài những cố gắng để anh không phải lo cho em, lo cho con. Anh chắc đã đang mang trong mình nỗi sợ hãi của một người bệnh, nhất là bệnh đó lại là những tùy thuộc vào những may mắn trên đời, nếu không anh sẽ phải bỏ lại em, bỏ lại con trong những ngày gần nhất. Em hiểu rằng, cuộc đời là những không ngờ, đôi khi bất đắc dĩ, nhưng tại sao và tại sao?

Tôi ngẩn ngơ mãi với thương tâm mà quên ngoại cảnh. mãi tới khi nghe tiếng người khách hàng gọi tên tôi mới chợt tỉnh. Tôi như người trong mộng mới bước xuống giường, mặt mày còn đầy hoang mang:

- Huyền, cô làm sao thế? Sao chết trân ra vậy. Cô có nghe tôi nói không?

Tôi cố gượng cười và trầm tĩnh:

- Dạ! Ồ chị. Chị có khoẻ không. Chắc có nhiều chuyện quá nên em cứ như người trên mây. Thật thất lễ quá. Chị cho em xin lỗi.

Và tôi trở lại với công việc hàng ngày...

Khoảnh khắc tôi quên chuyện buồn của tôi, của Qúy.. và quên luôn cả buổi hẹn với Trang để bắt tay vào những công việc hàng ngày nơi văn phòng.....

CHƯƠNG BỐN

Rời văn phòng. Nhìn đồng hồ, đã 3 giờ chiều. Khác với mọi ngày, hôm nay tôi đã nói với Qúy là: chiều nay nhờ người thư ký văn phòng chở Qúy về, vì sáng hôm nay chúng tôi đã đi làm chung xe, mà tôi thì cần lái xe về trước để đi chợ cho bữa ăn tối nay.

Tôi không về thẳng nhà, định sẽ ghé qua HEB nằm bên xa lộ số 8 trên đường về nhà tôi. Nhưng nghĩ sao, tôi lại lái xe đến Kroger gần văn phòng làm việc, cũng có thể thịt bò bên này thường hay bán rẻ hơn, hay cũng có thể vì cảm tình riêng nào đó mà tôi không hay. Mỗi người đều có những chỗ, những nơi mình thích, đôi khi không cần lý do. Hơn nữa nhãn quan và cảm tình của con người thường theo cảm tính và những định kiến riêng, nên điều đó cũng dễ hiểu.

Chiều thứ bảy, bãi đâu chật kín, tôi phải mất mấy phút mới tìm được chỗ đậu xe tương đối gần cửa ra vào để tránh phải đi bộ xa, nhất là trời về chiều, nắng vẫn còn hơi gắt. Tôi không biết có phải sợ nắng sẽ làm má hồng tôi bị nám đi không, nhưng tôi rất sợ nắng, cũng có thể vì là đàn bà con gái nên lúc nào cũng nghĩ tới làn da.

Sự tươi mát của làn da trên khuôn mặt phụ nữ quả thật là một đánh giá rất chính xác về tuổi tác cũng như sự trẻ trung của người phụ nữ, mà dù là đàn ông khó tính, cũng không thể nào phủ nhận. Nên vì muốn trẻ, thì phải cố gắng, nhất là người Á-đông, nguyên thủy làn da dễ bị ăn nắng.

Bước chân vào tiệm, hơi lạnh của máy điều hoà như đón chào tôi bằng cảm giác lâng lâng dễ chịu. Tôi rất thích được hưởng không khí mát rượi của máy lạnh nơi công cộng, như khi bước vào một gian hàng, hay cửa tiệm nào đó, nhất là những ngày đổ lửa của mùa hè, thì quả là một ân huệ vô cùng thích thú. Vì thế, tôi thường đùa với Qúy:

- Bên anh, nhiều lúc thấy ấm áp, nhưng nhiều lúc thấy mát rười rượi như từ ngoài trời nóng bước vào máy điều hoà không khí vậy.

Qúy bình thản bảo tôi:

- Chỉ có thế thôi sao? Nếu vậy thì em khỏi cần có anh bên em, tối ngày em cứ đi mua sắm, hay đi chợ là đủ rồi.

Những mẩu chuyện thật ngộ nghĩnh đó ai ngờ là hạnh phúc thật của tình yêu. Vì nó đã nuôi tôi bằng những nụ cười mỗi khi tôi đi chợ hay đi vào các trung tâm thương mại. Nhiệm mầu của tình yêu là thế đó. Cỏn con nhưng sẽ mãi trong lòng. Nó là động lực, là sự thúc đẩy để con người tiến tới sự hoàn mỹ tình yêu của mình.

Cũng như hôm nay, vừa bước vào là tôi nhớ Qúy. Một nỗi nhớ thương ngút ngàn và diệu vợi. Bỗng tôi nhắm mắt khẽ nói với chính mình:

- Qúy, em yêu anh.

Rồi tôi xây xẩm với hạnh phúc riêng mình.

Tôi đến lấy xe đi chợ, trên xe có sẵn tờ giấy bán hạ giá hôm nay. Tôi mở ra coi qua. Thật may, hôm nay thịt "ribeyes" hiệu thịt bò Angus hạ giá. Tôi đẩy xe vội đến hàng thịt.

Thường khi đồ bán rẻ chóng hết sớm, hoặc nếu còn thì cũng chỉ còn những phần không được tươi ngon. Nhưng hên cho Trang, hay cho tôi không biết, thịt hôm nay lại rất ngon còn bán nửa giá của thường nhật. Tôi vui với niềm vui của người đàn bà đi sắm gặp đồ rẻ.

Thật sự, nhiều lúc giá cả không khác nhau là bao, nhưng mua được đồ hạ giá vẫn thấy hạnh phúc và vui trong lòng. Có lẽ đó cũng là bệnh của những người phụ nữ chúng tôi. Trời sinh ra đàn bà chẳng phải là để đi mua sắm và nấu nướng sao? Tôi mỉm cười với suy nghĩ này.

Tôi chọn bốn miếng, mỗi miếng khoảng già một pound. Tôi sẽ để Qúy ăn miếng ngon nhất, vì Qúy rất thích beef steak, nhất là beef steak do chính tay tôi nướng. Qúy luôn khen và lúc nào cũng thưởng thức rất trọn vẹn. Những lúc đó tôi vô cùng hãnh diện và vui với niềm vui tràn ngập trong lòng. Vì có người vợ nào không cảm thấy hãnh diện khi thấy chồng mình ăn món mình nấu ra bằng sự chân thành và hạnh phúc.

Tôi lại mỉm cười chính mình, và về với thực tại khi nghĩ tới Trang, tôi sẽ bắt Trang ăn một miếng, còn hai miếng cho hai con tôi và tôi. Và tôi lẩm bẩm trong lòng: "Chiều nay Qúy sẽ có bữa beef steak vừa ý do chính tay tôi làm".

Tôi hân hoan đẩy xe đi nua thêm ít đồ lặt vặt ăn kèm như bắp, rau, bánh mì đặc biệt của Ý, và trái cây.... Sau đó, tôi đến quầy rượu đỏ, tôi chọn một chai rượu sản xuất từ Napal Valley, California. Tôi ngắm nghía, mầu rượu đỏ như làm tôi bồn chồn nao nức của một tình yêu vời vợi mà Qúy dành cho tôi. Tôi nhớ tới những lần cùng Qúy nơi những nhà hàng, những nơi hội họp sang trọng, mà nhờ đó tôi đã học hỏi được rất nhiều. Và cũng chính những nơi đó, tôi đã biết được khẩu vị và những suy nghĩ của Qúy trong từng món ăn, từng loại rượu, và từng những xã giao cần thiết cho một người vợ đối với người chồng lăn xả với xã hội.

Làm sao tôi có thể quên những kỷ niệm đong đầy niềm vui nơi các nhà hàng sang trọng đó, nhất là những ngày kỷ niệm cưới của chúng tôi, nơi mà mùi vị steak đậm đà và mãi nhớ. Làm sao tôi quên được mùi rượu vang đỏ tràn đầy yêu đương trong những buổi dạ hội mà Qúy cùng tôi tham dự. Tất cả như gạch nối, một gạch nối tình yêu lãng mạn thuần chất yêu đương. Chính vì thế, lúc nào trong tâm tôi cũng nghĩ, tình yêu là một mầu nhiệm vĩnh cửu với tôi.

Tôi không làm sao, hay nói đúng hơn, chưa lần quên những ân cần chiều đón trước và sau ngày cưới. Quen nhau đã là một hạnh phúc, lấy nhau còn là niềm hạnh phúc gấp bội. Tôi vẫn hằng nghĩ, tình yêu của con người là một hồng ân, hãy nắm giữ, và tình yêu chỉ đến và ở với những người biết nắm giữ, nếu không, tình yêu sẽ chắp cánh, và sẽ không nuối tiếc để bay bổng và biến đi không quay lại.

Tôi nhún vai, nhìn đồng hồ, tôi kêu thầm:

- Chết rồi. Đã trễ. Sao hôm nay lơ đãng quá.

Tôi vội đẩy xe, tính tiền và như chạy trốn. Tôi bước những bước chân thật dài... dài lắm... hay có thể là tôi cảm thấy thế.

Vừa về đến nhà, tôi vội lấy thịt ra để ướp. Tôi muốn ướp càng lâu càng tốt trước khi nướng để thịt được thấm các gia vị. Vì đúng ra, tôi phải ướp từ sáng sớm, nhưng vì vội quá nên đành chịu. Thôi thì có ngon ăn ngon, có dở ăn dở. Tôi sẽ xin lỗi Qúy, xin lỗi Trang vì quá bất ưng nên không ướp kịp nếu steak nướng ra không được như ý. Tuy nhiên tôi tin, và rất tin cả Qúy và Trang đều sẽ bằng lòng với miếng steak hôm nay. Hơn nữa, với lòng thành, và vì sự tin tưởng của tôi, thịt chắc chắn sẽ đậm đà và ngon miệng không khác những nhà hàng lớn. Vì sự thành công trong khi nấu ăn không chỉ tùy thuộc vào cách nấu, mà điều quan trọng hơn nữa là sự chân tình của người nấu đối với khách.

Và tôi bắt đầu vào việc của một người nội trợ trong hạnh phúc tràn ngập. Tôi gỡ giấy bọc, đặt miếng thịt lên đĩa. Tôi không rửa thịt, mà chỉ lấy giấy thấm và chùi cả hai mặt cho sạch. Sau đó tôi rạch những lỗ nhỏ rồi nhét tỏi đều vào cả hai mặt, rồi mới rắc tiêu, loại hột tiêu say tại chỗ cho thơm, rồi mới rắc ít muối như bình thường tôi vẫn làm. Tôi cũng không quên thấm rượu, loại rượu cognac, trên hai mặt miếng thịt, mỗi mặt khoảng nửa muỗm cà phê, để mùi vị đậm đà và ngon hơn. Ngoài ra, tôi rắc thêm bột nêm và chút đường nâu để cho thịt thêm mùi vị. Sau đó, tôi lấy giấy bóng bao lại và cất vào tủ lạnh trước khi tôi làm những công việc khác.

Thực ra, tôi không phải là người nấu ăn khéo, nếu tôi không có may mắn được đi dự những bữa tiệc, hay ăn nơi những nhà hàng đắt tiền. Tôi học hỏi rất nhiều, mỗi lần ăn là mỗi lần học. Thực đơn nhà hàng mỗi nơi mỗi khác, chẳng hạn như món bò lúc lắc, nguyên thủy của nó thì rất dễ làm và ngon miệng, nhưng nhiều nhà hàng vì cầu kỳ, hay chế biến, bỏ đủ thứ gia vị, tẩu hoả nhập ma, khiến mùi vị và cách thức mất hết. Hay như món "crawlfish", bạn tôi thường bảo, người Việt nam có lẽ là thích văn thơ hay sao đó, luôn tìm cách thêm nếm, và bất giác đã biến mùi vị "crawlfish" không còn là "crawlfish"... Khổ một điều, là nhà nào cũng chế biến khác kiểu, nhưng nhà nào cũng khen mình nấu tuyệt vời... Thôi thì đành nhắm mắt khen cho qua. Nhưng ngờ đâu, mình khen dối chủ nhân lại tưởng khen thật. Đúng là vừa tai hại cho người khen, và vừa tai hại cho người nấu, nên khi tôi làm steak, tôi đã làm thật đơn giản để ngươi ăn cảm nhận được hoàn toàn chất ngọt của thịt không bị pha chế.

Mãi khoảng gần sáu giờ Qúy mới về. Tôi đang trong bếp. Qúy vừa đặt cặp xuống đã đến ôm tôi vừa hôn trên tóc tôi. Tôi đẩy Qúy ra:

- Em hôi lắm, vừa đi chợ về, lại mùi nấu nướng bốc hơi. Anh đi tắm đi.

Qúy hít một hơi dài trên tóc tôi:

- Ôi tuyệt quá. Mùi này mới chết anh, nó còn ngây ngấy của mùi mỡ bếp.

Tôi thúc nhẹ vào bụng Qúy:

- Anh không được đùa, nếu không là nhịn đói tối nay.

Qúy cười:

- Ôi sợ vợ tôi quá.

Nói xong, Qúy lại hôn má tôi rồi mới chịu vào phòng

thay đổ.

Nhưng đi nửa chừng Qúy bỗng quay lại:

- Ồ mà anh phải đi đón con, hồi nãy nhờ thư ký chở về nên anh quên mất.

Tôi cười trả lời Qúy:

- Hai đứa mình già mất rồi, có hai đứa con mà cũng định quên.

Nhưng Qúy nói yêu:

- Không phải là lỗi tại anh đâu nhé. Tất cả tại em. Em phải nhớ chứ, có mẹ nào mà lại quên con đâu.

Câu nói vui và vô tình của Qúy thế mà động lòng tôi. Tôi chùng xuống, một tiếng thở dài bỗng dưng buột khỏi miệng tôi. Cũng may mà Qúy đã mở cửa ra ngoài rồi nên không nghe tiếng thở dài của tôi.

Tôi nhớ mẹ nuôi tôi. Nhớ lắm, nhất là mỗi lần có những gì ăn ngon là đều nghĩ tới mẹ cả đời vất vả mà không được hưởng chút gì. Vì thế, nhiều lần nghĩ thương mẹ mà tôi chảy nước mắt, nhất là những lần đó, tôi thường hay cám ơn Thượng-đế đã cho tôi là con mẹ, đã cho tôi nghèo và lớn khôn tại Việt Nam, để rồi nhờ sự bần cùng sau năm 75 mà tôi biết thân phận, biết sống và biết thương yêu những người nghèo khó, nhất là biết cảm tạ mẹ nuôi, các anh tôi và tất cả những người đã bảo bọc tôi, dù họ trong hoàn cảnh nào.

Ngoài ra nhờ đó mà tôi còn biết tập cho mình không tiết kiệm lòng bác ái, lúc nào cũng biết chia sẻ và lắng nghe. Chứ nếu tôi sang đây sớm, làm sao tôi có thể biết tiếng Việt và rành rẽ về đời sống của một dân tộc tang thương vì chiến tranh, nhất là những ngày sau 75, làm sao tôi chứng kiến được những nỗi oan, những vô nhân thiếu tình người của không biết bao oan trái ngược đãi sẩy ra hàng ngày nơi quê hương tôi.

Vì thế ở đời, có những chuyện sẩy ra tưởng là bi quan nhưng ngược lại không chừng lại là những bài học hiếm qúy, và những kinh nghiệm thiết thực mà ta tránh được biết bao nhiêu tai hoạ sau này. Đúng là: *"Một vài giờ cố gắng ở nhà trường, là những chuỗi ngày cơ cực mà ta tránh được trên đường đời."* Hơn nữa, bài học của tôi là bài học kinh nghiệm sống, bài học khổ đau vất vả, bài học của tang tóc bi ai, bài học của kìm kẹp vô nhân, bài học của những đứa trẻ mới lớn lên bị sa lầy trước viễn cảnh của cuộc sống không tương lai. Quả là mầu nhiệm quan phòng của Thượng-đế.

Mải suy nghĩ, tiếng chuông liên tục mà tôi không hay. Cũng may vừa lúc Qúy về, nên Qúy mở cửa cho Trang. Vừa bước chân vào Trang đã la lớn:

- Mày tính phơi nắng tao ở ngoài sao không chịu ra mở cửa.

Tôi nhìn Qúy ngạc nhiên, có lẽ tôi chưa hoàn hồn hay không hiểu Trang nói gì, nên hỏi Qúy:

- Con này nó bị thần kinh hở anh, sao vừa vào nhà là nó đã mắng em rồi.

Trang ngắt lời tôi, bảo Qúy:

- Em hỏi thật, sao anh có thể sống nổi với nó. Em không thể hiểu nổi anh yêu nó ở điểm nào. Con này càng ngày nó càng mất hết tâm trí hay sao ấy. Nó cứ như người trên mây. Hay tại nó bị thần kinh thật rồi đó anh?

Qúy dơ tay lên trời đùa:

- Anh chào thua, xin miễn trả lời. Ai mà hiểu Huyền hơn Trang.

Tôi tức quá, hỏi Trang:

- Sao mày kêu loạn lên vậy. Gặp nhau phải mừng rỡ chứ. Cái con khỉ này.

Trang đập vai tôi:

- Mừng, mừng lắm. Nhưng sao tao bấm chuông hoài mà mày không trả lời. Cũng may là anh Qúy về đúng lúc, không thì thao tưởng là mày không có ở nhà, tao đã phải ra xe về mất rồi.

Tôi trợn mắt nhìn Trang:

- Thật không? Tao đâu có nghe.

Trang lắc đầu:

- Mày có đi khám tai chưa, tao nghe mày bị bệnh tai nặng lắm phải không? Anh Qúy mới nói cho tao nghe, nếu không chữa ngay, sợ mày sẽ bị hễnh hãng nay mai, lại phải đeo máy khuyếch đại ở tai.

Tôi thấy mặt Trang tỉnh bơ, nên tưởng thật:

- Tao bị điếc hồi nào. Bộ anh Qúy nói thật hả. Tao đâu biết.

Trang bình thản:

- Chả lẽ chồng mày đi nói xấu mày.

Tôi nhìn Qúy. Qúy mỉm cười, lúc này tôi mới biết Trang đùa nên dơ đôi đũa đang cầm trên tay nhứ trên đầu Trang. Trang vội đưa cả hai tay lên đỡ vừa cười:

- Ê, đầu thờ ông bà đấy nghe. Bồ tao, tao cũng không bao giờ cho rờ đầu tao.

Tôi bỉu môi:

- Xạo! Con nhỏ này càng ngày càng lanh. Mày tía lia thế này ai mà dám lấy mày.

Trang trợn mắt nhìn tôi:

- Ê, lần thứ hai rồi nhé. Phải nói là Trang mà thèm lấy ai nghe không cô ả.

Tôi lắc đầu nhìn Qúy.

Qúy không nói, định đỡ gói đồ trên tay Trang. Trang thấy thế bảo Qúy:

- Em biếu anh. Qùa Houston chứ không phải New York đâu. Em mới ghé qua tiệm bán rượu Specs. Em nghe con Huyền nói anh thích rượu vang đỏ sản xuất ở Cali đúng không?

Qúy nhìn Trang, rồi nhìn tôi:

- Em phải cám ơn Trang đấy nhé. Nhờ phúc của em anh mới được hân hạnh quen Trang.

Rồi qúy quay qua Trang:

- Làm bạn với Trang thật may mắn. Sự hồn nhiên của Trang là liều thuốc tiên cho những người đối diện. Cám ơn Trang.

Trang lắc đầu:

- Anh nhớ là anh đã có vợ rồi nghe chưa. Kiểu nói với các cô thế này, thì liệu con Huyền nó ghen đấy.

Tôi nhìn yêu Qúy:

- Mày đừng lo. Tao có bùa, loại bùa này đã đeo vô cổ rồi thì đố mà dứt ra được.

Trang nheo mắt:

- Đừng tự tin quá nghe con. Mày biết chuyện của một anh chàng bị tù vì có quá nhiều vợ không?

Tôi không hiểu ý Trang muốn nói gì, nên nhăn mặt:

- Mày kiếm chuyện không à.

Nhưng Trang ngắt lời tôi:

- Ai mà kiếm chuyện. Mà có kiếm thì cũng là chuyện thật chứ đâu phải là chuyện hoang đường.

Tôi nói nhanh:

- Vậy chứ chuyện gì sao cứ rào đón mãi vậy, con khỉ.

Trang bình thản, còn nháy mắt với Qúy rồi mới nói:

- Bà Dorothy Dix một lần phỏng vấn một anh chàng nổi tiếng có nhiều vợ đã chiếm được trái tim và cả vốn liếng của 23 người đàn bà, lúc mà anh còn đang bị giam cầm trong khám chờ ngày ra toà vì tội có nhiều vợ. Mày biết bà ta hỏi gì không? Bà ta đã hỏi anh ta: "Làm sao anh có thể dụ dỗ được nhiều người đàn bà sẵn sàng dâng hiến tất cả từ trái tim tới tiền của cho anh?" Mầy biết anh chàng đang bị giam trong khám đó trả lời sao không?

Nhưng Trang không chờ tôi trả lời, tiếp luôn:

- Anh ta bình thản trả lời bà Dorothy: "Thằng khờ nào mà chẳng làm được, thì cứ khen họ cho họ nghe." Mày thấy không, bây giờ mày sợ chưa. Chồng mày mà khéo khen là bỏ mạng mày đấy con ạ.

Nói xong Trang quay qua Qúy cười:

- Xin lỗi anh, em chỉ đùa với nó, anh đừng để ý nhé.

Qúy hùa theo Trang:

- Đúng, ai mà chả thích khen, thật là bài học tâm lý đáng ghi nhớ.

Rồi Qúy còn ngọt ngào nhìn tôi nói:

- Em đẹp lắm.

Tôi nguýt Qúy;

- Đừng có mà ham, học tốt không học, mà học xấu là chết với em.

Nhưng Qúy nhìn Trang:

- Trang thấy không, khen đẹp cũng bị mắng thế mới khổ cho anh chứ.

Trang cười vừa lắc đầu:

- Nhưng anh cũng liệu đấy, máu hoạn thư của Huyền cũng không vừa đâu. Loại máu đen đấy anh ạ.

Nhưng bỗng Trang nhìn Qúy:

- Nhưng anh cũng nhớ không phải chỉ đàn bà là thích nghe khen, mà các ông nữa cũng không kém thích nghe nịnh hót, có khi bán cả nhà không chừng.

Qúy nhìn Trang định nói, nhưng Trang đã nhanh nhẹn:

- Anh biết thủ tướng anh là ông Disareli, một nhà chính trị khôn khéo đã nắm vận mạng nước Anh có lần đã nói: "Gặp một người, cứ nói với họ về chính bản thân họ, họ sẽ nghe bạn hàng giờ". Anh thấy chưa, đâu có phải chỉ đàn bà nhẹ dạ đâu.

Qúy cười lớn bảo Trang:

- Em khéo đổi đề tài thật. Tuy nhiên cám ơn em.

Và Qúy cười trừ có lẽ sợ Trang xoay qua đề tài đàn ông nên bảo tôi:

- Để anh dọn bàn. Ăn ở ngoài nhé em.

Tôi khẽ gật đầu, vừa làm bộ nháy mắt thương yêu, rồi dắt Trang ra phòng khách bên ngoài.

Tôi và Trang truyện trò tới gần 15 phút, tôi mới bảo Trang:

- Mày chờ tao. Tất cả đã xong. Chỉ còn nướng thịt là có thể bắt đầu.

Trang nhanh nhẹ:

- Mày cần tao giúp gì không?

Tôi trả lời:

- Không sao đâu. Mày ra coi ông xã tao dọn đến đâu rồi. Đúng 8 phút sau là có beef steak.

Trang đùa:

- Con này giỏi ra phết.

Và khi bưng beef steak lên, tất cả đã ngồi sẵn trên bàn. Tôi đặt thịt ra từng đĩa như đã sẵn trong ý tôi, tôi mới ngồi xuống. Lúc này Trang mới nhìn tôi:

- Mày khéo lắm. Tao nhìn cách đặt thìa, nĩa, dao... của ông xã mày, là biết nội tướng trong nhà này cũng bắt đầu cầu kỳ rồi.

Qúy ngắt lời Trang:

- Huyền luôn nói với anh, em rất khó tính, đặc biệt là về vấn đề ăn uống. Huyền có nói, em nói với Huyền, là đến nhà ai, chỉ cần nhìn cách họ đặt muỗm, nĩa, dao hay cách cầm dao với nĩa của họ là biết tính tình và cách sống của họ ra sao.

Rồi Qúy tiếp:

- Và có phải cũng như khi nhìn tay cầm rượu vang, hay ly rượu mạnh, là biết người đó có biết thưởng thức rượu hay không, đúng không hả Trang?

Trang nhìn tôi:

- Con khỉ này, cái gì cũng tâu với chồng làm tao xấu hổ với anh Qúy.

Rồi Trang nhìn Qúy:

- Em đâu dám múa rừu qua mắt thợ đâu anh. Anh mà nghe con nhỏ này, có khi anh bán cả lúa giống đấy.

Nhưng Qúy bình thản mỉm cười nhìn tôi nói:

- Nhưng khổ trên đời này không nghe vợ thì nghe ai. Chỉ sợ là không có vợ để nghe mới khổ, nên thôi, dù có phải bán lúa giống cũng đành chịu, phải không em.

Nói xong Qúy lại nháy mắt nhìn tôi. Rồi không đợi tôi trả lời, Qúy trịnh trọng:

- Nhưng nói thế thôi, chứ phải cám ơn Trang, thật sự Trang nói có lý. Tôi có đến dự bữa tiệc ở một người quen rất giầu bên Cali. Ông ta thuộc loại giầu có, hay tối thiểu họ nghĩ là họ giàu. Ông ta đặt tiệc từ một nhà hàng đưa đến tận nhà, món nào cũng đắt tiền và trình bày rất đẹp. Nhưng khi nhìn ông ta cầm dao và nĩa, thì thật là một thất vọng. Anh nghĩ, nếu các món ăn có chân, chắc cũng đứng dậy đi về hết, dù là ông ta có trả hơn bao nhiêu.

Rồi Qúy tiếp:

- Ăn uống là một nghệ thuật. Ông bà xưa đã chẳng nói thế sao? Vì thế, có tiền không có nghĩa là biết thưởng thức món ăn cũng như nghệ thuật ăn uống. Cái gì cũng phải học. Nên thành thật cám ơn Trang đã mang những kinh nghiệm tinh túy hấp thụ từ nền văn minh khác mà nhắc nhở bạn bè.

Rồi Qúy nháy mắt nhìn tôi:

- Trai sang nhờ vợ, đúng không em?

Tôi lườm Qúy:

- Ai mà nói là trai sang nhờ vợ bao giờ. Anh không sợ Trang cười cho sao? Dám đổi cả ca dao tục ngữ.

Qúy thản nhiên:

- Với mọi người thì trai sang nhờ bạn, còn với anh thì trai sang nhờ vợ mới đúng.

Tôi cười vừa lắc đầu nhìn Qúy rồi vui vẻ bảo Trang:

- Mày còn trách anh Qúy của tao nữa không? Chiều mày, hay đúng hơn là vì mày anh ấy xếp bàn ăn theo cách ăn steak ở nhà hàng đấy. Con khỉ này nhiều lúc cũng lắm trò đáo để khiến tao lắc đầu chào thua.

Nhưng rồi tôi chọc Trang:

- Nhưng anh ấy không khen mày đẹp đâu nghe không.

Trang cười lớn:

- Con khỉ này nó dai như đỉa.

Và Trang cũng không vừa:

- Hay mày sợ thật rồi đấy?

Nhưng tôi nhìn Trang và Qúy:

- Ở đâu thì được chứ gặp bà nhớ phải tránh xa. Không chỉ là Hoạn Thư mà còn gấp mấy Hoạn Thư đó nghe không.

Chúng tôi cùng nhìn nhau cười rộ, một không khí an lành hạnh phúc.

Rồi tôi bảo Qúy:

- Anh khui chai rượu của Trang đi.

Qúy nhanh nhẹn:

- Dĩ nhiên, đây là sự khéo léo nữa phải không Trang. Vì chắc chắn chai rượu Trang mang tới phải hợp với khẩu vị của Trang.

Trang hơi đỏ mặt, lâu rồi tôi mới thấy sự thẹn thùng thời con gái của Trang.... Trang nói, giọng nhẹ nhàng:

- Xin lỗi anh, có lẽ đây là tật xấu của em, uống rượu mà không đúng, nhất là loại ly uống rượu, loại nào phải ra loại ấy, nếu không hình như mùi rượu sẽ bị giảm đi rất nhiều. Cũng như ăn steak mà ăn đĩa giấy anh có còn cảm thấy được mùi vị steak không?

Qúy cười:

- Anh nghĩ, những người biết ăn uống ai cũng thế. Có lẽ em không nên trách mình..

Trang nhún vai:

- Cám ơn anh.

Và chúng tôi cùng ăn, cùng uống và cùng nói những chuyện vui, khiến tất cả chúng tôi đều cảm thấy như niềm hạnh phúc thật đang hiện hữu và cùng nắm tay chúng tôi mỉm cười. Và khoảnh khắc đó, tôi không còn chút ưu phiền...

Khi bữa ăn kết thúc đã gần 8 giờ. Qúy bảo tôi:

- Em nói chuyện với Trang, để anh dọn cho. Ngoài trời mát lắm, em dẫn Trang ra phía sau hưởng gió hồ.

Nhưng tôi không nghe lời Qúy, bảo Trang:

- Mày giúp tao một chút, dọn xong, bỏ tất cả vào máy rửa chén rồi ra ngoài nói chuyện sau.

Và quay qua Qúy:

- Anh lên nhà chơi với con. Ở đây là chuyện của đàn bà.

Qúy đùa:

- Ôi vợ tôi vừa đẹp mà lại vừa thương tôi quá.

Trang cười theo. Hình như Trang đang vui với hạnh phúc của tôi.......

Khi đã rửa chén đĩa xong, lúc tôi và Trang ra ngoài, trời vẫn còn sáng. Tôi nghe thấy chim hót trên mái nhà. Tiếng chim thật hạnh phúc và trong vắng. Lòng tôi bồn chồn và bỗng dưng tôi nghĩ tới sự mong manh của con người. Tôi bất chợt hình dung một lúc đây Trang sẽ về, còn tôi và Qúy, tôi lại phải đương đầu với lo lắng và bấn loạn trong tâm hồn. Nghĩ vậy, tôi kéo Trang ngồi trên chiếc ghế đu.

Chúng tôi ngồi được một lúc, Trang bỗng hỏi tôi:

- Bệnh của Qúy ra sao?

Tôi trố mắt nhìn Trang:

- Bệnh gì?

Trang thở dài:

- Tao cũng biết một chút.

Tôi không nhìn Trang:

- Ai nói cho mày?

Trang bình thản:

- Bác Kha.

Tội vội vàng:

- Mày quen bác Kha.

Trang gật đầu:

- Quen lâu rồi, hôm nay tình cờ gặp bác ở tiệm cắt tóc, bác hỏi tao làm gì tối nay. Tao nói là tao xuống mày. Nhưng khi vừa nghe tên mày, như linh tính, bác hỏi có phải mày có chồng tên Qúy không? Tao trố mắt nhìn bác. Bác không nói gì, chỉ bảo tao cố gắng an ủi mày, vì mày đang phải trải qua giai đoạn rất nghiêm trọng. Chính vì thế tao mới biết anh Qúy đang bị bệnh.

Tôi thở dài, Trang thận trọng nói với tôi:

- Lẽ ra bác Kha không nói đâu. Bác ấy kín lắm. Nhưng có lẽ biết tao là bạn thân với mày nên mới nói, có lẽ bác có ý như muốn nhờ tao để ý tới mày lúc này.

Tôi nhìn ra bờ hồ, lòng chút giao động:

- Thật ra, tao cũng biết phần nào cách trị liệu của chồng tao. Tao cám ơn bác Kha đã nghĩ tới tao, còn an ủi và giải nghĩa cặn kẽ bệnh của chồng tao. Tao cảm động hết sức.

Tôi im lặng, ngẫm nghĩ khá lâu rồi tôi mới nói:

- Bác kha chỉ biết Qúy bây giờ, nhưng không biết Qúy hơn hai mươi năm trước, nên bác kha không hiểu nổi được tất cả những gì Qúy và tao đã trải qua.

Ngừng một chút:

- Cuộc đời Qúy không đơn thuần như thế đâu.

Và tôi từ từ kể cho Trang:

....

Qúy sinh ra, lớn lên tại vùng cao nguyên, nơi có hồ Xuân Hương, có tiếng thông vi vu, có sương mù bao phủ, có những dòng suối nên thơ, có những thác đổ thì thầm như những thỏ thẻ của những cặp tình nhân yêu nhau, và có những đồi cỏ tình tứ cùng với thung lũng yêu đương chập chờn giai nhân ngoạn mục.

Qúy chào đời trong lúc bố mẹ Qúy đang làm ăn thịnh vượng nên Qúy có một đời sống rất sung túc, cả tinh thần lẫn vật chất. Chính vì thế, những ngày ấu thơ của Qúy được nuông chiều săn sóc trong vòng tay bà nội như một trân qúy. Bà nội của Qúy đã cho Qúy những cảm giác thương yêu mà Qúy không bao giờ quên. Qúy yêu bà nội, yêu bố mẹ, tình yêu trong sáng của một đứa trẻ thuần chất như càng khiến Qúy trở nên dễ mến với mọi người.

Khởi sự từ miền bắc Việt Nam, di cư vào nam năm 1954, bỏ lại sau lưng tất cả của cải, nhất là bố mẹ Qúy đã mất đi hai người con, một trai và một gái vẫn còn trong tuổi ấu thơ trong thời gian đó.

Và vì vận nước cũng như những khó khăn trong thời gian khởi đầu cuộc đời mới, nên mãi tới năm 1957 người con trai thứ ba mới chào đời, rồi kế đó là một anh và một chị của Qúy theo sau.

Vào năm 1959, giữa lúc gia đình Qúy đang làm ăn

thịnh vượng, bố Qúy được chuyển qua công dân vụ lo việc phát triển ấp chiến lược đã được thành lập, trước khi giải ngũ vào năm 1961.

Sau cuộc đảo chính chính phủ Ngô Đình Diệm, thì bố Qúy đã trở thành một thương gia thành công tại Đà Lạt, chính lúc thành công của bố là lúc Qúy chào đời, để rồi sau đó lại có thêm sáu người em, hai trai bốn gái, trong đó có một cặp song sinh.

Qúy lớn lên trong trọn vẹn thương yêu của tuổi dại cho đến năm 1974, Qúy được gửi vào trường Salesian Trạm Hành Đà Lạt, một nhà dòng được sáng lập do thánh Don Bosco từ Ý quốc đã du nhập vào miền bắc Việt Nam từ trước năm 1954. Nhưng sau năm 1954, nhà dòng đã di cư vào miền nam. Và từ đó, nhà dòng đã gầy dựng hai điểm khác nhau, một ở Thủ Đức, để cho những ai muốn trở thành linh mục, hai là Gò vấp chủ trương quy tụ tất cả các thành phần, kể cả các em bụi đời, hay những trẻ muốn được huấn nghệ để có những nghề chuyên môn, hầu có đời sống vật chất yên ổn để gầy dựng một gia đình trong sáng và ích lợi cho đất nước và xã hội. Sau này, vì nhu cầu, nhà dòng càng ngày càng phát triển nên đã mở thêm hai chi nhánh là Trạm Hành cho chủng sinh, cũng như trường thần học tại Đà Lạt để dậy triết học và thần học cho các thầy trước khi khấn và thụ phong linh mục.

Bố mẹ Qúy gửi Qúy vào trường Don Bosco Trạm Hành, hiển nhiên là muốn cho Qúy trở thành linh mục sau này. Chính điều đó nói lên lòng sùng đạo và thương yêu của bố mẹ Qúy đối với Qúy, nhất là lại gửi vào một trường có lối giáo dục tây phương, một lối giáo dục cởi mở và luôn hướng dẫn trẻ em biết xử dụng năng khiếu của mình, chứ không bị gò bó bởi những câu lệ thái quá như nhiều nhà dòng, chủng viện hay các trường khác. Hơn nữa vì là nhà dòng, nên kỷ luật cũng không giống như các trường ngoài, nên Qúy đã được huấn giáo tỉ mỷ và luôn sống trong ân sủng của một người Kitô giáo, nhất là đời sống cộng đồng luôn được trau truất và hướng dẫn theo tinh thần sống vui, sống khỏe của thánh Don Bosco.

Nhưng rồi, mới chỉ được một năm thì biến cố 75 sẩy ra, nhà dòng bắt buộc phải di tản tất cả chủng sinh về Sàigòn qua đường biển Nha Trang. Thế là bố mẹ Qúy cũng phải bỏ lại tất cả sau lưng, bỏ lại sự nghiệp to lớn mà đã bao năm miệt mài xây dựng, vì hơn ai hết, bố Qúy biết rằng, nếu không quyết định ra đi, sẽ là tai hoạ lớn cho gia đình, nhất là bố Qúy đã từng là một trong những thanh niên cầm súng chống lại Việt Minh trước năm 1954.

Thế là gia đình Qúy khánh tận từ đó. Sự khánh tận không vì làm ăn thua lỗ, mà chỉ vì vận nước thay đổi trong ngặt nghèo bi ai.

Nhưng rồi gia đình Qúy không may mắn, dù đã bao lần tìm đường vượt biên, nhưng lần nào cũng thất bại. Thế là bố Qúy quyết định trở về lại Đà Lạt. Nhưng tất cả đã hết, tất cả trắng tay, vì tất cả tài sản và nhà cửa của bố Qúy đều đã bị tịch biên. Ngoài ra, thời gian đó, bố Qúy bị bắt đi cải tạo để tẩy não, danh từ nghe thật khôi hài, nhưng là sự thật, một sự tẩy não lạ đời.

Gia đình Qúy lúc bấy giờ thì miếng đói miếng no, xếp hàng lãnh gạo hàng ngày như đi ăn xin. Cam cảnh thật não nề, nhất là thời gian đó Qúy trở lại trường, bị loại vào thành phần thuộc gia đình có tội với nhà nước, nên Qúy đã bị bức chế và hành hạ tinh thần liên tục, nên tuổi hồn nhiên của Qúy hoàn toàn bị tước đoạt, để rồi không biết bao nhiêu lo lắng, bao nhiêu muộn phiền đã luôn dồn dập trong tuổi dại của Qúy, nhất là khi nghĩ tới ngày mai, nghĩ tới bố mẹ và gia đình sẽ làm sao đủ ăn, đủ mặc. Và có lẽ chính những cùng cực và bức hiếp này đã cho Qúy sự qúy hoá của tự do.

Nhưng rồi cũng năm đó, vào cuối năm học, các học sinh được gọi lên chích ngừa dịch cúm. Qúy cũng có tên trong số học sinh chích ngừa. Đêm đó, sau khi chích ngừa về, tay của Qúy bị ngứa rồi sưng phồng lên, nhất là người

Qúy nóng ran và Qúy bị cơn sốt hành. Cơn nóng sốt đó kéo dài cả tuần sau mới lành. Tưởng là đã khỏi, ngờ đâu sau một tuần, cơn sốt trở lại, và cứ thế, cơn sốt cứ liên tục tái diễn. Ngoài ra, Qúy còn bị ói, đôi khi còn ói cả ra máu, chân tay thì nổi đầy mề đay, có khi cả người sưng vù, và người ta bảo Qúy bị bệnh sốt xuất huyết.

Nhưng cuộc sống không yên, nên dù trong đau đớn và bệnh hoạn, Qúy đã phải theo gia đình di chuyển về vùng kinh tế mới. Giữa lúc đó anh Phán, người anh lớn, bị tù tội khiến mẹ Qúy đã càng lo lắng cho tương lai của Qúy, e sau này cũng sẽ bị hoạ lây, cũng sẽ bị bắt bớ giam cầm, nên bố mẹ Qúy đã tìm đủ cách cho Qúy và anh em Qúy vượt biên.

Nhưng thật ra, không phải chỉ bố mẹ Qúy, mà cả nước, nhất là miền Nam, từ khi bị thay mẫu và biến dạng, để rồi bao đắng cay bao trùm, rồi bao hệ lụy nẩy sinh, khiến con người chỉ còn là những xác không hồn, lúc nào cũng mang nặng tâm trạng hãi hùng khiếp sợ.

Người ta đã bị nô lệ ngay chính trong thân phận khổ đau nhất. Rồi kẻ đi người ở. Ai cũng tìm đường vượt biên, tìm đường trốn chạy, và tìm đường để khỏi phải bị rình rập, bắt bớ, giam cầm.

Họ là ai, là những người cùng chung dòng máu, hay họ là những kẻ ngoại bang ngay chính trong quê hương họ. Ôi còn gì đau xót và ngậm ngùi cho bằng chính những người cùng huyết thống lại tự vùi dập, và hành hạ lẫn nhau. Và trong hoàn cảnh khốn cùng đó, không chỉ gia đình Qúy, mà không biết bao gia đình khác cùng chung số phận, bị chà đạp, bóc lột và ức hiếp luôn.

Thế là từng dãy phố, từng căn nhà và của cải, cách này hay cách khác, tịch thu, chiếm cứ với đủ lý do, mà lý do dễ và gần nhất là thuộc quyền của đảng, của nhà nước...

Những ngày đó bố mẹ Qúy đã rất vất vả, phần thì lo tiền để trả cho những người đưa mối, phần thì sợ công an rình rập. Ngoài ra, còn phải lo đúng chỗ, nếu không tiền mất tật mang. Bố Quý âm thầm tìm đủ cách, lúc Phước Tuy, lúc Vũng Tàu, Lúc Rạch giá, và ngay cả đường bộ. Quý đã đi tổng cộng hơn hai mươi lần. Quý đã từng bị bắt, bị giam tại Năm Căn, Cà Mâu. Nhưng một mực Quý không hề nản lòng, Quý được thả ra và khi về, lại tiếp tục và tiếp tục kiếm đường vượt biên.

Hơn hai mươi lần vượt biên của một đứa trẻ bệnh tật như Quý quả là một con số không nhỏ. Hơn hai mươi lần không thành công, lần nào cũng lại phải chui rúc, phải trốn tránh và phải kịch kỡm với mọi người.

Mãi tới lần thứ hai mươi hai, không biết đây có phải là con số may mắn của Quý, như người Tầu thường tin vào số 8 hay không? Quý đã đi thoát từ chiếc thuyền khởi hành từ Phước Lộc, thuộc tỉnh phước Tuy. Một thân một mình, một người con trai trẻ, rất trẻ đã phải rời quê hương mà chính mình không biết đi về đâu, và dù có đến được bến bờ tự do, thì làm sao có thể kiếm sống?

Nhưng tất cả vẫn là niềm tin, mọi việc trên đời là đều do sự an định của Thiên Chúa. Niềm tin vào tình yêu và sự quan phòng của Đấng mà Quý đã tin, đã cho Quý sự can đảm, để rồi Quý phó thác, và sẵn sàng đón nhận tất cả sự nguy hiểm sẽ đến.

Quý không thể ở lại nơi mà Quý biết sẽ không còn hy vọng. Quý phải đi, phải làm một điều gì đó cho mình và cho đời... Và Quý ra đi trong sẵn sàng. Phải chăng Quý đã lãnh nhận được chút gì đó trong những ngày được uốn nắn trong nhà dòng, mà nhờ đó Quý can đảm và vững tin hơn, nhất là với niềm tin tôn giáo, giống như sự sẵn sáng của thánh Savio, khi thánh Don Bosco hỏi, lúc đó thánh Savio cùng đang đá banh với các bạn đồng lứa ở ngoài sân: "Nếu bây giờ sắp tới giờ tận thế thì các con phải làm gì". Vừa nghe thánh Don Bosco hỏi thế, tất cả các trẻ bỏ chạy vào nhà thờ chỉ mình thánh Savio là vẫn tiếp tục đá banh như không có gì sẩy ra. Thánh Don Bosco thấy thế mới hỏi thánh Savio: "Tại sao tất cả các bạn của con vào nhà thờ hết, còn một mình con thì vẫn tiếp tục chơi banh?" Thánh Savio bình thản trả lời trong nụ cười tự tin và sẵn sàng: "Thưa cha, lúc nào con cũng sống và sẵn sàng theo ý Chúa".

Nhưng nói thế nào thì thế, là con người, thì làm sao tránh khỏi những khổ luỵ, nhất là đối với người khỏe mạnh bình thường đã khó khăn, huống hồ một chàng trai trẻ bệnh hoạn như Qúy. Nhất là lúc bấy giờ nào Qúy hiểu rằng, chính vì chích thuốc ngừa đã khiến Qúy trở thành người bệnh hoạn hay yếu đau, chứ không phải từ bẩm sinh như người ta đã nói.

Những đau đớn cùng độ, cùng với những đói khát quả đã làm Qúy như người sống dở, chết dở. Con thuyền của Qúy vượt biên, cũng như những con thuyền mỏng manh khác, cũng đã phải bị mưa gió, bão tố, đói khát hoành hành. Những ngày lênh đênh trên mặt biển quả như những ngày đền tội nơi trần gian. Nó đau lòng, nó xót xa và đầy truân chuyên. Cũng may, thuyền của Qúy không bị hải tặc cướp giật, và năm ngày sau cập được bến Kuku Indonesia, sau đó Qúy được chuyển qua đảo Galang, và đã sống trên đảo Galang 17 tháng trời trong cô quạnh.

Với tuổi bé bỏng của Qúy, quả thật tin rằng, Qúy và mọi người trên thuyền còn sống sót phải như một phép lạ. Giá phải trả cho tự do quả thật qúa đắt, thế mà không hiểu sao mọi người vẫn tìm đường vượt biên, tìm đường trốn khỏi quê hương dấu yêu, nơi mà họ sinh ra, lớn lên, và đặc biệt ở nơi đó có hương hoả, có mộ phần của tổ tiên, và chính là nơi chôn nhau, cắt rốn của họ. Họ còn bỏ lại gia đình, vợ con và thân bằng quyến thuộc, điều đó quả đã nói lên tất cả những bi ai mà chính quyền mới đã mang đến cho họ, nó phải rất là kinh hoàng, rất là dã man, và rất là bạo quyền mới khiến người người bỏ trốn.

Người ta dùng bao ngôn từ mỹ miều cứu nước, độ dân. Dân sống giầu, sống mạnh. Dân cơm no áo ấm, nhưng làm sao dân lại sẵn sàng hy sinh mạng sống mình, sẵn sàng phơi thây trên biển cả, sẵn sàng bị cưỡng hiếp, bị hành hạ để ra đi, điều đó nói lên điều gì? Ai trả lời, và phải trả lời sao?

Nhưng thật sự, khi đặt chân trên lên Kuku, Indonesia, mà Qúy vẫn không tin mình còn sống, và có thể đến được bến bờ tự do này, dù là một nơi Qúy chưa hề nghe tên. Qúy luôn nghĩ, Qúy đã bị vất xác trên biển cả, nhất là sau những giấc mơ hãi hùng dồn dập khi Qúy còn lênh đênh trên chiếc thuyền mỏng manh giữa biển khơi. Qúy mơ thấy hải tặc Thái lan hành hạ, cướp bóc. Chúng chỉ họng súng vào tim Qúy, rồi cùng nhau cười đắc thắng không chút tình người. Rồi chúng bóp cò và Qúy bị nổ tung, cùng không biết bao nhiêu giấc mơ kinh hoàng khác dồn dập khiến Qúy tê dại và lo sợ khôn cùng....

Những giấc mơ đó dần thành thói quen khiến Qúy tưởng như thật. Vì thế, ngồi trên bờ cát của đảo nhìn ra bờ biển xa, xa lắm, ngoài tầm mắt Qúy, Qúy mường tượng tới bố, hình dung tới mẹ đang khóc lóc kêu gào thảm thiết, và đang thương tiếc Qúy, thương tiếc đứa con đã chết trên biển cả.

Ôi! đời sống sao cheo leo và mỏng manh thế. Qúy khóc hàng ngày và lo sợ hàng ngày. Nhưng Qúy làm được gì ngoài ngồi đây nhìn biển vắng. Nhìn loã lồ của đêm trăng, và nhìn cái thô tục của con người qua những câu chuyện cưỡng dâm, hiếp đáp của côn đồ hải tặc, và những bất công sát máu nơi quê hương mình.

Qúy còn bé qúa, chính vì thế, đôi khi Qúy giận bố mẹ sao lại để Qúy ra đi một mình. Nhưng rồi những ý nghĩ đó chỉ thoáng qua. Vì Qúy biết bố mẹ thương Qúy rất nhiều, nên mới phải hy sinh cho Qúy đi.

Nhưng những ngày trên đảo chưa khô chân, thì Qúy lại bắt đầu bị xuất huyết, lúc đầu thì ít, càng ngày càng nhiều, huyết đổ ra rồi tự nhiên ngừng lại, Qúy lại trở lại bình thường. Cứ hai hoặc ba tháng một lần như thế. Và vì không có thuốc nên Qúy cứ cắn răng cam chịu và phó mặc.

Những nặng nề lo sợ trong tương lai trong đầu Qúy lúc bấy giờ quả thật nhiều, lúc nào cũng hiện hữu. Nhưng rồi Qúy cố gắng tìm cho mình một điểm tựa chính, là cầu nguyện.

Qúy ôn lại những bài giáo lý vỡ lòng. Ôn lại những lời thánh kinh. Ôn lại những châm ngôn hàng ngày Qúy được nghe qua từ các thầy, các cô và ngay cả bố mẹ Qúy. Nhất là Qúy ôn lại từng giờ, từng ngày cùng các bạn trong nhà dòng, lúc học hành, lúc cầu nguyện chung nơi nhà dòng Don Bosco ở Trạm Hành, những ngày mà Qúy tưởng như thần tiên và thánh thiện đó đã luôn là những nhắc nhở cùng sâu, nhất là mỗi sáng, mỗi tối, mỗi trưa của những lời cầu nguyện như là liều thuốc an thần của hạnh phúc trong ơn bền đỗ.

Đời sống chủng sinh vỏn vẹn một năm trời nhưng lại là những ghi nhớ thánh thiện của đời Qúy. Qúy thật luôn nghĩ, và nhờ đó mà tâm hồn Qúy thảnh thơi lúc cùng tận của bi ai. Bài học, hay gương lành của thánh Savio vẫn luôn sống bên Qúy. Và Qúy luôn ghi nhớ từng chi tiết, những lời huấn giáo từ các thầy, các cha... Và nhất là, Qúy càng cố gắng tạo cho mình những suy nghĩ của một đứa trẻ mồ côi, tối thiểu lúc này. Vì tâm hồn Qúy rất cô lạnh. Qúy tưởng như bố mẹ và gia đình tất cả không còn, tất cả đã ra đi. Qúy chỉ còn trơ trọi trên thế gian này.

Qúy trải qua mười bảy tháng ở đảo, mười bảy tháng sống trong thiếu thốn với căn bệnh càng ngày như càng nghiệt ngã. Người Qúy còn bắt đầu bị sưng phù lên khiến có người ngạc nhiên hỏi qúy vì sao. Nhưng Qúy biết trả lời sao, vì chính Qúy và ngay cả những người y tá đã khám cho Qúy lúc đó cũng không biết lý do. Hay cũng có thể Qúy là người tị nạn, là một con người tồn tại, nhưng như là một con số không, một người mà không ai cần phải thăm hỏi, cần phải lo cho. Số của Qúy đã bị liệt vào một loại sau cùng, loại cùng đinh, không chỉ không nhà, mà còn là cô nhi.

Và rồi, một thứ bệnh khác lại xuất hiện cùng lúc, da Qúy càng ngày càng trắng bạch vì thiếu chất melalin, chất bạch tràng, không còn chất làm mẩu da xám lại.... Thân thể của Qúy thì càng ngày càng sưng phồng như bị phù thủng, cộng thêm da càng ngày càng trắng như lợn cạo, một thứ da trắng khác người vì không đủ chất tố để làm làn da Qúy xám, điều này làm sao không khiến Qúy lo sợ và kinh hoàng. Nhưng Qúy biết giải bầy cùng ai...

Từ đó, Qúy thường ra bờ biển nhìn về Việt Nam. Qúy luôn nghĩ đến bố mẹ, nghĩ tới thân phận côi cút, nghĩ tới lúc chết không có người thân... Và Qúy lại khóc. Qúy không phải là bạc nhược, nhưng thật sự, nếu Qúy không sợ tội, và không sợ chết sẽ xuống hoả ngục, có lẽ Qúy đã lội ra biển để dìm mình xuống sâu trong lòng biển. Và Qúy hy vọng, cơn sóng nào đó sẽ đưa xác Qúy trở lại quê hương mình.

Rồi một ngày, Qúy được gọi, được bảo lãnh qua Mỹ theo dạng mồ côi. Qúy có bố mẹ nhưng giờ này Qúy trở nên là một đứa trẻ mồ côi không gia quyến. Thật đau buồn và xót thương cho thân phận mình. Nhưng cũng may, Qúy được Chúa thương, phải chăng là nhờ vào niềm tin và lời cầu nguyện hàng ngày của bố mẹ, những người còn sống ở Việt Nam, đã hàng ngày không ngừng khấn xin cho Qúy được may mắn, còn sống và được đến bến bờ tự do an toàn, nên Qúy đã được linh mục Nguyễn Hữu Dụ ở Houston bảo lãnh Qúy theo diện mồ côi.

Cầm tờ giấy trên tay, Qúy thật vui mừng. Qúy đã cùng bạn bè, những người sống chết trên đảo trong mười bẩy tháng qua ăn mừng. Tất cả chúc mừng cho Quý và cùng hẹn gặp bên Mỹ ngày sớm nhất.

Niềm hy vọng của những người sống trên đảo không phải từng ngày mà là từng giây. Ai cũng háo hức, do đó, ai có tên gọi đi định cư, nào khác chi như trúng số độc đắc.

Đêm đó, Qúy thức trắng đêm, Qúy ra bờ biển nhìn trời, bầu trời hình như cũng vui mừng với Quý. Qúy cảm thấy sóng biển hôm nay nhẹ nhàng và êm ả như lời ru của mẹ. Bài ca dao gợi về cho Qúy thuở ấu thơ mồn một, và Qúy bật khóc. Qúy gọi tên bố, gọi tên mẹ và gọi tên từng người trong gia đình, anh, chị, em của Qúy.

Qúy nhìn về hướng Việt Nam, nhìn xa trong chân trời của đêm vắng và Qúy cảm nghiệm như bố, như mẹ đang vẫy tay chào Qúy và chúc Qúy ra đi hạnh phúc. Qúy cũng nghe thấy tiếng thì thầm, ngọt ngào và mát dịu như dòng suối mát của mẹ, lời mẹ ru con... Ôi thật là hạnh phúc khi nghĩ tới mẹ. Qúy ao ước được gục đầu vào lòng mẹ để ngửi lại mùi sữa mẹ. Và Qúy lại hét lên trong thanh vắng:

- Mẹ ơi con nhớ mẹ, con yêu mẹ..

Rồi Qúy thải dài trên bãi cát. Qúy cúi xuống và vốc lên tay một vụm cát. Qúy theo hướng gió thả dần. Bàn tay Qúy xoè ra, những hạt cát mong manh bay trong gió. Qúy chợt nhớ câu:

Thân em như tấm lụa đào.
Phất phơ trước gió biết vào tay ai.

Qúy không là con gái, không là người con gái đang tuỳ số phận. Qúy là một đứa trẻ, một đứa trẻ, một thân một mình qua Mỹ, nơi chốn không quen, không biết, thì có khác chi người con gái nhắm mắt đi theo định mệnh, để rồi cũng như những hạt cát trên tay Qúy, rơi, bay và trôi dạt nơi đâu... Ai mà biết và đoán được. Và Qúy lẩm bẩm:

Gió lộng thuyền trôi không bến đỗ
Lang thang kiếp sống vốn không nhà
Ra đi phó mặc trời đưa đẩy
Bến đó thuyền đây ai đón đưa

Qúy rời Galang bằng tàu, qua Singapore, và từ Singapore sẽ được qua Mỹ bằng máy bay. Đấy là hành trình ấn định sẵn của Qúy. Nhưng trước khi nhập vào Mỹ, thủ tục đầu tiên vẫn là kiểm tra sức khoẻ. Người Mỹ rất kỹ, họ không muốn mang những bệnh truyền nhiễm vào đất Mỹ. Cũng chính lần kiểm soát này, bác sĩ bên Singapore mới tìm thấy áp xuất huyết của Qúy quá cao, nhất là so với tuổi còn trẻ như Qúy.

Vì thế, Qúy bị đình hoãn và phải khẩn cấp nhập viện. Người ta đã di chuyển Qúy qua bệnh viện Singapore để chữa trị và tìm hiểu nguyên nhân bệnh lý của Qúy vì sao. Nhưng không may cho Qúy, là cả gần tháng, người ta vẫn tiếp tục cho Qúy uống thuốc mà không tìm ra nguyên nhân chính của bệnh. Không hiểu vì kém kỹ thuật nghề nghiệp hay vì Qúy là người tị nạn. Qúy đã lo lắng lại càng lo lắng vì sợ sẽ không được đi Mỹ. Qúy tưởng như người lạc vào chỗ khắc nghiệt đầy thống khổ thêm một lần nữa, nên có những đêm vì hoang mang, Qúy đã khóc và không cầm được sự xúc động buồn đau trong lòng. Những lúc đó, ngoài lời cầu nguyện, thật sự lúc nào Qúy cũng kêu mẹ, kêu bố để cầu cứu. Nhưng bố mẹ Qúy xa quá làm sao có thể vuốt ve và an ủi Qúy. Và Qúy lại khóc, lại ngậm ngùi chờ đợi và chờ đợi

Cũng may, là dù không tìm ra được nguyên nhân chính, nhưng bệnh tình Qúy thuyên giảm nhờ thuốc của bệnh viện, do đó, cuối cùng, Qúy được xắp xếp và lên đường.

Thế là Qúy đi Mỹ, lần này, trên đường ra phi trường tim Qúy đập thật nhanh vì lo sợ. Qúy cố gắng thinh lặng vì sợ áp xuất lên cao. Qúy cầu nguyện và xin Đức Mẹ phù trợ. Và Qúy may mắn, lần này Qúy đã lên máy bay, và thực sự đã qua Mỹ, nơi mà Qúy hằng mong mỏi từ ngày rời Việt Nam.

Xuống phi trường Houston, Qúy như mờ mắt trước ngỡ ngàng khác lạ, nhất là chính thức đặt chân trên đất Mỹ. Qúy còn nhớ, Qúy xách một cái túi xách bằng vải bạc mầu với bộ quần áo, tới bây giờ Qúy không biết diễn tả làm sao. Nhưng có một điều, chắc chắn khi mọi người chung quanh nhìn Qúy lúc bấy giờ, không ai mà không có thể không đoán ra Qúy từ đâu đến. Chắc chắn với những người qua Mỹ trước, nhìn Qúy phải thấy Qúy thật quê mùa và tôi nghiệp, hình ảnh của Qúy chắc chắn không khác chi những đứa trẻ thiếu ăn, thiếu mặc và nghèo nàn bên xứ văn mình này, nhất là sự ngơ ngác và khờ khạo của Qúy. Vì thế, Qúy thật sự đã run run khi được cha Dụ đón tiếp tại phi trường.

Gia đình Qúy rất ngoan đạo, và đối với các linh mục rất kính trọng, do đó, hôm nay Qúy được một vị linh mục đích thân bảo lãnh, và ra tận phi trường đón, thì hẳn nhiên lòng Qúy tràn ngập sự hãnh diện và niềm vui.

Hơn nữa, dù chỉ một năm trời ngắn ngủi được chung sống trong mái trường Don Bosco, một nơi mà ở đó đã đào tạo cho những học sinh tuổi của Qúy ngay từ đầu đã tiêm nhiễm lòng tin tưởng và sự hăng say của tuổi trẻ. Ngoài ra, trong tâm hồn của Qúy từ nhỏ đã được bố mẹ hun đúc, và xới bón bằng niềm tin tôn giáo, cùng một ý niệm sẵn sàng hiến mình cho Chúa, để làm việc cho tha nhân, thì làm sao Qúy không kính phục các linh mục, chức năng mà chính Qúy cũng thường ao ước luôn trong lòng.

Nhưng nói gì thì nói, giờ này, đứng trước mặt cha Dụ, Qúy vẫn bồn chồn với chút lo sợ mông lung.

Qúy rưng rưng hàng lệ và không biết mình nói gì.

Mãi thật lâu, lâu lắm, khi cha Dụ đến cầm tay Qúy thân thiện thăm hỏi, Qúy mới cúi đầu thật thấp vừa lí nhí trong miệng:

- Con cám ơn cha.

Và chỉ có thế. Đấy là tất cả lời chào hỏi, lời cám ơn và sự vui mừng của Qúy... Con cám ơn cha.

Cha Dụ như thấu hiểu và thông cảm, nên đã dắt tay Qúy như một người thân yêu lâu gày gặp lại, không khác chi người cha trong phúc âm vui mừng vì đứa con bỏ nhà ra đi trở về... Một cảm xúc đầy thương yêu mà cả đời Qúy chưa quên....

Rời phi trường lòng đầy cảm xúc, nhất là khi từ phi

trường về nhà cha Dụ, lòng Qúy như đạt dào niềm vui khôn tả. Bây giờ Qúy mới dám nghĩ mình thật sự đã đặt chân trên đất Mỹ. Có lẽ vì những sợ sệt lo lắng qua bao năm qua đã khiến Qúy luôn nghi ngờ niềm tin, và lúc nào cũng lo sợ mông lung. Ôi thật là não nề và đau thương cho tuổi trẻ Việt Nam, vì mất niềm tin mà chính mình không hay.

Nhưng sống ở Houston được ba tháng thì Qúy cảm thấy việc học hành bất tiện, vì trường học quá xa, lại không có phương tiện công cộng di chuyển hàng ngày đến trường, nhất là, từ ngày sang Houston, dù bệnh tật, Qúy cũng đã tìm cách đi làm, và được một người quen cha Dụ, tìm cho một việc lựa cá.

Công việc dĩ nhiên là vất vả, nhưng không sao sánh được sự vất vả của bao tháng ngày qua mà một đứa trẻ mới lớn như Qúy đã phải trải qua, nên với Qúy, rất là bình thường và không hề than nặng nhọc khổ cực. Chỉ một điều, vì không quen với công việc làm cá biển nên mùi tanh của cá quả đã làm Qúy khó chịu, nhất là mỗi ngày sau khi đi làm về, mình mẩy và quần áo toàn mùi cá, khiến Qúy đã phải tẩy, phải rửa, nhưng quả thật mùi tanh của cá khó sao có thể chùi hết, trừ là đã quen, và khi quen rồi, thì nó không còn làm cho người ta cảm thấy khó chịu, chỉ ngại là có ai đến, hoặc xã giao, thì bất tiện vô cùng.

Nhưng lý do chính vẫn là phương tiện đến trường, vì Qúy không nói, nhưng tâm ý Qúy, dù hoàn cảnh nào, Qúy cũng phải học, vì đó cũng là mục đích Qúy qua đây. Cũng may, bên Cali Qúy đã liên lạc với một người bạn trước kia cùng sống bên đảo với Qúy, sẵn sàng cho Qúy ở chung, nhất là trường học gần nhà, chỉ chần chiếc xe đạp làm phương tiện là Qúy không phải lo gì hết. Nhờ đó, Qúy đã quyết định di chuyển qua Cali để có thể tiếp tục việc học hành cũng như tạo cho mình niềm tin mới để sống, dù biết rằng, nếu Qúy ra đi lúc này có thể khiến Qúy cảm thấy mình vô ơn và phản bội lại người đã có công bảo trợ mình, nhất là người đó lại là một linh mục khả ái như cha Dụ.

Dẫu sao vì tương lai, nên Qúy đã mạnh dạn giải bày mọi sự cho cha Dụ. Nhưng ngờ đâu, cha Dụ rất vui mừng và đã không ngần ngại chúc mừng và an ủi Qúy. Thế là ở Houston được ba tháng, Qúy đã bay qua Cali tiếp tục đường học vấn của mình....

CHƯƠNG NĂM

Vừa kể tới đây tôi thấy có tiếng kẹt cửa, tôi quay lại, Qúy đã đứng sau chúng tôi. Qúy nói nhỏ:

- Hai cô nói chuyện gì mà thì thào thế.

Trang nhanh miệng:

- Chuyện đàn bà anh ạ.

Nghe Trang trả lời tôi cố mỉm cười. Vì thực ra nước mắt tôi đã rơi từ lúc nào. Cũng may tôi đang nhìn hồ nước, nếu không chắc thế nào Qúy cũng thấy.

Mặc dầu là vợ Qúy, và đã nghe đi nghe lại bao nhiêu lần, nhưng lần nào tôi cũng không cầm được nước mắt, đấy là chưa kể đến giai đoạn sau này của đời Qúy mới truân chuyên và cay đắng gấp bội phần. Tôi bỗng nói nhỏ để Trang vừa đủ nghe, rồi cố gắng bảo Qúy:

- Anh pha chút trà được không? Trà xanh anh nhé. Con nhỏ Trang thích trà xanh từ bé.

Trang cười:

- Con này thế mà nhớ dai.

Rồi Trang nói với Qúy:

- Nhưng Trang uống hơi ngộ một chút, là trà xanh pha chút Remi Martin?

Qúy nhìn Trang như do dự, vừa đùa:

- Không có Remi Martin, Gordon Blue được không?

Trang dơ tay lên trời:

- Ôi sao anh Qúy này garlant thế. Thế thì càng tuyệt anh ạ. Mùi Gordon Blue pha với trà thì còn gì hơn.

Nhưng Trang bỗng xuống giọng:

- Nhưng hơi phí đấy anh Qúy ạ. Anh mà ăn uống sang như thế này, thì Trang phải đến đây thăm anh thường xuyên.

Bỗng Trang nháy mắt với tôi vừa nói:

- Anh Qúy này, nhà có rượu ngon, nhưng anh nói thật với em, anh có biết uống rượu không? Con nhỏ Huyền nó nói anh không cờ bạc, không rượu chè gì hết trọi, chỉ có mỗi một tật là hơi lắm đào... Có đúng không anh?

Qúy cười:

- Trang để dành khi nào không có Huyền mới hỏi chứ. Trang hỏi thế này ai mà dám trả lời phải không Huyền?

Tôi không quay lại, nói như thì thầm:

- Thì có sao nói vậy. Anh cứ trả lời thật với Trang đi.

Nhưng Trang ngắt lời tôi:

- Chuyện đó mai mốt trả lời cũng được anh Qúy ạ.

Và Trang lại tiếp:

- Có phải anh chỉ mua rượu để trong nhà làm kiểng không? Em thấy gần đây, phong trào trưng rượu trong tủ hơi nhiều, có khi là chai không nữa. Còn nếu anh không thích uống rượu, lần sau Trang đến, Trang sẽ tự nhiên dùm cho anh. Trang sẽ uống hết, nếu không, sợ anh để lâu sẽ bị thiu mất.

Qúy cười:

- Trang vừa sành ăn, vừa sành uống thế này, thì ai mà đụng vào phổng tay mất.

Tôi cũng a dua theo:

- Ai mà dám lấy nó, cái trán nó bướng thấy mồ.

Nhưng Trang cười:

- Trán này là trán thông minh chứ không phải trán bướng đâu. Trán bướng làm sao đẹp như trán của tao.

Nhưng rồi Trang đổi đề tài :

- Trang hư lắm, Trang học ở Thượng Hải đấy. Trang

có một người bạn Tầu, nó đã bày cho Trang. Tầu này là Tầu du học Pháp. Bây giờ thì Trang ghiền thật rồi.

Qúy vui vẻ:

- Hy vọng không phải là một anh Tầu cộng, mà là một chị.

Trang nhí nhảnh:

- Chị hay anh gì cũng không hợp nhãn em đâu, anh yên tâm. Cái gì chứ Tầu là em "chả dám". Nhìn thấy hình lưỡi bò mà Tầu cộng vẽ trên bản đồ dành chủ quyền biển đông là em đã lộn tiết lên rồi, huống hồ mấy ông thích chính trị như anh. Mấy tay Tầu này kể ra hỗn thật phải không anh?

Qúy coi vẻ ngạc nhiên vì sao người con gái như Trang lại để ý cả đến sinh hoạt chính trị gần đây, nhất là việc Tầu cộng toan tính xâm lược và dành chủ quyền ở biển đông. Nhưng Qúy không hỏi thêm, có lẽ Qúy không muốn làm mất giờ của hai chúng tôi. Hơn nữa, Qúy là người tương đối ít nói, thành thật và cũng dễ chiều người. Nên có thể vì đó Qúy muốn chiều và không muốn mất niềm vui của tôi chăng.

Riêng Trang, dễ bắt chuyện và dễ hoà đồng. Hơn nữa Trang du lịch và quen biết nhiều nên Trang thấu rõ, và hiểu biết nhiều cũng dễ hiểu. Ngoài ra, Trang là thế, lúc nào cũng trẻ trung và rất khôn khéo, như vừa rồi, Trang đã cố dấu "di tích sướt mướt" của chúng tôi, bệnh đàn bà con gái là ưa nhè, nếu không Trang cũng làm sao tránh được mắt Quý, vì tôi biết Trang cũng vừa xụt xùi khi nghe chuyện tôi kể về Quý.

Nên Quý vừa vào nhà, tôi đã nói với Trang:

- Cám ơn mày. Mày nhanh trí quá, nếu là tao thì tao chịu. Mày bằng tuổi tao mà tâm hồn lúc nào cũng trẻ.

Rồi tôi trêu Trang:

- Hay là nhờ chưa lấy chồng đấy.

Trang cười:

- Chê tao ế đúng không. Mày liệu hồn, nhớ là hoàn cảnh nào cũng cố gắng nhớ tới mình một chút. Mày bây giờ như cái đầu tầu, có gì sẩy ra, liệu gia đình mày biết đâu mà trông đợi.

Tôi thở dài bảo Trang:

- Bác Kha cũng khuyên tao như mày. Nhưng thực ra, ở trong cuộc mày mới thấy cái khó khăn của nó.

Trang vỗ nhẹ vai tôi:

- Tao hiểu và càng thông cảm với mày.

Tôi không trả lời Trang.

Nhìn mặt hồ, ánh trăng hôm nay nhằm vào ngày rằm, nên lóng lánh như đang đùa với mặt nước. Tôi thấy những tia nắng vàng như khoe sắc dưới đáy hồ. Một con ngỗng thải dài, theo sau là một đàn vịt nhỏ như người chăn chiên đang lùa đàn chiên về chuồng. Hình ảnh này khiến tôi liên tưởng tới Chúa Kitô đã xuống trần chăn dắt đàn chiên. Ôi thật tuyệt vời. Tôi xúc cảm và bỗng dưng tràn ngập niềm hạnh phúc trước cảnh vật của tạo hóa.

Vừa lúc đó Trang nói khẽ, giọng con gái, chút lãng mạn:

- Nãy giờ nghe chuyện anh Qúy mà quên cảnh sau nhà mày. Trăng hôm nay đẹp quá. Trăng rằm có khác.

Nhưng bỗng dưng Trang trầm giọng:

- Nhưng tao vẫn yêu trăng mười sáu. Có lẽ vì tao mê thơ Hàn Mạc Tử, không muốn trăng rằm, vì trăng rằm hình như phát ra một khí độc nào đó khiến Hàn Mạc Tử lúc nào cũng hét lên "Run như run thần tượng trước dung nhan".

Tôi ngạc nhiện:

- Mày cũng còn nhớ thơ. Tao nghĩ hamberger đã đốt cháy tất cả văn thơ trong đầu mày.

Trang cười:

- Cũng đúng thôi, chó ngáp phải ruồi đấy. Lâu lâu nhớ một câu hù mày cũng hay chứ.

Tôi bảo Trang:

- Tao gần đây ít có dịp đọc sách. Tao nghĩ đây là một mất mát lớn trong đời. Nhưng bận quá, hơn nữa nhiều lúc cũng không còn lòng dạ nào để đọc sách, nhất là mỗi khi tao nghĩ tới anh Qúy, vừa cầm sách lên là đã bỏ xuống.

Trang nhìn tôi. Qua ánh trăng tôi nhìn thấy mắt Trang ướt:

- Cố lên, anh Qúy sẽ qua.

Rồi Trang ngần ngại:

- Mày kể tiếp đời anh Qúy sau khi qua Mỹ được không? Tao nhớ tờ The register Orange County có viết về anh Qúy. Tao đã đọc được bài báo đó. Nếu tao không lầm, lúc đó anh Qúy vừa 19 tuổi đúng không?

Tôi gật đầu. Nhưng vừa lúc đó Qúy bưng trà ra. Tôi đỡ ly trà cho Trang. Còn tôi, Qúy đưa cho tôi ly nước lạnh, vì tôi không uống được trà buổi tối, sợ mất ngủ. Qúy hiểu ý tôi và biết tôi muốn gì. Qúy rất tế nhị và khéo léo. Người ta bảo lấy chồng nhiều tuổi hơn mình luôn được chiều chuộng hơn là lấy chồng trẻ. Tôi không biết với ai thế nào, nhưng với tôi có lẽ đúng. Và tôi nhìn Qúy với ánh mắt long lanh. Qúy mỉm cười. Tôi biết Qúy hiểu ý tôi. Lời cám ơn trọn vẹn và đầy ý nghĩa nhất. Vừa lúc đó Trang lại đùa:

- Con này ngày nào cũng bắt anh chiều thế này sao?

Qúy hiểu ý nên trả lời:

- Đấy là hạnh phúc của anh.

Trang lườm Qúy:

- Hạnh phúc thật không hay anh dối em. Có phải anh muốn nói là Huyền nó làm nũng nên anh phải làm chứ thực lòng, anh không muốn làm chút nào đúng không?

Qúy cười vừa nói:

- Ơ cô này! Đổ dầu vào lửa. Ai mà lại nghĩ thế. Có vợ đẹp, chiều vợ, thì ai mà chả lấy đấy làm niềm hạnh phúc. Cô hỏi Huyền đi.

Trang phì cười:

- Anh cũng dễ rét lắm.

Rồi Trang đập vai tôi:

- Anh Qúy của mày dễ thương đáo để.

Qúy lắc đầu, hình như Qúy rất vui, có lẽ lâu rồi tôi chưa gặp Trang, người bạn mà tôi có thể xẻ lòng mình không cần đắn đo.

Người ta bảo, hai người bạn gái dù thân cũng khó có thể chia xẻ hết tâm sự mình. Tôi không tin, và luôn nghĩ tôi có thể chia xẻ cùng Trang, vì tôi biết Trang kín đáo và thông cảm như chính tôi.

Tôi ngồi một lúc, định bắt đầu cuộc đời của Qúy, giai đoạn qua Mỹ, cuộc đời mà bao trăn trở khiến báo chí Mỹ phải đăng tải như là một phép mầu thì Qúy bước ra vừa nói:

- Em có điện thoại của ông Kha.

Tôi đứng dậy như chính bác Kha đến thăm tôi. Có lẽ tôi mừng thật sự. Mà kể cũng lạ, người đàn ông mới quen, nhưng tôi cảm thấy thật dễ dàng tâm sự như một người cha với người con. Cảm tưởng gần gũi và thân quen ngay lúc gặp ban đầu khiến tôi không chút e dè tâm sự. Tôi thuộc người con gái cũng kín lòng, tôi ít tâm sự và ít nói về đời mình, nhưng với bác Kha thì khác, tôi muốn được bày tỏ, và muốn được nghe bác nói. Có những suy nghĩ trong tôi thật mâu thuẫn, nhưng nhờ bác Kha tôi đã kết nối và hiểu thấu rõ ràng. Cuộc đời quả là những bất ngờ, đôi khi còn thật đúng lúc.

Nghĩ vậy tôi nhanh nhẹn cầm điện thoại bỏ lên tai vừa nói:

- Cháu đây ạ. Chào bác.

Bác Kha ngập ngừng rồi nói:

- Cháu đang bận đúng không?

Tôi vội vàng:

- Thưa bác không.

Bác Kha trầm trầm bảo tôi:

- Bác chỉ phone hỏi thăm cháu ra sao?

- Dạ cháu không sao thật ạ.

Bác Kha giọng vui vẻ:

- Vậy thì tốt.

Nhưng tôi hình như vừa chợt nhớ ra điều gì nên hỏi:

- Trưa mai bác có rảnh không?

Hình như chút phân phân, sau đó bác Kha trả lời, giọng

chút suy tư:

- Trưa mai bác bận đám hỏi, con của một người bạn.

Tôi thở dài, rồi nói:

- Tiếc quá, trưa mai hai cháu rảnh tính mời bác ghé cháu chơi. Anh Qúy của cháu nói là có nghe về bác. Anh cũng còn nhớ đã gặp bác mấy lần ở văn phòng. Chúng cháu mời bác dùng cơm với chúng cháu luôn. Cháu thật sự muốn gặp bác.

Bác Kha cắt lời tôi:

- Cháu nói với Qúy bác cám ơn. Nhưng thật tình ngày mai bác có đám hỏi con người bạn. Cháu nghĩ tới bác như thế quả thật rất qúy hoá. Trước lạ sau quen, đúng lắm. Hơn nữa con người sự đồng cảm và bằng hữu cũng là liều thuốc hữu hiệu có thể trị đủ mọi chứng bệnh mà không cần thầy thuốc. Bác còn nhớ đã nghe từ đâu, là 75% bệnh nhân tuổi già, thật ra không có bệnh, mà chỉ là do bệnh tâm lý. Cháu thì còn trẻ, không phải lo, nhưng trẻ không có nghĩa là không bị trầm cảm, nhất là trường hợp của cháu và chồng cháu.

Và chút suy nghĩ, bác Kha tiếp:

- Hay tối mai đi. Nhưng cháu phải hứa với bác là không phải làm thức ăn gì hết. Quan trọng là gặp nhau trò chuyện chứ không phải là ăn uống.

Tôi cắt lời bác Kha:

- Nhưng vừa ăn vừa nói chuyện cũng vui thưa bác.

Bác Kha cười:

- Vui, nhưng nếu thế thì giờ đâu cháu nói chuyện. Cháu phải làm thức ăn, dọn thức ăn, lo chén lo bát... Ôi đủ chuyện còn đâu rảnh mà ngồi để tiếp bác. Thôi thì cứ vậy đi. Trước lạ sau quen, mình hãy coi nhau như người láng giềng gì đó, có dịp ghé ngang là vui vẻ rồi.

Và bác Kha tiếp:

- Nhưng tối mai liệu có được không?

Tôi suy nghĩ, và chợt nhớ ra, tôi nói trong tiếc nuối:

- Chết mất, ngày mai cháu có hẹn với chị bạn đến dự

một buổi họp nhóm bác ạ.

Bác kha hình như lưỡng lự nên không trả lời tôi. Lúc sau tôi hiểu ý bác, vì tôi nói quá mơ hồ. Ai mà biết họp nhóm là gì. Hơn nữa họp nhóm, nhóm gì, nhóm kháng chiến, nhóm cách mạng, nhóm thể thao... Nên tôi cười:

- Đúng ra là cháu đi chia sẻ phúc âm với mấy người bạn. Cháu nguội lạnh và ít hiểu biết về phúc âm, nên khi nào có dịp, cháu cũng cố nhín giờ ra đi. Nhưng cũng lúc được lúc không bác ạ.

Bác kha ồ nhẹ, rồi thong thả:

- Như vậy bác yên tâm hơn.

Rồi bác kha thành thật, giọng rất trầm:

- Nếu cháu đi tham dự các buổi hội thảo tìm hiểu phúc âm được như vậy rất tốt. Nhất là nếu cháu có cơ hội tham dự phong trào Cursillo cũng rất hay. Không hiểu cháu có biết về phong trào này không, nhưng với bác, bác rất qúy phong trào này. Bác cũng đã tham dự, nhưng lâu lắm rồi. Gần hai chục năm gì đó. Phong trào này quả đã giúp bác nhóm lại ngọn lửa niềm tin tôn giáo trong bác. Nhưng Huyền này, đã có bao giờ cháu nấu bếp bằng củi chưa?

Tôi suy nghĩ, rồi thành thật:

- Có chứ ạ, hồi bên Việt Nam

- Vậy thì nếu hết củi, bếp sẽ thế nào

- Dạ nó tắt ạ.

Bác Kha như suy nghĩ:

- Đấy, bác giống như vậy đấy. Lâu nay bác hết củi, nhưng lại không chịu lấy củi bỏ vào bếp, nên bếp lúc nào cũng lạnh tăm.

Tôi hiểu ý bác Kha nên trả lời:

- Không đâu, cháu thấy bác âm thầm nhưng đầy lòng tin.

Bác kha lại trầm ngâm, bác không trả lời tôi mà thong thả:

- Khi nào có cơ hội, cháu nên đi dự khóa ba ngày của phong trào Cursillo, hình như ở Houston năm nào cũng tổ chức hai khoá thì phải, nếu bác không lầm. Bác nghĩ khi cháu thành tâm đi dự về, nó sẽ như là chiếc gối bông rất tuyệt vời, bác hy vọng cháu sẽ có giấc ngủ ngon.

Tôi phân vân, bác Kha lại tiếp:

- Chắc cháu hiểu ý bác. Niềm tin Kitô giáo trong phong trào sẽ giúp cháu dựa vào đó để tìm cho mình sự bình an và hướng đi, nhất là lúc này. Vì mục đích của phong trào là khơi dậy, và hâm nóng lại đức tin của người Kitô hữu, nhờ đó mình sẽ tăng thêm sức mạnh trong niềm tin, hầu sống đạo và hành đạo đúng với người Kitô.

Tôi khẽ nói:

- Dạ cám ơn bác. Để cháu hỏi mấy bạn cháu, hy vọng có dịp cháu sẽ đi dự khoá ba ngày như bác nói.

Ngừng một chút tôi lên tiếng tiếp:

- Bác còn sinh hoạt với phong trào không?

Bác Kha hình như suy nghĩ, có lẽ bác có điều gì không muốn nói cùng tôi. Một lúc sau bác lên tiếng. Giọng hơi buồn:

- Lâu rồi bác không có dịp sinh hoạt. Nhưng bác tin rất thích hợp với cháu. Chính vì thế bác mới đưa ra ý kiến đó thôi.

Rồi bác Kha thở dài tiếp:

- Không phải bác không muốn, bác muốn chứ cháu, nhưng nhiều lúc không phải muốn là được. Căn bản của phong trào là sự cởi mở và thành thật, nhưng có lẽ bác chưa cởi mở và thành thật đủ nên bác đã không tiếp tục. Lỗi tại bác chứ không phải vì phong trào.

Bác Kha lại suy nghĩ, lúc sau mới tiếp, có lẽ sợ tôi hiểu lầm điều gì đó:

- Sự thật ra thì bác có thể cởi mở theo nghĩa cho qua, hay bác cũng có thể thành thật như bao sự thành thật tự đặt. Nhưng bác không làm được. Có lẽ bác không được may mắn, hay vì sự ngoan đạo của bác chưa tới lúc, nên đành chịu biết sao. Tuy nhiên đối với phong trào, bác luôn đặt nặng niềm tin và chúc phúc, nhất là bác hy vọng phong trào luôn hướng về phẩm chứ đừng đi theo số lượng.

Nhưng bỗng bác Kha im lặng rồi tiếp:

- Nhưng thôi, mai bác có đám hỏi, bác cũng cần nghỉ ngơi chút. Già rồi thân xác cũng hay rắc rối lắm. Chiếc xe đã lâu ngày thì làm sao còn tốt như mới mua về phải không cháu.

Tôi cười:

- Bác trông còn trẻ và tráng kiện lắm.

- Huyền lại đùa với bác rồi.

Tôi bỗng hỏi:

- Bác có đám hỏi ngày mai ạ.

- Ừ.

Tôi thong thả:

- Cháu có cô bạn tên Trang, nói là cũng biết bác. Ngày mai Trang cũng có đám hỏi.

Bác Kha vừa nghe đã mau mắn:

- Con bé này quen biết cũng khá nhiều. Bác thấy ai nó cũng quen. Nhưng được cái bản chất rất tốt. Đôi khi chút lập dị, nhưng là thứ lập dị dễ thương.

Tôi cười về sự nhận xét về Trang của bác Kha. Tôi nói:

- Chúng cháu quen nhau lâu lắm rồi. Trang là cô bạn thân đúng nghĩa của cháu.

Bác Kha vui vẻ:

- Vậy bác mừng. Ai trong chúng ta cũng cần phải có những người bạn thân, thật thân đáng tin tưởng để chia sẻ những buồn ấp trong lòng. Bác hy vọng Trang sẽ là thầy thuốc của cháu. Và ngược lại, cháu cũng là thầy thuốc của Trang.

Tôi khúc khích cười vì nghĩ Trang là thầy thuốc cho tôi, một ý tưởng ngộ nghĩnh. Nhưng khi nghĩ lại thì thật thấm thía. Vì quả thật, khi ta trải lòng ra được thì sự đau buồn sẽ giảm đi rất nhiều. Nên tôi nói với bác Kha:

- Cám ơn bác, quả như vậy.

Bác Kha như trầm ngâm rồi lại thong thả:

- Nhưng bác nghĩ lâu nay có lẽ cháu không gặp Trang

nên chưa hẳn hiểu tâm lý Trang đâu. Hai cháu giúp đỡ lẫn nhau. Bác chỉ nói thế rồi tự cháu tìm hiểu về Trang. Đôi lúc nhìn bề ngoài thật kiên cường, người ta dễ lầm tưởng là người đó làm sao có thể buồn khổ, nhưng ngược lại, trong cái lớp da kiên cường đó, họ có thể đang che giấu một tuyệt vọng khôn cùng mà mình không hay. Bác nói thế, chắc cháu hiểu ý bác.

Nói xong, bác Kha suy nghĩ rồi chào tôi. Bác cúp điện thoại.

Tôi thẫn thờ chào bác mà lòng mang nỗi hoang mang. Một chút lo lắng cho Trang ẩn hiện trong lòng. Tôi nhìn Trang. Trang đang đứng sát hàng rào gần bờ hồ. Tóc trang bay theo làn gió để lại một dáng nhìn thật liêu trai, thật lãng mạn khiến tôi càng động lòng.

Nghe tiếng bước của tôi tiến tới gần. Trang không quay lại, hỏi nhỏ:

- Bạn à.

Tôi thở dài trầm giọng:

- Ông bác mà mày cũng quen.

Trang lên tiếng:

- Ai?

- Bác Kha.

Trang quay lại nhìn tôi:

- Mày thân với bác Kha lắm hả. Tao thích bác ấy lắm.

Rồi Trang nói tiếp:

- Lạ một điều, sao tao đi đâu cũng có người biết bác Kha, các cô có, các cậu có. Tao nhớ, có lần về Việt Nam tìm vải may mẫu, lần đó tao ở khách sạn Sheraton, gặp một cô bé, hỏi tao bên Mỹ ở đâu, tao bảo là ở Houston, thế là con bé trợn mắt hỏi tiếp: "Chị có biết bác Kha không". Tao nhìn con bé bình thản, tưởng con này điên vì có bao nhiêu là Kha ở Houston, nhưng cũng hỏi con bé; "Bác Kha nào". Con bé như thân thiện nói: "Bác Kha làm cho hãng dầu hoả". Rồi nó tả hình dáng, cách nói chuyện và tuổi tác... Tao thấy lạ, vì nghi đúng là bác Kha tao quen rồi, nên hỏi: "Bác người Bắc". Con bé nhanh nhẹn: "Dạ". Và mày biết không, con bé tâm sự với tao, là nhờ quen bác Kha mà nó đã giải quyết được chuyện tình cảm của nó với chàng trai nào yêu thầm nó, yêu đơn phương.

Rồi bỗng Trang đùa:

- Như tao và mày.

Tôi đập vai Trang:

- Con quỷ này, lúc nào cũng đùa. Thôi nói tiếp đi.

Trang cười:

- Tao thấy mày căng thẳng nên phá cho mày cười đó. Đừng nghĩ tao yêu mà ham.

Tôi lắc đầu. Trang tiếp:

- Nhưng vì hoàn cảnh, nhất là nó không thương cậu trai đó, nên cậu trai đó vì ghen đã dọa tạt acid con nhỏ. Con nhỏ sợ quá email và nhờ bác Kha giúp. Mày biết không, con nhỏ bảo tao là nhờ những lời khuyên của bác Kha mà nó đã khiến chàng trai kia thay đổi ý định dọa nạt con nhỏ. Con nhỏ cảm kích, và lúc nào cũng email thăm hỏi, lại còn giới thiệu bạn bè của nó email cho bác Kha mới lạ. Chuyện như tiểu thuyết, tao nghe cũng không ngờ.

Tôi suy nghĩ, và hỏi Trang:

- Mày làm sao quen bác Kha?

Trang nhìn tôi:

- Bác Kha là bạn của bố tao, tao đã biết bác khá lâu rồi. Nhưng thực ra trước đây vì bác bận rộn, lại đi công tác thường xuyên nên ít khi gặp bác, lần cuối cùng gặp bác cách đây không lâu, ý tao nói là không kể hôm nay ở tiệm tóc.

Ngừng một chút, hình như Trang có điều tâm sự nên thở dài nhìn sâu ra bóng đêm. Trang nói, giọng chút nghẹn ngào. Tôi ngạc nhiên nhưng không hỏi:

- Lần đó tao gặp bác ở một khách sạn tại London.

Rồi Trang hít một hơi dài:

- Bác Kha rất mến tao, bác nói với tao là rất thích nghề thiết kế, hoặc bất kỳ nghề nào có tính sáng tạo, vì bản năng của những người đó quả thật luôn toát ra một cái gì khiến bác ngưỡng mộ. Bác Kha nói, tất cả những tác phẩm nghệ thuật đều có gía trị riêng của nó, do đó bác khuyên tao là luôn trân qúy những sáng tạo của mình, và đừng vì đồng tiền hay danh vọng, mà làm mất đi khả năng thiên phú đó. Tao và bác rất tâm hợp. Nên nói chuyện cả ba bốn tiếng mà vẫn không hết chuyện.

Trang ngừng nói, hớp ngụm nước trà, rồi từ tốn:

- Nhưng thật sự, bác Kha là người tao cũng rất phục. Bác có cái nhìn rất sâu sắc. Và đặc biệt bác làm cho tao rất kinh ngạc khi biết bác có rất nhiều bằng sáng chế, gần bốn mươi cái, nếu tao nhớ không lầm. Các bằng sáng chế của bác đều liên quan tới khai thác dầu hỏa, một người Việt Nam tỵ nạn, ở tuổi bác, có nhiều bằng sáng chế như thế không phải là điều đặc biệt sao. Hơn nữa, có những bằng sáng chế của bác trở thành những dụng cụ bán rất cao và rất hữu dụng. Nhưng lạ, là ít ai biết lắm. Ngay cả bố tao thân thế mà cũng không ngờ bác Kha lại có nhiều bằng sáng chế vậy. Hiếm người Việt Nam như bác, nhưng bác lại rất âm thầm. Tao thật sự rất nể bác.

Trang bỗng im lặng. Một lúc sau, Trang mới quay lại nhìn tôi, hình như Trang muốn tâm sự điều gì nhưng lại thôi. Tôi thấy thế hỏi Trang:

- Mày có tâm sự gì sao?

Trang vẫn im lặng.

Tôi bâng khuâng, tại sao khi nói tới bác Kha Trang lại có thái độ buồn phiền, và bất giác một suy nghĩ trong đầu. Nhưng rồi tôi tự chấn an. Không thể nào có chuyện đó. Vừa lúc đó, Trang lên tiếng:

- Mày quên chưa kể phần hai của Qúy, phần mà Qúy sang Mỹ.

Nhưng tôi đánh trống lảng vì muốn nghe tâm sự của Trang. Hơn nữa, một câu hỏi lại vừa đặt ra trong tôi, tại sao bác Kha lại nói, nhìn bề ngoài chưa hẳn đã thấu được tâm sự bên trong. Người ta cười đấy, vui vẻ đấy, nhưng biết đâu đấy chỉ là cách để che dấu sự lo sợ và u uất trong lòng. Hay là bác Kha ám chỉ Trang điều gì? Và bất giác tôi nghĩ tới nhân vật Diễm con gái thầy giáo Thúc, người con gái trong tiểu thuyết Yêu của Chu Tử. Khi ấy Diễm còn rất nhỏ khoảng tám chín tuổi, một hôm bị mẹ mắng, giữa lúc có thầy Đạt, là bạn dậy học của bố Diễm đến chơi, thấy Diễm khóc, thầy Đạt muốn dỗ Diễm, nên đã đưa Diễm ra ngoài suối tắm. Và trong lúc thầy Đạt công kênh Diễm trên vai, thầy Đạt hỏi Diễm: "Nhớn lên Diễm làm gì". Diễm đã trả lời thon thỏn: "Nhớn lên cháu lấy chú Đạt". Và thầy Đạt đã không quên lời này, nên chờ khi Diễm lớn lên, thầy Đạt đã xin hỏi cưới Diễm, dù thầy Đạt đáng tuổi bố Diễm, và Diễm cũng biết mình đã yêu thầy Đạt.... Nên tôi không ngần ngại:

- Mày và bác Kha có gì không?

Vừa nghe tôi nói, Trang trợn tròn đôi mắt nhìn tôi, người như run lên, khiến chiếc ly trên tay như muốn rớt ra khỏi bàn tay Trang, Trang vừa la tôi:

- Con nhỏ này điên hả, tại sao lại hỏi thế. Tại sao lại hỏi tao và bác Kha có gì không? Chúa Phật ơi, mày mà nói kiểu này ai nghe thấy thì tao đâm đầu xuống sông tự tử mất. Mà nếu tao không tự tử thì bố mẹ tao cũng tự tử.

Tôi luống cuống:

- Xin lỗi, tại tao thấy mày hơi lạ từ khi nhắc tới bác Kha.

Trang cắt lời tôi:

- Mày mà đi học tâm lý thì có lẽ văn phòng của mày đóng cửa sớm mất. Ai lại bạn bè lâu như thế mà không hiểu chút gì về bạn.

Tôi thẫn thờ:

- Ừ ha, tại sao tao không hiểu mày, mày đâu có thể nào như vậy.

Và tôi hỏi Trang:

- Vậy thì vì sao?

Trang thở dài rồi nói:

- Mày nghĩ trên đời này dễ yêu lắm sao. May cho mày là yêu Qúy rồi lấy Qúy, tình yêu sao dễ dàng và thuận tiện thế đúng không? Mày có biết, tao có bao nhiêu đứa bạn chết vì yêu. Lại còn nhiều đứa mang cả mối tình của mình về sống với chồng, ai hỏi đã quên chưa, miệng nó mau mắn trả lời, là quên, nhưng thật ra chồng nó chỉ lấy được thân xác nó, chứ tâm hồn nó lúc nào cũng bên người yêu xưa. Tin tao đi, tao không đến nỗi nào. Mà dù tao muốn, thú thực tao chưa chắc làm nổi. Như mày thấy, sau Phận tao đã phải tìm quên và đã có bao cuộc tình mới, nhưng có cuộc tình nào được lâu đâu.

Rồi Trang thở dài:

- Mày có phúc lắm đó. Hãy giữ lấy.

Ngừng một chút, cặp mắt Trang lại nhìn sâu trong màn đêm. Trời đang có trăng, nhưng vẫn không đủ sáng để tôi nhận rõ được nét mặt Trang. Lúc sau Trang tiếp:

- Mày muốn biết thật sao?

Tôi cười:

- Dĩ nhiên.

Và Trang trầm tư, hình như nước mắt Trang lăn tăn trên má, tôi đoán thế...

Một lúc sau, Trang buồn buồn:

- Bác Kha biết Phận, và biết rất rõ, vì Phận là con rể một người có máu mặt ở Việt Nam mà tình cờ bác Kha quen.

Bỗng Trang hỏi tôi:

- Mày có biết Tầu cộng xử dụng bao nhiêu học sinh sâm nhập vào các trường đại học Mỹ không?

Tôi bình thản:

- Để làm gì?

Trang lắc đầu:

- Con khỉ này mày càng ngày càng chậm tiến. Để ăn cắp tài liệu chứ để làm gì. Nhưng không phải ăn cắp tài liệu ở trường, mà những sinh viên đó đều là những sinh viên rất giỏi lại đẹp. Vì hầu hết là con gái. Đám sinh viên này được huấn luyện đặc biệt trước khi vào các trường danh tiếng bên Mỹ. Và tất cả phải theo quy định khắt khe. Những người này phải đậu cao, và phải rất xuất sắc. Và bên Mỹ mày biết, đậu cao là hãng xưởng nào cũng nhận. Từ đó, xâm nhập vào các cơ sở, các ngành kỹ thuật cao, trước thì lấy lòng, sau là ăn cắp tại liệu chuyển về trong nước. Tầu muốn bành trướng nhưng không có đủ những nhà khoa học, hay nói khác hơn, tại sao phải mất công thử nghiệm, trong khi đó đã có người thử nghiệm giúp rồi.

Trang lại thở dài:

- Và Phận cũng là dạng này. Vì thực ra, mẹ Phận không qua đời, mà vì Phận có chút thay đổi nên đã được gọi về, và chuyện gì đã sẩy ra. Phận phải cưới vợ theo chỉ định và nhận công tác mới. Chính vì thế, vừa thi xong là phận đã có công việc trên NewYork. Mạng lưới của chúng bận rộn lắm. Hiện giờ đầy những dự tính, và điều gì cũng không mấy tốt cho những người như chúng mình.

Vừa nói tới đây có tiếng điện thoại của Trang reng. Trang nhìn tôi:

- Của tao, chắc bà bô thấy đứa con gái chưa chồng mà đi khuya nên hoảng đây mà.

Nói rồi đưa điện thoại lên tai Trang trả lời:

- Mẹ sợ sữa nhiều quá con không bú hết, sẽ bị sữa hành đau đớn hay sao mà phone con vậy.

Tôi không nghe đầu dây bên kia, nhưng chút sau Trang tiếp:

- Một tiếng nữa con gái mẹ sẽ có ở nhà.

Nói xong, Trang dạ liên tục rồi cúp máy.

Tôi hỏi Trang:

- Mày phải về gấp?

Trang từ từ:

- Mai tao gặp mày được không? Tao biết Quý rất thích thịt bò, ngày mai tao đãi, tao sẽ dành cho mày một ngạc nhiên.

Tôi phân vân:

- Cái gì nữa đây, mày lắm trò lắm, lúc nào cũng có thể làm người ta đứng tim.

Nhưng Trang tỉnh bơ:

- Mày phải hứa, tối mai, nếu không đến là tao sẽ không kể mày nghe chuyện của Phận đâu. Cũng bi đát lắm.

Tôi không vừa:

- Thì tao cũng không cho mày nghe chuyện của chồng tao. Cái mà tao kể chỉ là một phần nhỏ.

Trang lườm tôi:

- Được rồi, tao thua. Nhưng nhớ nhé.

Tôi đùa:

- Ăn ở đâu mới được chứ?

- Chờ, bí mật mà. Tao sẽ gọi cho mày.

Nói xong, Trang cùng tôi dắt tay nhau vào nhà.

Qúy có lẽ đã ngủ, nên nhà vắng tanh. Tự nhiên tôi thấy lâng lâng trong lòng một thân thương khi nhìn Trang lấy chiếc sách tay đeo lên vai. Trang rất đẹp, nét đẹp pha trộn lẫn đông và tây, mặc dầu Trang 100% là Việt Nam, có chăng, chỉ pha chút Tầu nào đó từ xa xưa. Và hai chúng tôi ôm nhau. Lúc này tôi mới cảm nghiệm được tất cả sự cần thiết của bạn bè. Tôi bỗng nói nhỏ:

- Cám ơn mày.

Trang về rồi mà tôi vẫn ngẩn ngơ. Không biết có phải vì cả đêm hôm qua không ngủ, hay vì những lo lắng những bất chợt của một ngày đã khiến tâm hồn tôi hoang mang. Hay cũng có thể vì sau bữa tiệc nào con người chả tìm thấy chút vấn vương. Hơn nữa bữa tiệc nào chẳng tàn, và chính vì thế khiến con người nuối tiếc.....

Tôi đứng một chút rồi đi vào bếp. Nhìn những ngọn đèn, tôi cảm thấy như soi thấu lòng tôi. Bất giác tôi lấy hai tay bỏ lên ngực như để dấu diếm điều gì. Tôi bỗng nhớ tới Qúy, định lên phòng con tôi, vì tôi đoán có thể Qúy đọc sách và ngủ quên trên đó. Nhưng vừa bước lên được khoảng bốn bậc thang, ngay khoảng có tấm hình của Qúy và tôi ngày cưới. Tôi bỗng đứng lại, cầm khung ảnh lên, một cảm giác yêu đương tràn ngập. Và chính lúc đó, lòng tôi tràn đầy niềm tin và lẽ sống. Tôi nhắm mắt dâng trào cảm xúc, nhẩm lại lời hứa trước bàn thờ. Lời hứa mà cặp hôn nhân công giáo nào cũng hứa trước linh-mục đại diện: "*Hứa sẽ yêu nhau và chung thủy cùng nhau đến trọn đời. Khi hoạn nạn cũng như lúc...*" Và tôi nghẹn lời:

- Qúy ơi, em sẽ làm tất cả, và sẽ cùng anh sống mãi bên nhau.

Nhưng chưa nói hết câu, thì bỗng tôi thấy bụng tôi quặn đau. Tôi không biết vì mệt hay vì một dấu hiệu nào đó đã khiến tôi có cảm giác đau bụng lúc này. Và bỗng dưng ngay từ lúc đó, tôi thấy một điểm gì đó quanh quẩn khác lạ mà tôi không thể nào giải nghĩa.

Bất giác tôi lắc đầu và tư lự để cố tìm sâu trong lòng mình ẩn hiện điều gì. Nhưng càng nghĩ tôi càng cảm thấy bồn chồn khác lạ... Và chỉ có thế.

Tôi không suy nghĩ thêm. Tôi quyết định không lên phòng con tôi. Tôi muốn để Qúy ngủ, và bước những bước rã rời xuống nhà.

Tôi mệt, hẳn nhiên, vì cả đêm và từ sáng tới giờ liên tục, nhưng không hiểu sao, tôi vẫn loay hoay dọn dẹp và không chút ngại ngẫm. Có thể vì tôi đã làm được một điều gì đó cho Qúy, cho con tôi và cho bạn tôi.

Qủa thật, sự mệt mỏi thể xác hoàn toàn không thể nào so với sự mệt mã của tâm thần, nó như những cơn đại hồng thủy, nó có thể cuốn trôi tất cả những nghị lực và lẽ sống của mình. Nghĩ thế, nên tôi đã lâm râm khấn Đức Mẹ, rồi tiếp tục xếp chén bát và lau chùi sạch sẽ nhà bếp.

Vừa lau, tôi càng cảm giác thấy những ngậm ngùi của con người. Tôi không biết tại sao gần đây tôi hay có những phiền muộn xen lẫn với niềm vui. Hình như trong tôi có hai con đường song song của muộn phiền và hạnh phúc, Tôi đang vui đấy, nhưng lại đang buồn đấy, nó cứ thế liên tục, để rồi tôi hay bồng bềnh về sự sống của con người. Qủa thật, mỏng manh và dễ dòn tan....

Dọn dẹp xong, tôi nhìn lại một lần và tự bằng lòng với mình. Tôi vào phòng ngủ. Tôi tính chỉ đánh răng và rửa mặt qua loa rồi lên giường với Qúy. Nhưng không biết nghĩ sao, tôi lại vào phòng quần áo, ngắm nghía mình trong gương một hồi, rồi tôi quyết định lấy khăn tắm và đi thẳng đến phòng tắm. Tôi muốn được gội rửa sạnh để tìm cho mình sự tươi mát, hay đây là thói quen của tôi, mỗi buổi tối trước khi lên giường. Có lẽ cả hai, và tôi mỉm cười với chính mình khi những giọt nước như đùa giỡn và vỗ nhẹ mơn trởn yêu đương trên từng làn da của tôi...

Tắm rửa xong, nhìn đồng hồ đã gần một giờ sáng, lại một đêm thiếu ngủ. Tôi nghĩ vậy nhưng lại an lòng, vì ngày mai là Chủ Nhật, chúng tôi không phải ra văn phòng. Nhưng rồi tôi lại chép miệng:

- Nhưng liệu rồi có ngủ trễ được không?

Nghĩ vậy, tôi lên phòng con tôi.

Vừa mở cửa bước vào, vì mắt chưa quen, nên ánh sáng từ ánh trăng rằm rọi vào từ ba chiếc cửa sổ nhỏ trước phòng, vẫn không đủ để tôi nhìn thấy dáng Qúy đang nằm ngửa với quyển sách còn trên tay, bên cạnh giường. Vì thế, tôi đã đứng một lúc... một lúc... và một lúc thật lâu như không muốn lay động sự bình an và an lành của hai bố con.

Hình ảnh tràn ngập sự bình an và hạnh phúc đó đã khiến nước mắt tôi trào ra. Tôi yêu Qúy, yêu con tôi và yêu sự bình an này. Và trong giây phút xúc động đó, tôi đã chạy lại, quỳ xuống bên giường và ngả đầu trên ngực Qúy với những giọt nước mắt tràn ngập trong lòng... Và Qúy giật mình thức giấc vuốt tóc và hôn má tôi thì thầm:

- Sao lại khóc...

CHƯƠNG SÁU

Nhưng cuộc hẹn chiều Chủ Nhật với Trang đã không đến với tôi trong tình yêu và hạnh phúc bình thường, mà tôi đã phải trải qua một cùng tận trong não nề. Nước mắt tôi không ngừng đổ, và sự nghẹn ngào đã cướp mất trong tôi, kể cả niềm tin cuối cùng. Tôi đã gào lên trong tuyệt vọng, dĩ nhiên, tôi không thể gào hét và ném vào đời những lời nguyền rủa độc ác, mà tôi chỉ ngậm tăm cam chịu trong lòng. Vì giữa lúc Qúy đang dự phiên họp của cộng đồng. Qúy là thế, dù biết là mình yếu đuối, biết là trong Qúy đã mất chất miễn nhiễm và có thể bị bệnh dễ dàng. Biết là nội tạng Qúy không bình thường và lúc nào cũng có thể bị nổ tung và rơi vào hoàn cảnh tuyệt vọng... Nhưng Qúy vẫn hoạt động, một tâm niệm mà Qúy luôn giữ trong lòng, là dù sống một ngày cũng sống cho đáng sống. Chính vì thế, có lần người bạn Qúy hỏi:

- Sao bạn bị bệnh hiểm nghèo như vậy, mà bạn vẫn có thể tiếp tục những công việc hàng ngày, nhất là làm sao bạn có thể tiếp tục học ngành y khoa?

Qúy đã không ngần ngại trả lời:

- Quan niệm của mình là cuộc đời, ngay khi sinh ra đã không có sự lựa chọn bệnh tật, vì đấy là sự an bài của thượng đế, nhưng một điều mình chắc là mình có thể lựa chọn cách sống vui vẻ hay buồn khổ lo lắng. Thế thì tại sao mình lại chọn sống đau khổ mà không sống vui vẻ.

Hơn nữa, nếu mình lựa chọn sống vui vẻ, mình sẽ tự tin và yêu đời hơn, điều đó sẽ giúp mình bình thản tiến bước, dù ngày mai có ra sao.

Và Qúy còn khẳng định:

- Hơn nữa niềm tin, niềm tin vào sự quan phòng của Thiên Chúa cho mình sự bình an và dũng cảm để tiếp tục sống, tiếp tục công việc hàng ngày phải làm, trong đó có việc học hành.

Qúy còn tiếp:

- Một người quen có nói với mình, hạnh phúc của con người thường ngay ở trong bàn tay mình, nhưng mình thường phủi đi để rồi đi tìm hạnh phúc ở đâu đâu, đôi khi không hiện hữu. Nếu chúng ta tin và bằng lòng chấp nhận đời sống mình, đó là niềm hạnh phúc vĩnh cửu bạn có biết không?

Quý còn trả lời người bạn:

- Bạn hỏi là làm sao mình học được nghành y khoa, trong khi mình mang bệnh nan y, sống nay chết mai. Mình chỉ có thể trả lời, thực sự ngay bây giờ mình cũng hay hỏi chính mình làm sao mà mình có thể vượt qua. Nên câu trả lời là mình không biết, và hoàn toàn không biết. Mình chỉ biết là, sống một ngày, biết một ngày và tiếp tục như thế cho tới hôm nay, không hề nghĩ lại những ngày đã qua...

Và chính những lời Quý chia sẻ đã giúp và khai triển hôn nhân của vợ chồng người bạn Quý, từ sự rạn nứt, gần đổ vỡ, tới sự hàn gắn và trở nên một gia đình tương đối hoàn hảo. Tôi nhớ bạn Qúy rất cám ơn Qúy, và luôn biết ơn Qúy. Vì thế mặc dầu bận rộn với phòng mạch, bận rộn với gia đình, bận rộn với công việc xã hội... và nhất là những cơn đau, những mệt mã, những muộn phiền lo lắng trong lòng tràn ngập. Qúy vẫn nở nụ cười và vẫn cho ra, từ tinh thần tới vật chất với một mong muốn, làm sao giúp được phần nào, dù nhỏ mọn, để tiến tới một cộng đồng người Việt quốc gia hợp nhất và vững mạnh, như sự mong mỏi của những bậc cha chú, những bậc đàn anh đã hy sinh cả cuộc đời vì lý tưởng quốc gia....

Nhưng hôm nay, Qúy đã gọi tôi lên đón Qúy, nhưng khi vừa về tới nhà...Tất cả như cơn bão, một cơn bão có cường độ cao, hay tối thiểu lòng tôi nghĩ thế. Những người đàn bà khác khi phải nhìn thấy sự quằn quại đau đớn của chồng, họ có cảm thấy như là nỗi đau chính mình không, hay có thể còn đau hơn cả nỗi đau chính mình. Nhưng tôi, một cảm giác đau, đau lắm, đau như chưa từng đau. Tôi còn trẻ, phải nói thế, nhất là người vợ trẻ mới cưới chưa lâu. Tôi biết tôi là người con gái thiệt thòi và cũng đã trải qua muôn vàn đau đớn, nhưng sự đau đớn của chồng tôi vẫn làm tôi nhói đau từng khúc ruột.

Tôi đã bàng hoàng và còn càng kinh hãi khi nghĩ tới Qúy xa tôi. Một điều gì sẽ sẩy ra, nhất là đây không phải lần đầu của Qúy, mà đây là sự lập lại, và lần lập lại này có giống như lần trước, hay Qúy sẽ trở thành người sống mà như chết. hay nói dại, Qúy có còn đủ can đảm hay sẽ như người cháu của bác Kha.

Từ ý nghĩ đó, tôi hét lên trong lòng:

- Đừng bỏ em Qúy ơi.

Ngồi trên xe cứu thương cùng Qúy, mà tôi cứ nghĩ như đang ngồi trong quan tài. Họ đang chở Qúy đến nghĩa trang, đến một nơi mà tôi sẽ không bao giờ còn gặp lại. Nước mắt tôi như dòng suối, đã chảy và cuốn trôi tất cả những suy nghĩ, những can đảm và ngay cả niềm tin. Tôi mất hết, không còn lời nào có thể khuyên nhủ tôi lúc này.

Xụp đổ và xụp đổ. Người ta bảo, cuộc đời như những xắp đặt, hay nói khác hơn là mệnh số. Nhưng tại sao, tại sao lại đến với tôi quá sớm thế này, nhất là Qúy. Qúy đã sinh ra, đã lớn lên, và đã phải cam chịu cả một đời bi ai và khó khăn thế nào, để có ngày hôm nay. Nhưng sự bù đắp của đời này sao quá phũ phàng, khiến tôi nhiều lúc bi quan, là ông trời luôn tìm người lành để bắt nạt hay vùi dập. Nhưng cũng may, những ý nghĩ đó chỉ thoáng qua, rồi lại biến mất trong tôi. Và niềm tin lại đến, để rồi tôi đã làm dấu liên tục.

Tôi đọc kinh lạy Cha, Kính Mừng, tôi cũng không biết bao nhiêu lần, có lẽ cả trăm trăm lần và lần nào cũng xen lẫn tiếng gào tên Qúy đừng bỏ em...

Chắc chắn là Qúy không còn biết, không còn nghĩ mà chỉ đang quằn quại chống lại cơn đau, hay thần giao cách cảm, Qúy cũng đang cùng tôi, cùng thông cảm trong đau khổ. Nước mắt của Qúy cũng đang như dòng suối, có thể còn nhiều hơn tôi bội phần. Qúy có thể cũng đang nhắn nhủ và thương tiếc vì đã bỏ tôi, vì đã khiến tôi sầu lụy. Qúy cũng có thể đang cùng tôi tin vào niềm tin nào đó, để được cứu thoát, hầu sống mãi bên tôi. Hay Qúy có thể cũng đang tìm lời an ủi và chia tay tôi. Qúy sẽ nói với tôi, hãy tiếp tục sống để nuôi con, hãy tìm cho mình một đời sống mới, hay hãy tìm cho mình một tình yêu mới, để khỏi trở thành cô đơn suốt đời. Và biết đâu, Qúy chẳng đang và đang nghẹn ngào trước giây phút chia ly...

Nhưng Qúy ơi, làm sao em có thể xa anh, làm sao em có thể sống mà không có anh, làm sao em có thể hạnh phúc và bình an nếu anh không sống trên đời này... Cuộc đời này làm gì còn mầu xanh hở anh. Tất cả tăm tối, tất cả sẽ trở thành khối trống không... Lòng em là thế, hồn em là thế, tất cả đã trải ra và chờ đón anh ngay từ khi em mở mắt chào đời. Đừng bỏ em, anh phải sống, và em cũng phải sống. Các con chúng mình phải được anh bảo bọc, phải được anh nuôi dưỡng và phải được anh dậy dỗ. Chúng nó phải giống anh, không phải chỉ thành công trên đường học vấn, mà còn phải giống anh về mọi mặt, biết yêu thương người, biết hoà đồng với người, và biết sẵn sàng cho tha nhân, giúp đỡ và tìm cách sát cánh cùng nhau kiến trúc một cộng đồng quốc gia vững mạnh...

Từ đó, lòng tôi càng run, cầm tay Qúy. Qúy vẫn nhắm mắt, nhưng da Qúy thật ấm. Tôi yên tâm, hay cảm thấy yên tâm.. Khoảnh khắc, tôi quên người y tá bên cạnh. Tôi gục xuống và hôn tay Qúy...

Và ngay lúc đó, hình như Qúy nhắc tôi. Tôi rờ túi định tìm điện thoại. Cũng may, không hiểu vì sao tôi vẫn còn nhớ mang điện thoại theo mình. Tôi không nghĩ thêm, bấm điện thoại cho bố mẹ Qúy. Nhưng tôi đã không nói được gì, tiếng nấc của tôi đã dồn dập và cắt đứt giọng tôi. Tôi phải nín thở thật lâu, tôi mới nói thành tiếng:

- Anh Qúy bị emergency...

Và tôi lại nấc, lại khóc. Mãi sau tôi mới tiếp tục và cũng chỉ đủ để nói với bố mẹ Qúy đã được chở vào bệnh viện nào.

Thật ra nếu là bình thường, hay nói khác hơn, là lần đầu tiên, thì có lẽ tôi cũng không đến nỗi kinh hãi thế này, nhưng khốn thay, không hiểu sao ngay lúc này, trong tôi những gì sẩy ra trong cuộc đời Qúy như mồn một, phải chăng, khi người ta sắp chia tay, thì hay nghĩ tới những quá khứ, những gì sẩy ra trong đời...

Và tôi lo lắng bồn chồn hối thúc...Từng chi tiết và từng chi tiết... Cuộc đời Qúy hồi sinh trong từng tư tưởng của tôi.. Nhưng bỗng xe ngừng lại. Người y tá ngồi phía sau vội vàng mở cửa. Tất cả sẩy ra thật dồn dập. Cánh cửa xe cứu thương mở toang. Tôi hoang mang lo lắng rụng rời. Ngay sau đó, toán y tá từ trong chạy ra vây quanh, chờ đưa Qúy ra khỏi xe, đẩy vào trong khu cứu thương khẩn cấp.

Ôi sao lòng tôi xót xa đau buồn đến thế, một sự trống vắng lạnh người khi Qúy khuất bóng sau cánh cửa lớn vào hành lang phòng khẩn cấp. Và tất cả khép lại, như khép lại hạnh phúc và sự vui vẻ trong lòng tôi.

Tôi thấy đau đớn tử thân và như không còn kìm giữ nổi tâm trạng hoang mang lo sợ của mình, nên tôi đã ngồi qụy xuống ôm mặt khóc nức nở.

Tại sao cuộc đời có những phút giây nghiệt ngã và đau lòng đến thế. Tôi sợ mất Qúy, sợ đây là lần cuối cùng tôi được cầm bàn tay ấm áp và yêu thương của Qúy còn hơi nóng toả ra, hơi ấm mà tôi đã bao năm ấp ủ yêu thương. Tôi sợ rồi đây, chiếc khăn tang trên đầu sẽ làm tâm hồn tôi trở nên lạc lõng cô đơn giữa cuộc đời này. Người ta sẽ cột đầu và đánh dấu ấn tôi bằng chiếc khăn tang đó như một thương xót một lữ hành cô độc, hay lời cáo chung của những ngày hạnh phúc.....

Cứ thế, tôi khóc như chưa bao giờ được khóc. Mãi tới khi có người vỗ vai tôi. Tôi không cần biết ai, trí tôi đã bị loãng nhạt và mù mờ như một màng mây thật dầy bao phủ, khiến tôi không còn phân định sự đắn đo và e lệ hàng ngày, nên tôi ôm chầm và ngả đầu như một đứa trẻ. Có lẽ thật lâu, tôi không còn nhớ. Trang vừa vỗ về vừa bảo tôi:

- Nín đi, mày phải vào trong để làm giấy tờ chứ sao chết đứng ở ngoài này thì ai lo thủ tục cho chồng mày.

Lúc đó tôi mới giật mình, trợn mắt nhìn Trang. Một câu hỏi "Tại sao Trang có mặt ở đây". Và có lẽ Trang như hiểu ý tôi. Trang cố bình tĩnh:

- Mày không nhớ là đã phone cho tao sao?

Tôi càng bàng hoàng:

- Không, tao phone cho mẹ Qúy, tao đâu gọi cho mày.

Trang nhăn mặt:

- Mày không gọi cho tao, sao tao biết mà tới.

Rồi Trang không để tôi trả lời nói tiếp:

- Thôi bây giờ bỏ chuyện đó đi, hãy theo tao.

Nhưng vừa quay lại, tôi thấy bác Kha và cả Liên, chị của Trang, khiến tôi tưởng như mình đang trong giấc mơ. Vì tại sao, lúc này, ngay cả bác Kha cũng có mặt. Chắc là Trang đoán lòng tôi đang nghĩ gì, nên không chần chờ trước sự ngạc nhiên của tôi, nên vừa kéo tôi theo, vừa lấy tay mở cửa. Sau đó, Trang dẫn tôi tới thẳng bàn người thư ký đang ngồi chờ sẵn. Từ đó tôi chỉ còn biết gật đầu tùy theo câu hỏi của Trang....

Tôi giống như con dun, mềm nhũm. Phòng đợi trong khu khẩn cấp hình như bé lại, và muốn chôn sống tôi, tôi cảm thấy ngột ngạt. Hơi thở tôi như bị ai cắt đứt. Khí quản tôi đã bể và không còn hơi chuyền qua buồng phổi của tôi. Tôi cảm thấy trời đất cũng bé lại, và bầu trời như chùng xuống. Đầu tôi đang bị cả một mảng mây của lo buồn và phiền muộn chụp lên. Tôi dãy đành đạch như con dun vừa bị ai lấy kim châm vào thân thể. Trang thấy thế thương tâm bảo tôi:

- Mày cố gắng lên.

Rồi Trang thở dài:

- Mày muốn báo cho ai không?

Tôi thở hắt như người sắp chết. Mãi sau tôi mới nói trong tiếng nấc:

- Bố mẹ anh Qúy ở Cali. Mày lấy phone bấm dùm tao. Phải báo cho bố mẹ anh Qúy biết ngay.

Nói được mấy câu mà tôi tưởng như đã hết hơi. Tôi thở hắt ra như người sắp chết. Miệng tôi chết cứng, thân tôi như bị ma đè. Tôi nói trong kinh hoàng. Giọng tôi hoàn toàn lạc lõng:

- Tao sợ quá Trang ơi....

Trang vỗ về tôi, lấy phone và gọi điện thoại dùm tôi..

Tôi nào còn biết nói gì ngoài tiếng nấc liên tục, nên khi cúp điện thoại rồi, mà tôi vẫn còn hoang mang không biết mình đã nói gì với mẹ Qúy, và có biết giữ đạo hạnh qua lời nói của một người con dâu không? Hay vừa rồi tôi nói với ai chứ không phải mẹ Qúy..

Trang thấy sắc mặt tôi biến đổi thường xuyên, nhất là càng ngày càng tái xanh nên dìu tôi qua chiếc ghế bành...

Chúng tôi ngồi đợi lâu lắm... Thời gian giúp tôi lấy lại chút bình tĩnh, mặc dầu lòng vẫn như lửa đốt khi nghĩ tới bệnh tình của Qúy bên trong, nhất là khi nhớ lại lời bác sĩ đã cảnh cáo trước đây, là trái thận mà Qúy ghép vào đã biến chứng và có thể có vấn đề rất nghiêm trọng.

Tôi hít một hơi dài, một cố gắng cùng tận. Lúc này tôi mới nhìn bác Kha và Liên, tôi thì thào trong cổ họng:

- Cám ơn bác, cám ơn chị Liên.

Bác Kha không nói, chỉ khẽ gật đầu.

Tôi cúi mặt, và những dòng lệ lại tuôn đổ.

Trang vẫn để bàn tay ấm áp của Trang trên vai tôi,

lúc này thấy tôi đang cố gắng để bầy tỏ sự xúc động, nên vỗ nhẹ vừa bảo:

- Mày còn cần gọi cho ai khác ngoài bố mẹ Qúy không?

Tôi thở dài do dự, bác Kha thấy thế lên tiếng:

- Cháu có cần gọi cho linh mục không?

Vừa nghe, tôi vừa sợ vừa lo. Một ý nghĩ đến vội, từ bệnh viện mà kêu linh mục, là một dấu hiệu bệnh tình của bệnh nhân đang thời nguy kịch rất khó qua khỏi, đây là bí tích dành riêng cho những người sắp qua đời, như là một giấy thông hành sẵn sàng để về bên kia thế giới trình diện thánh Phêrô. Nên tôi lo lắng nhìn bác Kha, như thầm nói về suy nghĩ lo sợ trong lòng tôi. Và có lẽ bác Kha đọc được tâm sự của tôi trong ánh mắt tôi, nên bác từ tốn:

- Không ai biết việc gì sẩy ra, mình hãy nghĩ tới điều bi quan nhất ó thể sẩy ra cho Qúy. Bác hy vọng không phải xức dầu, nhưng có thể sẽ cùng nhau cầu nguyện và xin bình an. Cháu nghĩ có đúng không?

Nhưng rồi bác Kha lại tiếp:

- Hay bây giờ đằng nào cũng phải chờ người ta đưa Qúy đi thử nghiệm, bác nghĩ cũng lâu lắm, cháu và bác, chúng ta cùng vào nhà nguyện, nhờ Liên và Trang ngồi ở đây, nếu có tin gì đến nhà nguyện gọi. Cháu nghĩ có được không?

Tôi không trả lời. Còn Trang vì không phải là người công giáo nên làm sao hiểu nổi sự cần thiết của cầu nguyện lúc này, vì thế Trang cũng im lặng nhìn tôi.

Một lúc sau, không thấy tôi trả lời, bác Kha mới bình thản:

- Cháu không muốn đi cũng được, vậy cháu ngồi đây với Trang, bác đi đến nhà nguyện và sẽ trở lại sau.

Tôi nhìn bác Kha, rồi bỗng nói:

- Bác cho cháu đi với bác.

Nói rồi, tôi đứng dậy theo bác Kha.

Nhưng Trang cũng đứng dậy vừa nói với Liên:

- Chị Liên ở đây, có gì gọi em ngay nhé. Nhớ đừng có đi đâu.

Và chúng tôi cùng đến nhà nguyện của nhà thương.

Nhà nguyện thật vắng. Chúng tôi cùng ngồi chung một chiếc ghế ngay giữa nhà nguyện. Tôi quỳ xuống và lâm râm lời kinh hàng ngày cùng Chúa và Đức Mẹ mà tôi đã tin bao năm nay, từ ngày tấm bé, nhất là từ ngày sống bên Qúy, lời nguyện mà lúc nào tôi cũng cảm thấy như một linh dược trong tâm hồn tôi, đã chữa lành cho tôi khi tôi buồn khổ và lo lắng, cũng như chữa lành cho tôi khi tôi bệnh hoạn, và đã cho tôi trải qua biết bao nhiêu những khó khăn mà tôi tránh được trên đời...

Rồi tôi lắng nghe. Tôi cảm nghiệm được tình yêu Thiên Chúa và tôi cũng cảm nghiệm được những gì Thiên Chúa đã an định cho tôi... Và bỗng một dịu ngọt nào đó như dần thấm vào hồn tôi... Và tôi lâng lâng.

Nhìn ảnh cứu chuộc của Đức Giêsu, tôi thấy sự đau khổ trong tôi như biến dần và loãng nhạt. Tôi nhìn ảnh Đức Mẹ, một nụ cười như đoá hoa hồng mới nở giữa xuân, tươi mát và dịu dàng.

Tin thì sẽ được, gõ thì sẽ mở. Niềm tin tôn giáo quả thật là sự huyền diệu. Tôi nghĩ thế và từng nghĩ thế trong đời đúng như bác Kha đã khuyên tôi.

Bất giác tôi nhìn bác Kha, bác Kha cũng đang nhìn tượng Chúa. Và cứ thế cả mấy phút sau tôi mới ngồi lên, vỗ nhẹ đùi Trang:

- Cám ơn mày.

Trang gật đầu.

Bác Kha nghe tiếng thì thào của hai đứa tôi nên quay qua, thấy tôi đã ngồi, bác làm dấu và cũng ngồi xích lại gần chúng tôi. Tôi nhìn bác:

- Cám ơn bác, không có bác và Trang có lẽ giờ này cháu chỉ biết ngồi đó mà khóc.

Bác kha bình tĩnh, giọng thật nhẹ và dịu:

- Hãy dâng cho Chúa, bác nghĩ đây là một điều cần

thiết và hiệu nghiệm nhất.

Tôi thưa nhỏ:

- Dạ cám ơn bác, anh Qúy cháu cũng thường bảo cháu vậy.

Bác Kha nghe tôi trả lời, nói:

- Qúy là người thông minh và đáng phục. Cháu có phúc.

Rồi bác Kha bình thản:

- Nhiều người lầm, nghĩ rằng lấy chồng có học, có bằng cấp là một sự may mắn và thành công của người con gái. Nhưng bác thì nghĩ khác, lấy được một người chồng biết sống trong ân sủng và niềm tin mới thật là sự may mắn của người con gái. Cháu đã được cả hai. Cháu may mắn lắm cháu biết không. Nên cháu cần cầu nguyện và tiếp tục sống trong niềm tin như Qúy đã sống, và cùng đã sống với cháu.

Tôi gật đầu, không nói. Trang thấy thế nói vào:

- Cháu không biết anh Qúy đã trải qua cuộc đời thế nào. Nhưng phải là một đặc biệt lắm báo The Register Orange County mới viết về anh Qúy. Cháu tiếc là hôm qua Huyền đã không chịu kể cho cháu, khiến cả đêm cháu cứ đoán mò.

Tôi nhìn Trang. Rồi không hiểu sao tôi từ từ kể...

Khi máy bay từ Houston đáp xuống phi trường Los Angeles, Qúy vẫn còn nhớ, một cảm giác bồn chồn và lâng lâng trong lòng. Qúy đã nghe nhiều người nói về Cali ngay từ ngày Qúy còn bên đảo, nơi mà Qúy nghĩ giống như miền đất hứa của người Do Thái xưa. Qúy đã ao ước và từng ao ước một ngày nào đó sẽ được bước chân đến Cali, dù với hình thức nào. Con người ta luôn phải biết trân quý niềm hy vọng, vì đấy cũng là liều thuốc bổ hầu giúp ta có thêm nghị lực sống. Qúy học được điều này từ bố Qúy, và Qúy đã mang theo trong người suốt cuộc đời thơ ấu.

Nhìn qua cửa sổ khi máy đáp và từ từ tiến vào chỗ đậu, Qúy càng cảm động khi nghĩ tới bạn Qúy đã không ngần ngại, giúp đỡ và bảo bọc một người bệnh hoạn và khó khăn như Qúy.

Trời Cali hôm nay hình như không nắng, hay có chăng cũng thật nhạt khác với bầu trời Houston nơi Qúy vừa từ giã. Bỗng Qúy chảy nước mắt khi nhớ tới cha Dụ lúc tiễn Qúy ra phi trường buổi sáng nay. Hình như tất cả các linh mục đều có chung một tấm lòng, hay cũng có thể Qúy nghĩ vậy, vì ở các linh mục Qúy luôn tìm thấy một bình an, một thông cảm và một thánh thiện đặc biệt gì đó, khiến lòng Qúy thấy mình được bảo bọc, được lo lắng và được an bình.

Cha Dụ quả là người của giáo hội, xả thân và luôn lo cho đoàn chiên. Trí óc Qúy đơn thuần và luôn nhìn thấy mầu nhiệm cứu độ của Thiên Chúa qua các linh mục, mầu nhiệm mà nhờ đó Qúy đã được cứu rỗi qua tín lý đức tin. Qúy bỗng cúi đầu và thầm cám ơn.

Và những ngày khởi đầu ở Cali hoàn toàn khác với Houston, nhất là thời tiết, do đó, việc đầu tiên Qúy được người bạn dẫn dắt là tìm cho Qúy một chiếc xe đạp cũ để làm phương tiện di chuyển. Vì có phương tiện di chuyển Qúy mới có thể kiếm việc, đi làm, để phụ cùng người bạn trả tiền nhà cũng như để dành tiền đi học.

Nhìn chiếc xe đạp, lòng Qúy thấy như tràn đầy sức lực. Qúy tự nhiên thấy mình lớn hơn, biết sống hơn, nhất là tự tin và can đảm hơn.

Bằng lòng với số phận mình, đó là niềm hạnh phúc vĩnh cửu, phải chăng là thế nên đã khiến Quý, vì dù mình bệnh tật, và vì dù sự thiếu thốn, nhưng vẫn rộn rã trong lòng. Hôm đó, Qúy đã đến nhà thờ cầu nguyện và đã cám ơn Chúa cho Qúy có mặt nơi đây.

Và rồi những ngày khởi đầu đi làm việc cũng bắt đầu. Qúy được nhận làm cho quán ăn McDonald gần nhà. Nhưng nói là gần nhà, Qúy cũng phải dùng xe đạp làm phương tiện di chuyển, nếu không cũng mất cả tiếng đi bộ. Cũng may, Cali mát mẻ, nên việc di chuyển tương đối nhẹ nhàng, chỉ khó khăn là những ngày mưa gió, thì quả không dễ dàng cho Qúy chút nào. Tuy nhiên, Qúy không hề cảm thấy chút khó nhọc gì.

Qúy còn nhớ, Qúy đến Cali vào cuối mùa xuân, sửa soạn sang hè, nên Qúy có giờ để quen thuộc với nơi đây trước khi sửa soạn vào năm học như mọi học sinh khác.

Thú thực, thời gian này, Qúy phải bỏ rất nhiều giờ để học sinh ngữ, vì mặc dầu sống hơn ba tháng bên Houston, và dù mặc dầu Qúy đã cố gắng ngay từ ngày còn bên đảo, Tiếng Mỹ của Qúy rất còn khiêm nhường, nếu không muốn nói là rất kém so với các học sinh Việt Nam đã sang đây từ năm 75. Tuy thế, Qúy vẫn tin, hay bắt buộc mình phải tin vào sự cố gắng rồi sẽ thắng, và chắc chắn Qúy sẽ theo kịp lớp 11 như dự tính.

Nhưng rồi một việc sẩy ra bất ngờ khiến Qúy hoang mang và đau khổ không ít, nhất là những ngày đầu sau khi khám nghiệm và được bác sĩ cho biết kết quả.

Khi bắt đầu niên học, nhất là Qúy lại là một học sinh mới đến từ một xứ sở khác, nên Qúy cần phải khám nghiệm tổng quát, để chắc chắn Qúy không trở ngại sức khoẻ, cũng như không mang chứng bệnh di truyền, hoặc truyền nhiễm ảnh hưởng tới các học sinh khác. Và vì khám tổng quát, bác sĩ mới tìm ra áp xuất của Qúy rất cao. Một câu hỏi làm các bác sĩ phân vân, và đã quyết định cho Qúy đi thử nghiệm tìm hiểu lý do, từ đâu khiến áp xuất của một thanh niên còn quá trẻ cao đến thế. Chính vì cuộc thử nghiệm này, bác sĩ đã tìm ra căn bệnh của Qúy. Thận của Qúy đã teo lại, không còn hoạt động, đã khiến áp xuất của Qúy tăng cao. Kết quả này đã làm Qúy xây xẩm và đau khổ vô cùng.

Qúy gào thét trong vô cùng tuyệt vọng khi nghe bác sĩ đưa ra một chương trình điều trị, mà cả đời Qúy chưa hề nghe tới. Qúy làm gì có thể hiểu thận của con người quan trọng thế nào, và khi thận bị hư, thì việc gì sẽ sẩy đến. Qúy làm gì hiểu rằng, nếu thận hư thì cần phải được lọc máu bằng thận nhân tạo. Và việc lọc máu sẽ phải kéo dài suốt đời nếu không có thận thay, mà việc thay thận vào thời gian đó vẫn còn trong tình trạng tìm hiểu chứ chưa thịnh hành như ngày nay. Qúy làm sao hiểu được chất creatinie là gì, và chất creatinie là độ dơ còn lại trong máu mà thận không lọc được... Rồi làm gì Qúy hiểu những danh từ y khoa, những cấu trúc trong cơ thể con người, mà khi không còn hoạt động sẽ khiến biết bao nhiêu điều khác sẩy ra... Nhất là làm sao Qúy có thể ngờ rằng, vì những phản ứng của thuốc mà ngày Qúy còn ở Việt Nam đã chích ngừa, đã là nguyên nhân khiến Qúy bị teo cả hai trái thận. Ngoài ra, vì đó mà nội tạng Qúy biến hoá khiến sức khoẻ của Qúy đã phải trải qua biết bao nhiêu khó khăn từ ngày rời Việt Nam...

Thế là Qúy đành cam chịu sự đau đớn trị liệu của những người hư thận. Dù Qúy là một người tin vào sự cứu độ của Thiên Chúa, và dù lòng tin và cậy trông nơi Thiên Chúa rất cao, Qúy vẫn không sao tránh khỏi sự bất mãn, đau lòng và thất vọng trước đời sống của con người, nhất là đôi khi Qúy như người điên, một kẻ chán đời và hoàn toàn không muốn sống.

Qúy đã cầu nguyện, nhưng lời cầu nguyện của Qúy hình như không hiệu nghiệm, nên lúc đó Qúy thấy trống trải và cô đơn vô cùng. Qúy nhớ mẹ, nhớ bố càng nhiều, vì Qúy liên tưởng Qúy sẽ phải chết một ngày gần đây. Qúy không thể nào tưởng tượng nổi thận nhân tạo lại có thể cứu Qúy, và Qúy cũng không tưởng tượng nổi là Qúy có thể cả đời, một tuần ba lần đến nhà thương lọc máu. Vì nó kéo dài như vô tận, nó đau đớn triền miên và nó mất nhiều cố gắng quá, nhất là làm sao Qúy kiếm sống, tiền đâu Qúy tiếp tục điều trị, và rồi làm sao Qúy có thể đến trường.

Ôi! Bao nhiêu điều phải nghĩ, mà điều nào cũng nan

giải và đầy khó khăn, cũng may mà bố mẹ Qúy không ở bên này, nếu không, mọi người chắc là làm sao chịu đựng nổi khi biết con mình, đứa con trai yêu qúy, phải trải qua căn bệnh hiểm nghèo này.

Và những lúc đó, Qúy đã không làm sao cầm được nước mắt khi nghĩ tới mẹ, để rồi hàng đêm, không lúc nào Qúy không mơ đến bà nội, đến mẹ, đến bố và mọi người trong gia đình. Từ hình ảnh anh Phán, người vẫn còn đang bị tù tội trong trại cải tạo ở Việt Nam, tới anh Lượng chị Liên với những ngày quấn quít bên nhau trên những con đường Đà Lạt. Rồi tới các em, như Thi, như Huệ, như Ghi cùng cặp sinh đôi Hương và Điệp, nhất là Sương, cô em út vẫn còn bé bỏng nơi quê nhà. Tất cả như đang cùng Qúy an vui dưới căn nhà rộng rãi ngày nào, những ngày mà bố mẹ Qúy còn nhà cao cửa rộng, tiền của dư thừa...

Ôi những giấc mơ như lột trần những thèm khát trong lòng Qúy của những ngày xa xứ, những ngày mà Qúy phải âm thầm chịu đựng bằng tất cả tủi buồn thất vọng. Thật là những hãi hùng không nào diễn tả. Nhưng Qúy còn cách nào hơn là tạo cho mình những giấc mơ hy vọng, để tự an ủi và tìm chút dư hương, như không khí để thở, hầu tránh được những bệnh hoạn tinh thần lúc nào cũng cồn cào cấu xé trong tâm can.

Qúy còn nhớ, lần đầu tiên đến bệnh viện để giải phẫu, hầu gắn ống cao su vào động mạch, để sửa soạn bắt đầu lọc máu. Cuộc giải phẫu hôm đó đã kéo dài 2 tiếng, nhưng Qúy đã cảm thấy dài như thiên thu, có lẽ không phải vì thời gian, mà vì tâm trạng lo lắng của Qúy đã khiến giây phút trở thành bất tận. Nhất là Qúy tưởng tượng tới năm sáu tiếng nằm lọc máu mỗi lần sau này, thì còn dài thế nào. Tuổi của Qúy, tuổi của rong chơi ngoài đường với bạn bè cùng lứa, thì từ nay, Qúy phải cắn răng một mình trên giường bệnh, hoặc trong những nơi làm việc, làm sao Qúy chẳng thương tâm chính mình, nhất là ai có thể bảo đảm ngày mai cuộc đời Qúy ra sao? Qúy có còn sống, còn tồn tại, hay căn bệnh sẽ giết chết Qúy ngay hôm nay? Sự sống chết của Qúy mỏng manh như chỉ treo mành, mà quả cân bệnh tật thì quá nặng, làm sao không khỏi đứt bất ngờ... Những ý nghĩ đó càng làm Qúy thất vọng và chán nản vô cùng...

Nhưng rồi Qúy vẫn phải chấp nhận tất cả thủ tục cần thiết, cũng may, chỉ sau 6 tuần thì ống fistula đặt trong cánh tay trái của Qúy đã sẵn sàng, vì theo Qúy biết, nhiều người phải mất cả bốn năm tháng ống fistula mới sẵn sàng để lọc máu, đây có lẽ là một may mắn thứ nhất từ ngày Qúy nghe hung tin.

Rồi lần đầu tiên lọc máu cũng đến và lần đầu tiên Qúy bị khủng hoảng vì cơn đau khi người Qúy bị vộp bẻ. Nước mắt Qúy trào ra như chưa bao giờ khóc. Qúy kêu mẹ, kêu bố cả thời gian nằm quần quại trong đau đớn rùng mình.

Tất cả mọi bi quan, yếm thế bắt đầu từ đó. Lúc nào Qúy cũng lo, cũng sợ và lúc nào Qúy cũng mặc cảm và thất vọng chính mình. Qúy nghe bao nhiêu bi quan của những người cùng cảnh ngộ Qúy, họ chết sớm, họ tự tử, họ hành hạ thân xác vì bất mãn với Thượng-đế, với loài người... Quả thật, làm sao trách họ, vì cũng sinh ra, cũng làm người, tại sao họ lại phải mang, phải gánh bệnh tình này?

Nhưng rồi không hiểu sao, Qúy vẫn còn sống, còn tiếp tục hứng chịu. Qúy không biết từ sức mạnh nào, chỉ biết rằng, ngày qua ngày, Qúy như người máy, mì gói hay sandwich.. tất cả Qúy nhai như sự phải có. Qúy không thể hủy hoại thân thể mình, vì Qúy tin, nếu Qúy làm thế Qúy sẽ không được cứu rỗi, vả lại, Qúy còn bố mẹ, còn anh em, những người đang và hằng lo cho Qúy.

Và cứ thế, năm học đến, lúc đầu, Qúy tưởng đã không tiếp tục học. Con đường học vấn của Qúy đã hoàn toàn bị cắt đứt. Qúy nghĩ, Qúy học làm gì, Qúy học rồi Qúy cũng chết, mà không học rồi Qúy cũng chết, thì tại sao Qúy phải vất vả đến trường, tại sao Qúy không như những đứa trẻ bụi đời khác, lang thang qua ngày. Qúy sẽ nổi loạn, sẽ vào một băng đảng nào đó, Qúy sẽ làm giàu bằng những đồng tiền bất lương, rồi Qúy sẽ phung phí, hoang đàng, vì đằng nào Qúy cũng chết. Người ta bắt Qúy, người ta giam Qúy, người ta xử tử Qúy.. nghĩa gì, vì đằng nào Qúy cũng chết. Vả lại, nếu Qúy vào trong tù sẽ có người lo cho Qúy, vì nếu Qúy ở ngoài đời, Qúy phải tự làm nuôi Qúy, vì Qúy mồ côi, dù kẻ mồ côi không đúng nghĩa, người không gia đình, kẻ một thân một mình. Nhưng nếu Qúy vào tù sẽ có cả nước nuôi Qúy. Qúy sẽ không trả tiền bệnh viện, không trả tiền ăn, tiền mặc.. thật là ý nghĩa. Và chính những tư tưởng đó đã luôn bám chặt lấy Qúy, làm Qúy không biết bao nhiêu lần muốn bỏ cuộc, không muốn đi lọc máu, và không muốn làm bất kỳ điều gì.

Nhưng rồi như một phép lạ, một hôm Qúy thấy tâm hồn bạc nhược, một sự chán nản cùng tận như xâm chiếm tâm hồn Qúy. Qúy đứng ngồi không yên. Qúy lấy xe đạp chạy một vòng. Và trong lúc đi ngang qua khu thương mại gần nhà trọ, Qúy thấy một đứa trẻ, trẻ lắm, trẻ hơn Qúy. Khuôn mặt đứa trẻ tươi cười, đang dắt một bà cụ qua đường, điểm đặc biệt là đứa trẻ đó đã cụt một chân, còn một chân thì bị khuyết tật. Một tay mang nạng, một tay giúp người đàn bà mù qua đường với nét cười rạng rỡ trên nét mặt. Qúy đứng nhìn và thực sự cảm động trước nụ cười, ánh mắt và khuôn mặt của đứa trẻ, một đứa trẻ tật nguyền, nhưng lại không nhìn đời bằng mầu đen, mà bằng một mầu hồng thuần chất. Qúy suy nghĩ, và một đánh động nào đó đã khiến Qúy đến bên đứa trẻ. Nhưng vì phải chờ đèn đỏ, nên khi Qúy sang bên kia đường, Qúy đã không còn nhìn thấy đứa nhỏ mà chỉ thấy bà cụ đang ngồi ở chiếc ghế trước trung tâm thương mại. Qúy đến bên hỏi bà cụ:

- Bà đợi ai?

Bà cụ trả lời, giọng yếu ớt:

- Cháu tôi sẽ đến đón tôi.

Qúy phân vân rồi hỏi:

- Có phải người vừa dẫn cụ không?

Bà cụ bình thản:

- Không, cháu tôi đi xe đến đón tôi.

Qúy ngạc nhiên:

- Cháu thấy có một cậu bé đi nạng dẫn cụ qua đường.

Bà cụ nhanh nhẹn:

- Ồ, đấy là người đi đường giúp tôi.

Qúy phân vân, đưa mắt nhìn quanh. Điểm đặc biệt không phải vì cậu bé què, hay tật nguyền, mà vì khuôn mặt tươi cười và ánh mắt đầy niềm tin của cậu bé như là một đánh thức trong Qúy. Qúy không biết đây có phải là lời nhắn nhủ, hay một dấu hiệu nào đó đánh động tâm hồn Qúy, khiến Qúy hồi sinh một sức mạnh.

Vì thật sự, con người ta không phải sinh vật bất trị, và đôi khi chỉ vì một dấu hiệu nhỏ đánh động cũng làm thay đổi cả một đời. Bất giác, Qúy đã đến nhà thờ cầu nguyện, một việc mà gần đây vì thất vọng và đau khổ, Qúy đã như dần không còn hăng say như những ngày cũ, hay Qúy cố tình sao lãng....

Trong lúc cầu nguyện, Qúy đã nhớ đến những ngày thơ dại, những niềm vui hạnh phúc bên bà nội, bên bố mẹ và các anh, chị cũng như các em Qúy. Qúy thấy như một chân trời mới mở ra, và Qúy cùng mọi người hân hoan đoàn tụ. Chính lúc đó, lòng Qúy tràn đầy vui sướng bên mâm cơn gia đình ở Đà Lạt thuở nào. Và cũng chính lúc đó, Qúy hình dung và nhớ về thánh Don Bosco đang dắt những đứa trẻ bệnh tật mồ côi ngoài đường phố. Trong đám trẻ bụi đời tật nguyền ấy, Qúy nhìn thấy đứa trẻ dắt bà cụ qua đường. Qúy ngạc nhiên cùng độ. Chính giây phút đó, một tia sáng như mũi tên bắn vào tâm trí Qúy. Qúy bừng tỉnh. Và Qúy chợt nhận ra mình, nhận ra sự yếu hèn của tâm hồn đã không trân qúy cuộc sống của mình, cuộc sống mà Thiên Chúa đã ban cho Qúy. Bất giác lòng Qúy như sôi sục một niềm tin, và chính niềm tin đó đã kéo

Qúy ra khỏi sự chán nản. Đúng lúc đó, tự nhiên Qúy nhớ tới câu truyện của một thiền sư, vì muốn tìm Thượng-đế, nên đã ngồi thiền và suy niệm suốt bao ngày trên một đỉnh núi cao, nhưng mãi vẫn không sao tìm ra dấu tích gì. Bỗng một hôm, ngoài trời giông bão, người thiền sư nghe thấy tiếng gõ cửa, thiền sư tự hỏi: "Tại sao lại có ai đến gõ cửa giờ này". Nhưng khi thiền sư mở cửa, ngạc nhiên vì thấy một người ăn mày đứng trước cửa xin cơm. Thiền sư động lòng lấy cơm cho người ăn mày mà trong đầu không khỏi ngạc nhiên, vì tại sao người ăn mày lại lên tới tận núi cao để xin ăn. Và rồi, người ăn mày quay đi sau khi đã nhận được chén cơm chay, thiền sư đóng cửa, rồi lại vào ngồi suy gẫm để tìm Thượng-đế. Bỗng từ đâu một âm thanh phát ra: "Người đâu phải đi đâu xa, chẳng phải là người vừa gặp ta sao?". Thiền sư kinh hoàng, vì nãy giờ mình đâu gặp ai ngoài người ăn mày. Và lúc đó thiền sư mới chợt hiểu, mở cửa chạy xuống núi, nhưng đi hoài vẫn không bao giờ tìm thấy người ăn mày.

Quả là một nhắc nhở qua lời cầu nguyện và suy tư về quyền năng của Thiên Chúa, chiều hôm đó về nhà trọ, Qúy đã đi đến McDonald với khuôn mặt tràn đầy niềm vui, giống như hình ảnh của cậu bé mà Qúy đã gặp trên đường hôm nay. Và cũng hôm đó, đúng ngày Qúy phải đi lọc máu, Qúy đã đi lọc máu trong niềm tin và hy vọng. Qúy đau đớn, nhưng Qúy đã cắn răng và cố nở nụ cười. Và chính hôm đó, Qúy tìm cho Qúy câu châm ngôn làm lẽ sống trong đời: *"Tôi không có quyền chọn bệnh tật cho mình, nhưng tôi có quyền chọn sống vui hay sống buồn, thì tại sao tôi không sống vui mà phải sống buồn để hủy diệt đời tôi."*

Từ đó Qúy đã đến trường tiếp tục học như những người bạn trẻ đồng lứa.

Tuy nhiên, ai có trải qua sự khó khăn như Qúy chắc mới thông cảm và hiểu thế nào là sự khó khăn cam chịu của đời một người bệnh tật bất hạnh, lại cô thế như Qúy.

Nó thật lắm trắc trở và đầy những suy nghĩ buồn bực và bất an trong lòng. Hơn nữa, nhiều lúc nói thì dễ, nhưng khi trải qua, nếu không có một nghị lực và niềm tin mạnh mẽ, sẽ rất khó khăn để chống đỡ được những truân chuyên sẩy ra hàng ngày.

Vì mỗi buổi sáng thức dậy, không phải thức dậy bình thường như những người khác. Những người có bố mẹ hay gia đình giúp đỡ. Qúy phải nấu thức ăn, giặt dũ và phải tự mình làm hết tất cả công việc cần thiết hàng ngày trước khi đến trường, đấy là chưa kể những buồn lụy trong lòng khi nghĩ tới sự gì sẽ sẩy ra trong người Qúy, vì những biến chứng hệ lụy bất ngờ của người đã sẵn mang mầm mống bệnh sẽ sẩy ra bất thường không thể nào ngờ, mà những bất thường đó cũng có thể gây ra tử vong bất cứ lúc nào...

Quả thật, ngày đó, Qúy đến trường, ngay cả việc học hành cũng gian nan hơn những học sinh khác, vì Qúy không đủ trình độ sinh ngữ để theo lớp 11 như người bản xứ. Những chàng trai khoẻ mạnh khác học một, Qúy muốn theo kịp phải học gấp đôi, gấp ba, hơn nữa Qúy còn phải nuôi thân.

Ngày nào cũng thế, cứ đến ba giờ chiều, sau khi từ trường về, Qúy đến thẳng tiệm McDonald làm việc. Qúy không có giờ nào rảnh rỗi để la cà như các bạn. Qúy phải tranh thủ thời giờ từng phút, bẩy ngày như một, lúc nào Qúy cũng bận rộn với sách vở, không học ở trường thì học ở nhà. Qúy không có giờ nghỉ ngơi như bao trẻ khác. Giờ rảnh của Qúy không học thì làm việc, đấy là chưa kể một tuần ba ngày, Qúy còn phải đến nhà thương lọc máu. Những ngày đó, sáng Qúy đi học tới ba giờ, sau đó đến McDonald làm việc cho tới bẩy giờ. Vừa nghỉ việc ở McDonald, là Qúy đến thẳng nhà thương lọc máu cho đến mười một giờ đêm mới xong. Thời khoá biểu của Qúy là thế, quanh năm không thay đổi.

Tính ra, cả thời gian tuổi trẻ của Qúy là ở nhà trường, tiệm ăn McDonald và nhà thương, mà phương tiện di chuyển của Qúy bằng xe đạp. Chiếc xe đạp chạy lên, chiếc xe đạp chạy xuống. Chiếc xe đạp chạy ngang. Chiếc xe đạp chạy dọc. Ngày nào nắng đẹp thì đỡ, còn những ngày mưa hay ngày gay gắt nắng thì thật khổ vô cùng.

Qúy nhớ, không phải một lần, mà rất nhiều lần, sau khi làm việc ở McDonald, Qúy đến thẳng nhà thương lọc máu, trên đường về nhà, Qúy đã té trên đường nhiều lần vì kiệt sức. Lần nào có người qua đường nhìn thấy, thương tình giúp đỡ thì dìu Qúy về nhà, nếu không Qúy như người ăn vạ ngoài đường, khi tỉnh dậy, tự lò mò đứng dậy và dẫn xe về.

Thuở đó, thường xuyên, lòng Quý có những lúc lảo đảo trong tâm trạng cùng cực chán nản. Thực sự những lúc đó Qúy hoàn toàn quên khuôn mặt của cậu bé, quên niềm tin. Nhưng cũng may, những lần xỉu trên đường như thế, về đến nhà, khi nhìn thấy câu Qúy viết, một châm ngôn của chính Qúy để trên bàn, Qúy đã vực lại và tìm cho Qúy niềm tin, nụ cười. Và nhờ đó, Qúy đã đứng vững.

Tuy nhiên, cuộc đời Qúy phải nói tới một người, một người đã giúp Qúy tinh thần thật nhiều trong suốt thời gian ở trung học và cả sau này khi Qúy lên đại học, đó là người y tá, bà Nadine Holub của trường trung học. Chính bà là người đã giúp Qúy, an ủi Qúy suốt bao năm trời.

Thời gian này Qúy cũng làm đơn bảo lãnh gia đình, và hy vọng với tình trạng sức khoẻ của Qúy, bố mẹ và anh em Qúy sẽ được sự giúp đỡ tích cực của sở di trú, hầu bố mẹ Qúy có thể xuất cảnh sớm hơn vì Qúy rất cần sự giúp đỡ của bố mẹ. Chính tờ báo The Register Orange County khi phỏng vấn Quý, lúc Qúy nằm bệnh viện và đang lọc máu, người phóng viên cũng đã đặt nặng gia đình, nhất là hoàn cảnh của Qúy rất cần sự hỗ trợ của người thân. Mà hầu như không phải chỉ Qúy, ai cũng thế, khi gặp bệnh hiểm nghèo, nhất là cần phẫu thuật, thì người thân là một cần thiết nhất để bệnh nhân bám víu, về cả tinh thần lẫn vật chất. Tuy nhiên, như Qúy nói trong bài phỏng vấn, Hà

Nội sẽ rất khó mà chấp thuận nếu không có sự can thiệp của Mỹ, nhất là thời gian đó, vấn đề bang giao chưa có. Qúy cũng nói, Qúy cầu nguyện hàng ngày, và rất mong bố mẹ chóng qua.

Và cũng trong lần phỏng vấn này, y tá Nadine đã khẳng định, như là người mẹ tinh thần của Qúy, Nadine sẵn sàng giúp đỡ Qúy từ giờ giấc tới tất cả những gì có thể, kể cả ngoài giờ làm việc, và chính người y tá này cũng khẳng định, đây là một phép mầu, đặc biệt, Qúy quả là người con trai đầy nghị lực, có sức phấn đấu phi thường, lại rất thông minh và tình cảm. Báo chí đã ca tụng Qúy như một tấm gương sáng cho những người trẻ và ngay cả những người đang mang bệnh trạng như Qúy. Phải chăng đây cũng là những an ủi để Qúy vươn lên?

Thời gian này, Qúy đã ký tên trong danh sách những bệnh nhân chờ ghép thận. Vì vào năm đó, ghép thận vẫn còn phôi thai, chưa thịnh hành như ngày nay. Hơn nữa, vấn đề lọc máu của Qúy không được tốt đẹp như mong muốn, mắt Qúy bị sưng, thân thể thì giữ nước và áp xuất vẫn tiếp tục cao.

Thật là tôi nghiệp cho Qúy đã phải trải qua bao nhiêu khó khăn giữa lúc bệnh tật chuyển biến mà không có người thân bên mình.

Và rồi, bệnh tình Qúy càng trầm trọng. Bác sĩ của Qúy, bác sĩ Lynn Cooper nói, Qúy chắc sẽ không qua khỏi trong vòng một tuần nếu Qúy không lọc máu, mà những chi phí này đều do phụ cấp của chính phủ trả, bác sĩ cũng hy vọng Qúy có thể ghép thận, và nếu thành công, Qúy có thể sống bình thường và tiếp tục con đường học vấn.

Điểm quan trọng là, dù Qúy có tìm được người hiến thận, thì cơ hội ghép thận từ người ngoài gia đình chỉ có năm mươi phần trăm, thay vì nếu bố mẹ và gia đình của Qúy được sự chấp thuận của Hà Nội, qua lời yêu cầu của chính phủ Mỹ đã đặc biệt gửi đơn để xin, cho phép bố mẹ Qúy từ Việt Nam qua Mỹ hiến thận cho Qúy, thì sự thành công ghép thận từ gia đình lên tới chín mươi lăm phần trăm, nghĩa là tỷ lệ hơn tới bốn mươi lăm phần trăm so với người ngoài, quả là con số thành công khác biệt rất xa.

Nhưng buồn thay cho số phận Qúy, dù Mỹ có viết thư cho Hà Nội trình bày tất cả bệnh trạng cũng như sự khó khăn về gia cảnh của Qúy, nhất là tỷ lệ ghép thận thành công hay không hầu như phụ thuộc vào gia đình Qúy rất nhiều, nhưng Hà Nội vẫn không trả lời. Thực ra điều này cũng không lạ, vì đắp chăn rồi, hiển nhiên Qúy phải biết hiểu chiếc chăn đó thế nào. Quả là buồn thay cho số phận những người sinh ra nơi một nước không tự do.

Nhưng cũng may, người Mỹ lòng bác ái rất cao, nhất là một khi đã nhận trách nhiệm, rất tận tình, chính nhờ đó, song song với việc xin thủ tục xuất ngoại cho gia đình Qúy, việc xin ghép thận cho Qúy cũng được ưu tiên, nếu có cơ hội, Qúy sẽ là người đặc biệt được để ý.

Từ những diễn tiến đó, Qúy dĩ nhiên càng trầm cảm, nên càng ngày Qúy càng suy sụp tinh thần, và dù Qúy cố gắng, quả vẫn không sao che lấp nổi những thất vọng ê chề rình rập hàng đêm.

Tuy nhiên, mặc dầu nghĩ mình sẽ không còn sống được lâu. Và mặc dù Qúy cảm thấy sự tuyệt vọng như ngọn núi cao trong lòng, nhưng Qúy vẫn tiếp tục cầu nguyện, vẫn cố gắng tin vào Chúa quan phòng, nhất là, Qúy vẫn chọn sống vui hơn là buồn khổ, nên Qúy vẫn tiếp tục sống, cầu nguyện và tin mình sẽ bình an.

Có lẽ nhờ đó, mà Qúy được ơn, vì giữa lúc thập tử nhất sinh đó, Qúy được gọi tên cùng với năm người bản xứ, vì có thận của một thanh niên Mỹ bị tai nạn, và gia đình của nạn nhân đã bằng lòng hiến thận trước khi người thanh niên nhắm mắt lìa đời.

Thật là một tin mừng, nhưng đồng thời cũng tràn ngập lo lắng vì không biết trái thận của người thanh niên Mỹ này có phù hợp với Qúy không.

Chính vì thế, khi vừa nghe tin, Qúy đã quỳ xuống cầu

nguyện và xin ơn lành của Chúa và Mẹ Maria. Qúy đã quỳ cả mười phút trước khi đến nhà thương. Và trong lúc cầu nguyện đó, Qúy như rộn lên một niềm hy vọng trong lòng, một cảm xúc mà hình như chưa một lần cảm thấy, thật lạ và thật mãnh liệt như Qúy đã được chọn và là người duy nhất hợp với trái thận này.

Vì thế, khi đến bệnh viện, Qúy thấy mình như bay bổng. Qúy bước những bước thật nhẹ nhàng và tin tưởng, một niềm tin bật sáng trong lòng. Khiến chính Nadine cũng phải nói:

- Nét mặt Qúy hôm nay hồng hào và tươi hơn mọi ngày rất nhiều.

Qúy mỉm cười và vui vẻ:

- Thật không Nadine?

Nadine gật đầu trong tin tưởng. Qúy nhìn được sự chân thành trong ánh mắt Nadine.

Và quả là phép lạ chính Nadine cũng không ngờ. Vì sau khi thử nghiệm cả sáu người, trong đó có Qúy. Một đặc biệt là năm người kia đều là người bản xứ, đều có cơ hội hợp máu hơn là Qúy, vì Qúy là người Á-đông duy nhất. Nhưng kết quả thử nghiệm cho thấy rõ ràng, Qúy lại là người thích hợp với trái thận của người hiến thận, một người thanh niên Mỹ. Nadine nhìn Qúy như không tin, vì chính Nadine cũng không hy vọng Qúy được chọn, mà cũng nghĩ như bao người khác, là cùng mầu da, cùng chủng tộc thì chắc tỷ lệ hợp với trái thận kia sẽ cao hơn là những người khác giống.

Thật là một bất ngờ vô cùng. Qúy đã khóc khi nghe tin Qúy được chọn và là người duy nhất thích hợp với trái thận này.

Qúy ngồi thật lâu trên chiếc ghế dành cho bệnh nhân trong lúc chờ đợi. Qúy hoang mang trong lòng và sợ đứng lên sẽ mất đi kết quả thử nghiệm của phòng thử nghiệm vừa cho. Và cứ thế, thật lâu, lâu lắm. Qúy vẫn ngồi bất động. Mãi tới khi Nadine vì ngồi chờ Qúy quá lâu, vỗ vai

Qúy. Qúy mới tràn trề nước mắt vừa nghẹn nào:

- Cám ơn Chúa, cám ơn Đức Mẹ đã ban cho con ơn này.

Và Qúy bảo Nadine:

- Đây là phép lạ, một sự không ngờ đối với Qúy.

Nadine cũng nghẹn ngào:

- Qúy nói đúng, thật đây là một trường hợp sẩy ra ngoài sức tưởng tượng của tôi. Qúy phải cám ơn Chúa, Cám ơn Đức Mẹ, như niềm tin Qúy hằng trông cậy.

Qúy gật đầu....

Thế là Qúy đã được ghép thận. Tất cả đến với Qúy như một giấc mơ.

Tình trạng thận của Qúy không ảnh hưởng đến những bộ phận khác, nên cả hai trái thận vẫn được giữ lại. Kỹ thuật ghép thận sẽ nối một trái thận vào với ống của trái thận trong người và đặt trái thận được hiến nằm dưới phần bụng dưới. Qúy đã được hướng dẫn và giải nghĩa rất rõ ràng, và Qúy cũng đã biết, đây là trái thận từ ngoại tộc vì thế tỷ lệ thành công chỉ khoảng năm mươi phần trăm. Nếu vì lý do gì ngoài ý muốn, cuộc ghép thận không thành công, thì trái thận này lại phải lấy ra, và rồi Qúy lại phải tiếp tục lọc máu bằng thận nhân tạo.

Năm mươi phần trăm hay hai mươi phần trăm với Qúy lúc này đều là một quyết định đứng đắn và tốt nhất. Vì Qúy vẫn tin vào lòng trông cậy nơi Thiên Chúa và Đức Mẹ, nên ngày ghép thận, Qúy đã thanh thản và tin tưởng trong niềm tin thật nhiều. Qúy không hề sợ sệt và lo lắng, việc Qúy làm hôm đó, là khấn cùng Đức Mẹ khẩn cầu cùng Chúa ban cho Qúy được bình an, và nhất là ca mổ thành công.

Nhờ sự tin tưởng tuyệt đối, ca mổ của Qúy thành công ngoài sức tưởng tượng, tất cả đã xuông xẻ và không chút trở ngại. Qúy được cứu sống và được tiếp tục cuộc sống của người bình thường.

Từ đó, mỗi ngày Qúy uống hai loại thuốc, một là prednisone hai là neoral, phải uống suốt đời, để giảm chất nhiễm tố trong người hầu trái thận mới ghép vào không bị đào thải. Nhưng khi dùng hai loại thuốc này là Qúy sẽ phải chịu những phản ứng phụ của thuốc gây ra, những phản ứng phụ này có thể sẽ làm nguy cơ đến các bộ phận khác trong cơ thể của Qúy. Vì trong cơ thể con người, chất bạch huyết cầu, hay chất kháng tố luôn luôn chống lại các vật lạ xâm chiếm để bảo vệ cơ thể, giống như binh lính bảo vệ biên cương không cho những kẻ lạ mặt xâm nhập vào giới tuyến của mình. Do đó, cơ thể sẽ tìm cách thải trái thận mới ghép ra, vì nghĩ đây là vật lạ. Do đó Qúy mới phải uống các loại anti-rejection, mục đích làm yếu bạch huyết cầu, để bạch huyết cầu không thể đánh phá và đào thải trái thận mới ghép trong bụng Qúy.. Ngoài ra, Qúy cũng hiểu, Qúy phải giữ gìn sức khoẻ, vì nếu Qúy để cơ thể mình yếu quá, trái thận ghép của Qúy cũng sẽ tự đào thải.

Việc ghép thận đã khó, nhưng việc giữ gìn trái thận của mình không bị đào thải hay hư hại cũng là một việc khó không kém. Vì hàng tháng Qúy phải đi thử máu ở những trung tâm y khoa dành cho người ghép thận, nhất là các bác sĩ phải theo dõi thường xuyên, cũng như thuốc men phải đầy đủ hầu chống lại sự đào thải của cơ thể. Thời gian đào thải của trái thận được ghép hoàn toàn tùy theo từng người, có thể một năm mà cũng có thể hai mươi năm và hơn nữa. Nhưng điều Qúy chút e ngại vì chất IGA, một chất kháng tố tự tiêu hủy thận mà tới nay khoa học vẫn chưa tìm ra thuốc trị...

Nhưng biết nhiều lo nhiều. Qúy hãy sống vui hôm nay, và vui với việc ghép thận thành công của mình đã là sự mãn nguyện nhất trên đời...

Tính ra, Qúy phải trải qua hơn ba năm lọc máu, thật là một thời gian kinh khủng đối với Qúy. Nhưng rồi cũng qua, may thay, thời gian đó Qúy vẫn tiếp tục học, tiếp tục cố gắng theo sát chương trình học, kể cả hơn một năm đại học sau khi tốt nhiệp trung học.

Thật là truân chuyên, khó sao diễn tả nổi tất cả những ngặt nghèo khó khăn một người trai trẻ vừa cam chịu thiếu thốn, một thân một mình, lại phải lọc máu tuần ba lần, mà vẫn tiếp tục con đường học vấn, còn với thành quả cao như bao nhiêu đứa trẻ khác đồng lứa. Ai bảo những người không có gia đình bảo bọc thì khó thành công?

Thật ra, chính niềm tin đã giúp Qúy, và nhất là niềm tin tôn giáo đã là động lực thúc đẩy Qúy từng phút, để rồi nhờ đó, Qúy biết tập cầu nguyện, biết tập dâng lên Chúa, và biết tập chấp nhận với hoàn cảnh, dù hoàn cảnh nào, vẫn lấy niềm tin cũng như chọn sống vui làm lẽ sống của mình như lời Qúy viết: *"Mình không thể chọn bệnh tật, nhưng mình có thể chọn sống vui hay sống buồn, thì tại sao mình lại không chọn sống vui để khỏi phiền não."*

Qúy đã học được một bài học sống với tâm niệm hoàn toàn trong tín lý Kitô. Qúy còn trẻ, nhưng không vì trong người mang bệnh tật hiểm nghèo mà phung phí tuổi trẻ, để rồi sống bất cần, dùng thời giờ trong những mua vui vô ích, mà Qúy muốn rằng, tất cả giờ của Qúy phải được tính toán, và được đong bằng sức sống thật chứ không bằng những mù mờ không đâu. Hạnh phúc của con người là biết sống trong nhân bản và bằng lòng trong chấp nhận. Qúy cảm nghiệm và có một sức sống mới, một sức sống như trời buổi sáng, dù hoàng hôn có bên cạnh, đời sống của Qúy vẫn là một buổi sáng, một bình minh với nắng đẹp và chan hoà niềm vui trong niềm tin. Qúy phải thành đạt, và từ sự thành đạt Qúy phải làm cái gì đó cho người và cho đời như ơn phúc mà Qúy đã lãnh nhận.

Quả thật, một tư tưởng chững chạc trong một tâm hồ trẻ trung. Từ đó Qúy đến trường bằng sức sống mới, nhờ đó, Qúy đã tiếp tục bốn năm đại học tại trường đại học UCI (University of California, Irvine) sau khi đã xong chương trình hai năm ở Santa Ana College.

Sau chương trình hai năm ở Santa Ana, rồi bốn năm ở UCI, Qúy được nhận vào trường nhãn khoa SCO (Southern

College Of Optometry Memphis, TN), với quan niệm thật bình thường, vì Qúy biết sức khoẻ mình, biết cuộc đời Qúy sẽ khó có thể làm những việc nặng nhọc, nên nghề nhãn khoa có thể là một nghề thích hợp và gần gũi với Qúy. Hay âu đây cũng là sự an bài của Thiên Chúa: *"Vì một sợi tóc trên đầu rụng xuống cũng là do ý Cha."* Và Qúy đã tốt nghiệp bằng bác sĩ nhãn khoa. Quả là một thành quả khó ai có thể ngờ..........

Tuy nhiên, ngày ngày Qúy cố sống vui, nhưng những lo lắng ngày mai trái thận mới ghép ra sao, có còn hoạt động hay sẽ bị đào thải vẫn bao trùm và lúc nào cũng trăn trở trong lòng.....

Hơn nữa, ai đã ngồi trên ghế nhà trường, nhất là trong hoàn cảnh của Qúy, không chỉ sức khoẻ, mà còn ngôn ngữ khác biệt mới thấy được sức phấn đấu của Qúy. Sự thành quả không chỉ là sự cố gắng bình thường, mà phải dùng tất cả năng lực, tất cả niềm tin, và tất cả sự phấn đấu của mình, nhất là sự phấn đấu ấy lại luôn bị bệnh tật hao mòn và lũng đoạn, lúc nào cũng muốn hủy diệt đời Qúy.

Qúy đã khóc, đã than và đã chùng mình trong thất vọng, một lần, hai lần, ba lần.... Và biết bao lần.... Nhưng Qúy đã đứng dậy, và tin rằng, bàn tay của Qúy đã được một sức mạnh huyền bí lôi lên, và một tiếng vọng văng vẳng trong cùng sâu thẳm: "Hãy sống trong niềm tin, tất cả thành quả sẽ đến với con"...

Ôi, thật là nhiệm mầu....

Kể tới đây, tôi thấy lòng tôi như dao cắt, tôi bấn loạn như người mất trí vì thương Qúy. Qúy đã phải vượt qua và cam chịu không biết bao khổ lụy của cuộc đời. Nước mắt tôi như không ngừng chảy, giọng nói tôi như nấc lên từng hồi. Và tôi ôm mặt vì không thể kể tiếp chuyện của Qúy cho bác Kha và Trang.

Có lẽ bác Kha thông cảm với tâm sự đau thương của tôi, trước bao nhiêu hứng chịu của người chồng, bây giờ có thể lại lập lại, và biết đâu Qúy sẽ không còn may mắn như ngày nào. Chính vì thế bác Kha bảo Trang:

- Cháu lấy khăn cho Huyền chùi nước mắt.

Trang nghe bác Kha, nhưng khổ nỗi, chính Trang cũng đang khóc. Tuy nhiên, dù sao, sự xúc động của Trang lúc này cũng không thể nào đau khổ và lo lắng như tôi, nên Trang vừa đưa khăn giấy lau, vỗ về tôi, vừa nói:

- Mày lau nước mắt đi. Tội nghiệp mày quá.

Bác Kha trầm ngâm nói theo:

- Tội nghiệp hoàn cảnh của hai cháu.

Rồi bác Kha nghẹn lời:

- Bác thấy thật là một chuyện hy hữu. Bình thường, con người khi về già đã chán nản và bỏ cuộc, họ không còn muốn tiếp tục học hành, không còn muốn tiếp tục làm việc, vì ai cũng nghĩ làm để làm gì, vì mình còn sống bao lâu. Nhưng Qúy thì lại khác, một chàng trai rất trẻ, đáng lẽ sức sống đang thời kỳ sung mãn, lại mang chứng bệnh hiểm nghèo, sống ngày nào biết ngày đó, nhất là, Qúy phải trải qua thời kỳ lọc máu đầy gian truân như thế.

Bác Kha lắc đầu, một lúc sau lại tiếp:

- Thực là một mãnh khí. Không gia đình thân quen, một mình nuôi thân trong hoàn cảnh bệnh tật nguy hiểm, sống nay, chết mai, mà vẫn có chí đến trường, dù không biết học rồi có thực dụng không, hay lại gẫy cánh giữa đường. Hơn nữa, dù ghép thận, nhưng chỉ có năm mươi phần trăm kết quả, Qúy chắc chắn biết rằng, không biết thận mới có được lâu hay chỉ vài tháng vài năm...

Tôi nghe bác Kha nói, càng cảm thấy yêu Qúy và hãnh diện về Qúy. Vì thực ra, Qúy chỉ kể qua cho tôi, vì Qúy rất trầm lặng và không muốn tôi phải lo lắng. Những điều mà tôi biết thực về qúy, những chi tiết về cuộc đời Qúy, đặc biệt là những khó khăn trong thời gia Qúy bệnh là do y tá và bạn bè Qúy kể cho tôi. Chính vì thế có lần tôi trách Qúy:

- Sao anh không nói rõ cho em biết?

Qúy bình thản vuốt tóc tôi, khẽ mỉm cười:

- Qua rồi, bây giờ anh không đang sống tốt sao? Biết chỉ thêm lo lắng.

Tôi nũng nịu:

- Cái gì anh cũng giấu em.

Qúy lại cười:

- Không giấu chuyện xấu là được rồi đúng không?

Những lúc đó, lần nào cũng thế, tôi chỉ còn biết gục đầu trên vai Qúy với niềm tự hào và hãnh diện trong niềm hạnh phúc, vì tôi có Qúy, một người chồng của thương yêu và che chở.

Nên khi nghe bác Kha bình phẩm về Qúy. Tôi cố kìm tiếng nấc, lên tiếng:

- Anh Qúy rất kiên cường bác ạ. Anh hay âm thầm và chịu đựng, ngay cả cháu, nhiều lúc anh ấy cũng giấu. Những điều cháu vừa kể cho bác là do y tá và những người bạn của anh Qúy. Anh ấy sợ cháu lo lắng viễn vông.

Trang cũng thêm lời:

- Mày có phúc lắm.

Tôi nhìn Trang:

- Cám ơn mày.

Bác Kha im lặng. Tôi thấy bác nhìn lên Thánh Giá, lúc sau bác không quay lại nhìn tôi, nói như nói với chính mình:

- Lời Chúa phán: *"Nếu con có đức tin, con có thể rời được cả một quả núi"*. Bác nghĩ Qúy rất tin vào câu phúc âm này.

Rồi bác Kha quay qua tôi:

- Bác thích câu của Qúy: *"Mình không có quyền chọn bệnh tật, nhưng mình có quyền chọn sống vui hay sống buồn, thế thì sao không sống vui, mà lại sống buồn cho phiền não."* Một câu triết lý rất hay. Một người trẻ mà quan niệm về cuộc sống được như thế quả là một sự khôn ngoan hiếm có. Vì thật ra, chúng ta được sinh ra đã là một diễm phúc, thì mỗi ngày chẳng là một hồng ân sao, do đó, hãy sống một ngày, ý nghĩa một ngày.

Trang nhìn bác Kha ngắt lời:

- Nhưng khó quá, cháu thấy hiếm ai như Qúy. Nếu là cháu, có lẽ cháu sẽ yêu cuồng sống vội, vì đâu biết ngày mai mình có còn sống hay không.

Tôi nhìn Trang, lúc nào Trang cũng có những tư tưởng lạ lẫm. Tại sao lại yêu cuồng sống vội.

Nhưng Trang đã tiếp:

- Mày biết không, Qúy đã làm gương cho mày, cho tao. Chúng mình phải nắm giữ, phải hy vọng, và hãy tin vào y khoa tiến bộ ngày nay. Chúng mình không được chán nản.

Bác Kha nói theo:

- Niềm tin Huyền ạ.

Tôi rưng rưng:

- Dạ, cháu cám ơn bác.

Rồi tôi nói trong nghẹn ngào:

- Đặc biệt là cháu nhận ra ở Qúy, lời Qúy nói mà bác bảo bác thích, quả thật Qúy đã giữ đúng và sống như vậy đấy bác ạ. Nhiều khi nói thì dễ, làm thì khó. Nhưng cháu không hiểu sao anh Qúy đã trân qúy lời nói đó của anh, và đặc biệt, anh đã theo đúng như lời anh ấy đã nói. Cháu là vợ anh ấy, nhiều lúc nói ra cũng ngại, người ta bảo là khen chồng, nhưng chính cháu cũng cảm phục anh ấy, vì nếu là cháu, chắc chắn cháu đã bỏ cuộc, còn nếu không thì cũng than vãn suốt ngày. Đằng này, lúc nào anh ấy cũng bình an như người không hề có bệnh.

Bác Kha nghĩ ngợi, một lúc bác Kha bảo Trang:

- Trang nhớ những lời Huyền nói nghe cháu.

Trang dạ nhỏ nhìn tôi. Tôi thấy Trang khóc.

Nhưng rồi cả ba chúng tôi cùng im lặng. Lòng tôi lại cay đắng trong não nề. Nhưng có lẽ đúng như lời bác Kha và Trang, Qúy quả đã làm gương cho tôi. Cuộc sống này, không thể nào bỏ cuộc, hãy kiên trì và vững tin, rồi mọi việc sẽ được an bài...

Và tôi nhẩm trong lòng: "Niềm tin"

CHƯƠNG BẨY

Chúng tôi cùng im lặng và cùng trong những ý nghĩ về sự mỏng manh của cuộc sống, thì Liên đến bên tôi nói nhỏ:

- Bác sĩ tìm em.

Cả ba chúng tôi vừa nghe, không ai bảo ai, cùng vội vàng đứng dậy rời nhà nguyện.

Khi xuống tới khu cấp cứu, tôi đến tìm bác sĩ. Trang theo tôi, còn bác Kha và Liên đứng ở ngoài đợi.

Tim tôi đập mạnh như muốn nhảy ra khỏi lồng ngực, Có lẽ là tôi run lắm, nên nhịp bước tôi như sa xuống nền nhà. Những bước chân tôi bị kéo lê như lòng tôi, một cảm giác sợ sệt. Tôi nghĩ mình như đang đứng trước quan toà, một lệnh án mà tôi đã biết, tôi sẽ bị tử tội, bị người đời dùng dao cắt đi lẽ sống của tôi. Vì Qúy là tất cả. Qúy là hơi thở, là gan, là mật, là bao tử, nhất là, là trái tim của tôi. Làm sao tôi có thể sống nếu Qúy có gì sẩy ra. Người ta bảo, con người ta dễ quên, chỉ cần một thời gian ngắn là có thể không còn chút hồi sinh quá khứ. Tôi không tin, thời gian không thể nào phai nhòa tình yêu của tôi và Qúy, nhất là thời gian không thể nào bồi đắp được những ngày tháng Qúy sống bên tôi, nếu Qúy thật sự có mệnh hệ gì. Tôi không tin thời gian sẽ xoá nhoà tình yêu và sự cần thiết của tôi bên Qúy.

Đi bên Trang, mà tôi tưởng như đang bị dẫn đi tử hình. Tôi bị còng và kéo lê. Ôi! sự hoang dã trong tâm hồn tôi sao kinh khủng đến thế, mặc dầu tôi đã được an ủi, được nghe những lời khuyên nhủ của bác Kha, của Trang... Nhưng tất cả giờ đây như tan biến. Tôi yếu đuối quá. Tôi nhu nhược qúa. Và từ tư tưởng đó khiến tôi liên tưởng tới hơn hai mươi năm trước, khi Qúy phải trải qua những lời phán quyết của bác sĩ sau kết quả thử nghiệm thế nào. Nó có kinh hoàng như tôi lúc này không? Và tôi chép miệng nói thầm:

- Chắc chắn là không?

Nhưng ngờ đâu, tôi tưởng là mình nói thầm trong lòng, nhưng sao Trang nghe thấy. Tôi ngạc nhiên chính mình khi Trang hỏi tôi:

- Chắc chắn là không cái gì?

Tôi ú ở, có phải những giây thần kinh trong tôi không còn làm việc, nên miệng lưỡi tôi không còn kiểm soát được lời nói của mình. Nhưng rồi tôi thở dài trong tiếng nấc khô:

- Chắc chắn là không.

Trang nhìn tôi định nói gì, nhưng vừa lúc phải đỡ tôi, vì tôi như nhũn ra, vả lại chúng tôi cũng vừa tới phòng bác sĩ.

Nhìn bác sĩ, cử chỉ rất khoan thai. Tự nhiên tôi mất cảm tình với sự khoan thai và bình thản của bác sĩ. Chồng tôi đang bệnh, mặt bác sĩ phải buồn rầu và lo lắng chứ, tại sao kại bình thản như thế. Nhưng rồi nghĩ lại, có phải tôi quá xúc động không, vì biết đâu, chồng tôi đã trải qua thời kỳ nguy hiểm, và chồng tôi đã bình an và sắp được về...

Đầu tôi quay cuồng như chong chóng, hình như đầu óc tôi chưa bao giờ làm việc liên tục như hôm nay. Hay đầu óc của tôi cũng đang khóc như tôi, cũng đang chảy những giọt nước mắt buồn đau. Và tôi thở dài để tránh những ưu tư. Tôi lại nhìn bác sĩ. Bác sĩ dơ tay, khuôn mặt nghiêm túc:

- Mời hai chị ngồi.

Tôi như cái máy, hay đúng hơn, như một con chó ngoan khi chủ bảo ngồi. Tôi ngồi xuống ghế với cặp mắt trân trân nhìn bác sĩ.

Trang cũng ngồi theo tôi rồi lên tiếng thay tôi:

- Thưa bác sĩ, bệnh nhân Nguyễn Ngọc Qúy ra sao? Tình trạng thế nào?

Bác sĩ nhìn Trang:

- Chị là vợ anh Qúy.

Trang bình thản:

- Không, Huyền là vợ anh Qúy.

Trang vừa nói vừa chỉ tôi.

Bác sĩ mím môi, nhìn hồ sơ như do dự điều gì. Lúc sau mới trầm giọng:

- Theo khám nghiệm, thận của chồng cô không còn hoạt động.

Bác sĩ từ từ, lần này giọng chút thương tâm khiến tôi không còn ác cảm như trước, vả lại, mọi sự tôi đang trông cậy ở người bác sĩ này, thì không thể có lý do nào mà tôi không tin tưởng vào bác sĩ đã khám nghiệm cho chồng tôi. Bác sĩ hỏi:

- Có phải cô đã biết có triệu chứng rồi không?

Tôi lặng lẽ gật đầu nhớ tới lời bác sĩ khám nghiện thường xuyên cho Qúy cách đây ít ngày đã nói sơ về kết quả của Qúy, nhưng tôi không nghĩ biến chứng lại đến nhanh đến thế.

Lúc sau bác sĩ từ từ giải thích:

- Chồng chị đi tiểu ra máu và chỗ ghép thận (allodraft) bây giờ cứng như đá, nên bắt buộc phải giải phẫu. Chị có cần gọi cho ai trong gia đình nữa không?

Tôi vừa nghe bác sĩ nói, tôi cảm thấy tứ chi như run lên. Tôi nhìn bác sĩ nói trong tiếng khóc:

- Bao giờ mổ?

Bác sĩ trả lời ngay:

- Có lẽ đang làm thủ tục để đưa vào phòng mổ.

Tôi cắt ngang lời bác sĩ:

- Không mổ có được không? Tại sao lại gấp thế.

Và rồi tôi ôm mặt nức nở. Trang thấy thế dỗ dành tôi vừa bảo bác sĩ:

- Bệnh có nghiêm trọng lắm không, nếu mổ thì có lành và khả quan hơn không?

Bác sĩ nhìn Trang:

- Hy vọng mọi sự sẽ được tốt đẹp. Nhưng chắc chắn phải mổ, vì không còn cách nào hơn.

Tai tôi nghe rất rõ, nhưng lòng tôi quả thật không muốn nghe chút nào. Bác sĩ nào chẳng nói hy vọng mọi sự tốt đẹp trước khi xẻ thịt bệnh nhân, phải chăng đấy là câu làm lòng, một câu vô thưởng vô phạt, miễn sao giúp bệnh nhân an tâm, hay nói khác hơn, một hình thức đánh lừa sự lo lắng của con người.

Quả thật, tôi không hiểu sao lúc đó lòng tôi luôn chuyển hướng và có những ý nghĩ bi quan mà từ trước tôi chưa hề có. Có thể khi con người tới lúc sợ sệt và đau lòng quá độ, thì giống như con chó dồn chân tường, không còn lý do để sợ, từ đó những u buồn bộc lộ trong trạng thái bất an.

Tôi nhìn bác sĩ rồi nhìn Trang. Họ lại đưa Qúy lên bàn mổ, lại rạch da thịt Qúy và lại cắt, lại xẻ. Tôi càng nghĩ càng đau lòng. Từ đó những ý nghĩ bi quan dồn dập. Tôi như mất hết nghị lực. Tôi phải bấu víu nơi ai. Ai là người có thể giúp tôi hiểu rõ ràng hơn về những việc sẩy ra cho Qúy. Và trong lúc cùng tận, tôi nhớ tới Thanh, nhớ người bác sĩ đã cùng học chung với Qúy ngày nào ở Santa Ana College bên California, ngày mà Qúy đang thời kỳ suy sụp, Thanh bây giờ là bác sĩ nhi đồng ở đây, một người bạn rất thân. Và tôi không đợi, tôi bảo Trang:

- Mày chờ tao, tao cần gọi cho bạn Qúy.

Trang ngạc nhiên nhìn tôi, có lẽ Trang nghĩ tôi bấn loạn thần kinh, lúc này là lúc nào lại đi kêu bạn. Nhưng Trang nào biết, Qúy rất quý Thanh, và hình như tất cả tình trạng bệnh của Qúy Thanh đều hiểu và biết rất rõ. Hơn nữa Thanh lại là bác sĩ, nên có gì trong nội tạng con người mà Thanh không biết, đâu có như tôi, dẫu sao cũng mù mờ. Tuy thế, tôi vẫn cố bảo Trang, giọng tôi lạc đi:

- Qúy thường muốn tao hỏi ý kiến của anh Thanh.

Trang thở dài, nhưng chiều ý tôi.

Tiếng điện thoại vừa reng Thanh đã trả lời ngay. Tôi nghe tiếng Thanh bỗng bật khóc. Tôi cố cầm nước mắt nhưng không hiểu sao nước mắt tôi cứ tuôn đổ. Con người ta thật mỏng manh, tinh thần cũng như thể xác, lúc nào cũng có thể ngã quy. Tôi cảm nghiệm được điều đó.

Và phải mấy phút sau tôi mới nói lên lời. Tôi bảo Thanh Qúy đang ở bệnh viện và bác sĩ đã quyết định mổ, tôi cần Thanh đến gặp bác sĩ để biết rõ hơn bệnh tình của Qúy.

Tôi cũng chỉ nói được nhiêu đó, và tôi cũng không còn nhớ Thanh đã nói gì, Thanh có đến hay không.

Khi trở lại phòng bác sĩ, tôi không thấy bác sĩ đâu mà chỉ có Trang. Trang thấy tôi nói luôn:

- Bác sĩ vào trong coi tình trạng của Qúy.

Tôi còn biết nói gì. Nhìn Trang với cùng đầy bi thương.

Ra tới phòng đợi. Một vài thân nhân, người nào cũng mang đầy hoang mang lo lắng trên nét mặt, Tôi không biết những bệnh nhân của gia đình họ có bi quan như trường hợp Qúy không. Chỉ nghĩ thế đã khiến tôi rùng mình và càng thêm khắc khoải trong lòng.

Tôi đảo mắt nhìn quanh, có lẽ bác Kha và Liên đã về. Dẫu sao cũng đã muộn, hơn nữa hình như bác Kha có nói chuyện với Trang, có lẽ bác có việc cần phải đi ngay, nhưng tôi không hỏi, vì lúc đó tôi đang nói chuyện điện thoại với Thanh.

Tôi không biết có phải điềm báo dữ hay không, nhưng sao tôi thấy trong tôi như có ngọn lửa thật cao, tôi thấy tứ chi nóng bỏng và từng kỷ niệm với Qúy như hối thúc tôi. Tôi thở dài trong tiếng nấc.

Trang như nghe được tâm sự đau lòng của tôi, nên vừa vỗ về vừa dìu tôi ngồi xuống, vì lúc này Qúy vẫn còn mang đi chụp hình, cũng như làm những thử nghiệm cần thiết, sau đó Qúy sẽ được đưa trở lại phòng chờ đợi để tiếp tục theo dõi, trước khi đưa vào phòng mổ, lúc đó chúng tôi mới có thể vào thăm.

Tôi ngồi như người mất hồn. Mắt tôi lơ đãng, lòng tôi lạnh đắng. Tôi nhìn những chiếc ghế trước mặt, những chiếc ghế bọc mầu đỏ, đỏ đậm có vài vết hoen ố. Tôi tưởng tượng và tội nghiệp cho những chiếc ghế đã phải chịu đựng, và chứng kiến không biết bao nhiêu cảnh huống bi ai, không biết bao nước mắt, và không biết bao nhiêu dằn vật của những người đã đến đây chờ đợi kết quả của những người thân đang nằm thập tử nhất sinh trong phòng mổ, hay trong một chiếc giường điều trị, với những chiếc máy hô hấp nhân tạo, và những sợi dây chằng chịt trên mũi, trên tay, trên ngực. Những người đó có lẽ cũng như tôi lúc này, cũng đang phải trầm mình trong lo lắng hồi hộp. Bất giác tôi rờ trên ghế. Một cảm giác ớn lạnh gây gây khiến da tôi như thẩm thấu một lời trách hờn nào đó. Bất giác tôi nhớ Qúy với cặp mắt sũng buồn khi nằm trên chiếc giường trên xe cứu thương, cặp mắt như nhắn nhủ, như tâm sự và như tràn ngập yêu thương trong lo lắng cùng đau. Và tôi run run. Bàn tay tôi như vừa bị ủ trong một khối đá lạnh. Tôi ôm cả hai bàn tay vào lòng. Tôi gục xuống như giấu kín. Và tôi khóc.

Trang vỗ về tôi vừa nói:

- Tao mua cho mày ly cà phê nhé.

Tôi không trả lời Trang, vì thực sự tôi nghe, nhưng trong tôi hình như không một cảm xúc. Tiếng Trang ù ù như tiếng gió thoảng, và chỉ có thế. Tôi không biết Trang đã đi mua cà phê, hay Trang vẫn còn chờ câu trả lời của tôi. Chỉ biết rằng, ngay lúc đó, tôi ngẩng lên, bức tường trước mặt với khung hình, mà tôi tưởng như bầu trời của một ngày giông bão. Tôi thấy trước mặt tôi là những cơn lốc cuốn, những cơn lốc xoáy thật mạnh đã cuốn trôi tất cả niềm hy vọng và cuộc sống của tôi. Bất giác tôi buột miệng gọi tên Qúy. Và chính trong nỗi hoang mang lo sợ đó, tôi cầu nguyện, rồi liên tục kêu tên cực Thánh. Từ

Chuá Giêsu, Đức Mẹ, Thánh Cả Giuse và các Thánh... xin cứu vớt tôi, để tôi không bị chìm trong bể sâu hay bị cuốn trôi trong bão bùng giông tố.. Nhờ đó, lòng tôi bật dậy. Tôi nhớ đến đức tin, nhớ tới phép bí tích và nhớ tới việc người công giáo phải làm khi có người bệnh, và tôi nghĩ tới bác Kha, nghĩ tới cần một lời khuyên lúc này.

Từ đó, tôi như tỉnh lại và về với thực tại. Một phút xao xuyến. Tôi lấy điện thoại cầm tay định bấm số. Nhưng rồi tôi không nhớ nên bấm cho ai.

Tôi chần chờ suy nghĩ, và bỗng dưng nhớ tới bác Kha đã tâm sự với tôi và Trang khi nhắc đến một sự lầm lẫn, hay đúng hơn một tai tiếng không đâu của một số giáo dân đã mất niềm tin vô lý chỉ vì ghen ghét một vị linh mục nào đó, điều tai hại là vì sự ghen ghét không đâu đó đã khiến họ mất đi niềm tin của mình. Bác Kha nói:

- Trang thì bác không dám nói, vì cháu là người không cùng đức tin với bác và Huyền, vì thế bác chỉ dám nói với Huyền thôi. Cháu luôn nhớ, đừng bao giờ lẫn lộn, và cũng đừng bao giờ sai lầm về đức tin của mình. Cháu phải nhớ, đi đạo nhưng không theo người có đạo, ví dụ như các linh mục thật sự có làm điều gì sai chăng nữa, thì cháu cũng đừng vì điều sai đó mà đánh mất niềm tin tôn giáo của mình.

Bác Kha còn nói:

- Bác tôn trọng các linh mục, vì ở họ bác luôn nhìn thấy sự thánh thiện toát ra từ chiếc áo thâm chùng. Nhưng mà phải là linh mục thực sự.

Bác Kha nhìn Trang:

- Bác không biết có nên nói cho cháu nghe không?

Nhưng Trang bình thản:

- Cháu đã nói với Huyền nhiều lần rồi, chơi với nó lâu ngày, cháu đã bị tiêm nhiễm và luôn nghĩ mình cũng là người đã được rửa tội.

Bác Kha cười:

- Cám ơn cháu đã nghĩ như vậy. Nhưng thật ra đạo nào

cũng dậy mình ăn ngay ở lành. Vì đạo là đường mà cháu.

Ngừng một lúc bác Kha tiếp:

- Ở Houston này, bác thành thật rất qúy trọng một vị linh mục. Bác nghĩ chắc các cháu cũng biết vị linh mục này. Vị linh mục này đã từng du học ngay từ năm 1949, và hầu như suốt cuộc đời làm linh mục đều sống ở nước ngoài, và cũng đã trải qua rất nhiều thăng trầm, nhất là sống chân thật và ý nghĩa đúng theo đời sống một vị chủ chăn. Hơn nữa, đây là một vị linh mục duy nhất mà bác biết đã đứng trên toà giảng của nhà thờ Các Thánh Tử Đạo Việt Nam tại thành phố này, khi đó linh mục còn là chánh xứ, đã thành thật nói với con chiên: " Từ nay xin qúy ông bà đừng gọi chúng tôi là cha, mà hãy gọi chúng tôi là linh mục. Vì đó mới thật sự là ý nghĩa của cuộc đời chúng tôi, linh hướng và mục vụ."

Bác Kha suy nghĩ rồi bảo tôi:

- Đó là linh mục Chu Ngọc Thành, quả thật là một linh mục rất thông thái và ý nghĩa khi nói như thế.

Bác Kha chút do dự, rồi lại tiếp:

- Bạn bác, một linh mục dòng Salesian do thánh Don Bosco sáng lập cũng có nói: 'Làm cha thì quá dễ, ai cũng có thể làm cha được, còn làm linh mục thì mới khó, vì đúng ý nghĩa của linh mục là linh hướng và phục vụ giáo dân, chứ không phải là để làm cha mọi người. Vì vậy, nếu ai gọi mình là linh mục, chắc mình sẽ cám ơn người đó rất nhiều, vì đấy là một đặc ân cho mình."

Quả thật, bác Kha nói có phần đúng, nhưng làm sao tôi có thể không gọi các linh mục là cha, vì từ tấm bé, sự sùng bái các cha đã ăn sâu trong tận gốc rễ, khó sao thay đổi trong tôi. Tuy nhiên, tôi không phủ nhận lời bác Kha, khi bác Kha không gọi vị linh mục nào đó là cha, là bác Kha thật sự tôn trọng vị linh mục đó, chứ không phải coi thường.

Và bây giờ nghĩ lại lời bác Kha, tự nhiên tôi nghĩ tới linh mục Chu Ngọc Thành, và tôi không ngần ngại bấm điện thoại để xin linh mục Chu Ngọc Thành đến xức dầu cho Quý, vì biết đâu...

Tôi không dám chần chờ, vì sợ khi nghĩ tới xức dầu sẽ làm tôi bấn loại trong lo lắng, vì từ ý nghĩ đó, sự chết sẽ gần kề, và một điềm gì xấu có thể sẩy ra chăng. Nên tôi lấy điện thoại là bấm số ngay, cũng may tôi đã sẵn số điện thoại của linh mục Chu Ngọc Thành.

Khi nói chuyện với linh mục Thành xong, được ngài hứa là sẽ đến ngay. Tôi cúp điện thoại nhưng không quên lời cám ơn từ tận sâu trong lòng.

Vừa lúc đó Trang trở lại với hai ly cà phê. Trang đưa cho tôi:

- Tao bỏ hơi nhiều đường, tao nghĩ mày cần uống ngọt một chút, ba bốn tiếng liên tiếp rồi, đâu có gì bỏ bụng.

Và Trang bỗng nhớ ra:

- Hay tao đi kiếm gì ăn nhé?

Nhưng tôi xua tay bảo Trang:

- Thôi, làm sao nhai nổi lúc này.

- Con khỉ, không nhai cũng phải nhai.

Nói xong không đợi tôi trả lời, Trang đã quay đi như người chạy trốn cùng với ly cà phê trên tay.

Tôi ngơ ngác nhìn theo Trang như người mất trí. Lúc này tôi không còn khóc nữa. Vả lại có lẽ nước mắt tôi đã cạn. Tuy nhiên có lẽ tôi đã gom lại tất cả lo lắng gói trong lòng, nên lòng tôi không ngớt rã rời.

Tôi mệt mỏi tứ chi, nhìn chung quanh, không khí nhà thương nơi nào cũng thế phải không? Hình như ở đây, ngày hai mươi bốn tiếng, lúc nào cũng có một luồng khí ai oán và bi thương, nên ai vào đây cũng mang sắc thái của người đang tràn ngập bi ai thống khổ. Hay chỉ có tôi? Câu hỏi đó như cơn sóng lớn đổ dồn và lại cuốn hút tôi chìm sâu trong đáy hồ của tuyệt vọng.

Cuộc đời con người luôn là những cố gắng không ngừng. Người ta cố gắng sống, cố gắng tìm kiếm, cố gắng quên, cố gắng nhớ... cố gắng vượt thoát khỏi muộn phiền tai ương như tôi lúc này. Nhưng sao tôi thấy mình cô đơn quá. Và trong lúc triền miên trong cô độc đó, tôi bỗng nhớ lại những ngày đã qua trong đời, nhất là thuở tôi và Qúy bắt đầu quen. Tôi nhớ thời gian đó, đúng vào lúc Qúy bắt đầu năm thực tập. Dù mới bắt đầu, và dù tôi biết tất cả vẫn còn mới mẻ giữa tôi và Qúy, nhưng Qúy cũng đã cho tôi những cảm xúc đầu đời của người con gái, những cảm xúc từ trái tim thơ ngây, hay từ sự chân thành của một đứa trẻ đã sống, và lớn lên trong niềm tin tôn giáo. Chúng tôi đã bước những bước thật chậm, nhưng là những bước vững vàng. Chúng tôi không có yêu cuồng sống vội. Có lẽ khác với một tình yêu lãng mạn như nhiều cặp uyên ương khác, nhưng cảm giác e thẹn của một thiếu nữ Á-đông mới yêu mỗi lần bên nhau, hình như càng khiến tình yêu của chúng tôi trở nên đậm đà hơn. Bên Qúy, tôi nghe được những nóng bỏng cuả trái tim cùng tiếng sóng biển dạt dào như ru tôi vào giấc mộng bình yên hạnh phúc. Nhìn mắt Qúy, tôi cũng tìm được sự chân thành và say đắm trong niềm hạnh phúc đó, chính vì thế, mỗi lần xa nhau cũng tràn những nhớ thương vời vợi.

Bất giác tôi rùng mình. Tôi đứng dậy thật nhanh, có lẽ tôi không dám nghĩ tới những say đắm bên Qúy. Nó thật xót xa và càng khiến tôi bùng nổ lúc này. Tôi sẽ ngất đi và sẽ chôn mình trong sự cay đắng khi nghĩ nếu chúng tôi phải xa nhau... Và tôi gò người xuống như bị chuột rút. Tôi ôm bụng, ngồi quỵ xuống sàn nhà như chỗ không người khiến Trang vừa về tới thấy tôi đã hoảng hốt la lên. Trang đỡ tôi đứng dậy vừa trách tôi:

- Tao đã bảo mày là anh Qúy không sao. Anh Qúy sẽ bình an. Niềm tin của mày đi đâu mất rồi hở con nhỏ bạc nhược này.

Tôi vừa ngồi xuống chiếc ghế trong góc phòng vừa bảo Trang:

- Tao lo lắng qúa, tao sợ lắm Trang ơi.

Trang vỗ vai tôi:

- Mày không thể nào mất tinh thần và xuôi tay như thế được, mày phải tin, và tin là vì tình yêu Qúy sẽ không bao giờ để mày sống một mình. Con đường của chúng mày còn dài. Mày đã chẳng bảo tao là mày và Qúy còn phải cùng nhau xây xong văn phòng sao? Mày không thể nào bỏ cuộc, và Qúy cũng không thể nào bỏ cuộc, để một mình mày gánh vác tất cả những công việc mà chính Qúy đã khởi công.

Và Trang ngồi xuống, rất thân mật, cầm tay tôi nói trong nghẹn ngào:

- Mày biết không, tình yêu có thể chữa lành bệnh.

Tôi nhìn Trang. Trang tiếp:

- Tình yêu là một dược liệu tốt hơn tất cả mọi dược liệu trên đời. Vì khi yêu nhau, người ta sẽ vì người yêu mà cố gắng sống và tràn đầy niềm tin. Mày nhớ điều tao nói và đừng đánh mất sự quyết tâm và mong đợi của mày.

Trang im lặng. Riêng tôi, làm sao tôi có thể đứng đắn khi nghĩ về niềm tin lúc này, vì mọi vật bên tôi đều lu mờ, đều bâng khuâng không chút nhất định. Tôi chồi xụp như ngọn sóng, lúc lên, lúc xuống bất thường..

Thấy tôi im lặng, Trang bảo tôi:

- Hay thôi, hãy ăn đi, tao xuống nhà, chỉ mua cho mày được hamberger thôi, tao biết mày không thích, nhưng cố nhai đi. Chắc chúng mình còn phải ngồi đây lâu. Mày thường bảo với tao mỗi khi tao gọi mày than phiền sao? Hãy dâng cho Chúa, tại sao mày nói với tao thì hay lắm, nhưng với mày thì không còn chút dũng khí nào.

Tôi lại nhìn Trang, và bất thần tôi ngả cả người trên vai Trang.

Trang như người mẹ. Vuốt ve và dỗ ngọt, vừa mở giấy gói chiếc hamberger ra, định đưa vào miệng tôi. Tôi thấy vậy nên ngồi thẳng dậy bảo Trang:

- Để tao ăn.

Nhưng vừa bỏ miếng hamberger lên miệng tôi bỗng chợt nhớ tới hai con của tôi. Tôi bỗng bảo Trang:

- Không biết mấy đứa bé đã ăn gì chưa. Tao nhớ chúng quá.

Tình mẫu tử quả là huyền diệu. Không vậy mà lúc nào ăn hay uống thứ gì ngon tôi cũng đều nhắc tới con tôi.

Nhưng hôm nay, giữa lúc thập tử nhất sinh của bố nó, nó có biết gì không hay vẫn hồn nhiên trong thơ dại.

Và tôi bật khóc. Miếng hamberger hình như thấm bằng nước mắt của tôi, nên tôi cảm thấy nhạt và không chút mùi vị.

Tôi bảo trang:

- Nhạt quá, tao không thể nào nuốt vô.

Trang như đe tôi:

- Không nuốt vô cũng phải nuốt. Mày không nghe tao, tao đứng lên về ngay bây giờ.

Ngờ đâu lời đe doạ của Trang có kết quả ngay, vì tôi đã cắn và nuốt miếng hamberger, chỉ tiếc rằng, tôi không còn chút khẩu vị, mà nó nhạt nhẽo không chút mùi vị của hamberger.

Quả thật, khi buồn thì không chỉ tâm hồn mà còn tất cả những gì bên ta đều vô nghĩa, ngay cả thức ăn...

Tôi đang cố nuốt miếng hamberger thì Trang bảo tôi:

- Có ông cha nào tới kìa.

Tôi ngẩng lên và như một cái máy, tôi đưa chiếc hamberger đang ăn dở cho Trang rồi tiến đến gần linh mục Chu Ngọc Thành. Tôi tưởng người tôi sẽ nhũn ra và nói không nên lời. Nhưng may thay tôi vẫn còn đủ bình tĩnh để kể qua về bệnh trạng của Quý, và cũng nhấn mạnh là bác sĩ nói nếu không mổ ngay, Qúy sẽ mất mạng.

Linh mục Chu Ngọc Thành nghe tôi nói đã rất xúc động. Tôi thấy hình như mắt ngài rưởm lệ. Chúng tôi là những người thọ ơn linh mục Chu Ngọc Thành rất nhiều, chính ngài là người đã giúp Qúy giáo lý hôn nhân, và cũng chính ngài là người thăm hỏi và luôn nghĩ tới chúng tôi. Chính vì thế, khi nghe bác Kha nói về ngài, tôi rất hãnh diện và kính trọng những nhận xét của bác Kha, điều đó đã khiến tôi liên tưởng ngay đến linh mục Chu Ngọc Thành, mặc dầu chúng tôi có thể nhờ linh mục tuyên úy nhà thương. Hơn nữa, tôi tin vào sự thánh thiện của linh mục Chu Ngọc Thành mà lời cầu guyện của chúng tôi sẽ mang lại an lành cho Qúy.

Và cũng đúng lúc, người y tá báo cho chúng tôi, Qúy đã trở lại phòng và không lâu họ sẽ đẩy Qúy vào phòng mổ. Vì mọi việc trong khẩn cấp, sợ trễ một giây là nguy hiểm một giây. Do đó tôi và Trang đã cùng theo sau linh mục Chu Ngọc Thành vào trong.

Tôi thất thểu như xác không hồn bước theo Trang...

Qúy nằm bất động trên chiếc giường sắt đã được đưa cao lên tới lưng tôi. Nhìn thấy Qúy, nước mắt lại trào ra. Nhất là dáng Qúy nằm dán xuống giường. Hình như Qúy đã mất nhiều sức lắm, nên tôi tưởng như Qúy đã mất đi tới cả chục pounds. Miệng và mũi Qúy đều bị chằng chịt bởi những sợi dây nylon dùng để hỗ trợ dưỡng khí khiến Qúy càng thêm tàn tạ.

Tôi đến sát giường, bỏ bàn tay tôi trên ngực Qúy, bàn tay đã từng được Qúy nâng niu, được Qúy an ủi mỗi khi u buồn hay sầu lụy về một điều gì. Tôi thấy tim Qúy đập thật yếu nhưng đủ làm tôi xúc cảm tận đáy lòng. Thế rồi tôi gục đầu cúi xuống, tôi như nghe hơi thở của Qúy, nhưng thật ra tôi muốn ôm gọn Qúy vào lòng, nhưng vì có linh mục Chu Ngọc Thành và Trang nên tôi đành ngẩng cổ lên mặc nước mắt tuôn đổ.

Linh mục Chu Ngọc Thành đứng một lúc như cảm thông sự đau khổ của tôi và lo lắng cho bệnh tình của Qúy, rồi mở sách. Tôi làm dấu Thánh Gía, cầu nguyện và theo lời nguyện. Một cảm giác rờn rợn cùng với niềm tin bỗng đến trong tôi. Và cả hai cảm giác đó lúc trầm lúc bổng, khiến tôi không biết mình ở nơi nào.

Khi linh mục Chu Ngọc Thành xức dầu cho Qúy xong, lúc này tôi mới thẫn thờ. Lòng tôi lại dồn dập với bao sóng gió như sẵn sàng đổ ập trên tôi. Tôi thấy Qúy lìa xa tôi, và một linh tính khuấy động trong cùng sâu thẳm của lòng tôi, Qúy sẽ không bao giờ còn trở lại, và hôm nay là ngày tôi tiễn chân Qúy. Và cứ thế, những nhiễu nhương dồn dập trầm bổng liên tục không ngừng.

Một lúc, linh mục Chu Ngọc Thành và Trang để tôi lại với Quý và đi ra ngoài.

Còn lại một mình, lúc này không còn e lệ. Tôi gục mặt trên ngực Qúy. Tôi nghe rõ nhịp tim đập. Thật rõ, rõ hơn cả nhịp đập của tôi. Phải chăng tôi đang nghe từng lời âu yếm từ trái tim Quý, hay Quý đang nhắn nhủ tôi điều gì. Từ đó, tôi gào thét trong lòng. Tiếng gào của tôi như nổ tung, tim tôi như nát tan và biến trong cùng bi thương. Tôi thương Qúy và càng lo cho Qúy. Tôi nói thầm với chính mình:

- Qúy ơi, đừng bao giờ bỏ em dù một giây ngắn ngủi. hãy ở lại với em và con. Chúng ta còn rất nhiều dự án phải hoàn thành. Hãy sống để chúng ta còn cùng nhau tiếp tục tiến hành những dự án đó, không chỉ cho anh, cho em mà còn cho con chúng mình. Anh đã hứa là sẽ sống với em suốt đời thì đừng vì lý do gì rời xa em. Hồi nãy, cha Thành sức dầu cho anh làm em lo sợ quá, con người ta ai mà chẳng đau lòng khi đứng trước hoàn cảnh như em lúc này. Em bắt buộc lòng em phải vững tin, và phải chờ anh về nhà để chúng ta cùng hưởng hạnh phúc trong mái gia đình đó, đấy là tổ uyên ương của hai chúng ta đã dùng tất cả cố gắng dựng thành. Nó không uy nghi tráng lệ, như nó thật tiềm ẩn một hạnh phúc trọn vẹn và vĩnh cửu, vì căn nhà đó là của anh, của em, và của con chúng mình.

Tôi phải ngừng một chút, đường khí quản dẫn vào buồng phổi của tôi vừa mới bị ai bịt lại, khiến tiếng nói tôi như tắc nghẽn. Tôi vùng vẫy như người bị dìm xuống hồ sâu, một cảm giác rờn rợn tử thần. Mãi sau tôi mới thì thào:

- Em yêu anh lắm Qúy ơi....

Và tôi như buông mình phó mặc. Đầu tôi vẫn gục trên ngực Qúy, và hơi nóng từ Qúy như là nguồn sống duy nhất còn lại cho tôi...

Tôi còn đang chìm trong hư thực, tiếng người y tá khẽ bảo tôi:

- Xin lỗi, chúng tôi phải đưa bệnh nhân đi ngay. Mời ra ngoài. Đã tới giờ rồi không thể trễ được.

Tôi vẫn không muốn rời Qúy. Không, tôi nhất định không thể để Qúy xa tôi, dù tôi biết Qúy chỉ vào phòng mổ. May thay, Trang đã vào đúng lúc, và Trang đã dìu tôi ra ngoài giữa lúc người y tá hạ thấp giường xuống...

Ra tới ngoài phòng đợi, cả Trang và tôi cùng trong im lặng. Có lẽ chúng tôi đều hoang mang không biết nói gì, hay cũng có thể một lời nào đó không đâu sẽ làm tôi mất hết niềm tin trong mình.

Thực ra, bác sĩ Thanh bạn Qúy đã cho tôi biết, ca mổ này rất nguy hiểm và quan trọng, có thể kéo dài tám tới mười tiếng, chính vì thế sự lo lắng của tôi càng nhiều, khiến tôi lúc nào cũng như lửa đốt.

Tám tiếng, mười tiếng chờ đợi quả là một thời gian quá dài. Tôi đang lo lắng từng giây, mà bây giờ phải lo lắng tới ba mươi sáu ngàn giây thì nó khủng khiếp chừng nào, làm sao tôi có thể ngồi đây trong hoàn cảnh này để chờ đợi kết quả của chồng tôi. Vì mỗi giây là mỗi dồn ép của sợ hãi, của chờ đợi. Tôi thấy một giây dài quá, dài đến độ chờ mãi mà tiếng tích tách vẫn chưa gõ trong thâm tâm tôi.

Tôi đứng lên, rồi lại ngồi xuống không biết bao nhiêu lần, thế mà nhìn đồng hồ mới mấy phút. Không biết mọi người quanh tôi có như tôi không, có thấy thời giờ của đợi chờ dài như vô tận không?

Và có lẽ Trang đọc được tư tưởng tôi nên đã cố gắng giết giờ bằng cách bảo tôi:

- Hay tao đưa mày về tắm rửa, đằng nào thời gian này cũng đâu làm được gì.

Nhưng tôi lắc đầu:

- Không, tao phải ở đây lỡ có gì sẩy ra bất thường.

Trang vẫn cố gắng:

- Mày nghĩ xem, nếu có gì sẩy ra cũng phải chờ mổ xong mới biết chứ.

Nhưng tôi một mực đòi ở lại.

Thấy tôi cứng đầu quá, Trang ngồi một lúc mới lại lên tiếng:

- Tao nghĩ, đằng nào mày cũng phải thay quần áo và tắm rửa, mày nên lợi dụng lúc này đi. Vì khi anh Qúy ra, chắc chắn mày không bỏ đi đâu được.

Thấy Trang nói có lý, tôi chút phân vân, nhưng vẫn không trả lời Trang. Trang thở dài:

- Vả lại mày cũng nên về coi con mày ăn uống ra sao.

Trang thực sự biết đánh động vào tâm lý tôi, khiến tôi chút suy nghĩ rồi nói với Trang:

- Nhưng tao không muốn xa Qúy.

- Ai bảo mày xa đâu. Tao sẽ tình nguyện ở lại đây, khi nào mày trở lại tao mới về. Nếu có gì bất thường sẩy ra, tao sẽ liên lạc ngay với mày.

Rồi Trang lại từ từ:

- Mày cần phải giữ sức khoẻ. Bố đã vậy, mẹ còn bệnh theo thì ai lo cho hai đứa nhỏ.

Tôi thở dài. Bao nhiêu ý nghĩ trong đầu xoay vần. Đầu tôi như nổ tung. Tôi thật sự không biết phải làm gì, Mãi sau tôi mới trầm giọng, có lẽ nước mắt tôi cũng vừa trào ra vì nghĩ tới Qúy, nghĩ tới các con tôi. Tôi bảo Trang:

- Tao nghe mày, tao sẽ về qua nhà, cũng may có Ghi, cô em gái của Qúy đến giúp mấy đứa trẻ. Ở đời, thật sự nếu không có người thân, gặp lúc hoạn nạn thế này không biết nương tựa vào ai.

Rồi tôi thành thật nói như khóc:

- Cám ơn mày nhiều lắm.

Nhưng Trang ngắt lời tôi:

- Lại nữa, mày đúng là con dở người, cái gì cũng cám ơn, làm tao rợn cả người.

Tôi biết Trang lúc nào cũng tìm cách làm tôi quên

đi nỗi lo sợ của chờ đợi. Nhưng làm sao tôi có thể quên được, dù chỉ một phút, vì sự sống chết của Qúy khác chi là của tôi.

Trang thấy tôi còn ngần ngừ nên thúc:

- Đi đi. Tao sẽ gọi cho mày ngay nếu có gì đặc biệt sẩy ra.

Tôi nhìn Trang. Rồi bước vội ra cầu thang xuống lầu.

Thành phố Houston hôm nay có độ nóng hơn bình thường, nên khi ra xe, dù đã mở máy điều hòa, nhưng vẫn không giảm được cái nóng hừng hực trong xe.

Tôi đề máy, bật máy điều hoà rồi mở tất cả cửa sổ để đẩy những chất độc vì độ nóng gây nên có thể tạo ra ung thư. Tôi nhìn trong gương chiếu hậu. Cặp mắt tôi cuồng thâm, khuôn mặt thì hóp lại trông thật đáng thương. Tôi chút ngỡ ngàng về nhan sắc của mình, nhưng rồi bất cần. Tôi nói với mình:

- Xuân sắc để làm gì nếu Qúy không còn.

Và tôi lại chùng trong lo lắng.

Ra tới đường, đường phố nghẹt xe cộ. Một chiếc xe vừa bấm còi qua mặt tôi, người tài xế nét mặt giận dữ dơ ngón giữa chỉ lên trời. Tôi hoàn hồn vì vừa nhận ra xe của tôi đang chạy lấn qua làn kẻ trắng. Tim tôi đập thật mạnh. Tôi hít nột hơi dài rồi cố bình tĩnh nhìn về phía trước. Nhưng đi được một lúc, tôi thấy đèn chớp phía sau, nhìn qua kiếng chiếu hậu, chiếc xe cảnh sát chạy gần xe tôi đang chớp đèn. Tôi lo lắng tưởng ép vào lề, nhưng may, chiếc xe chạy qua mặt tôi và hình như đang rượt chiếc xe phía trước. Khoảnh khắc tôi quên chuyện của Qúy. Cuộc đời quả thật luôn có những dồn dập khiến mình đôi khi không có giờ suy nghĩ và xác nhận chính xác mình muốn gì và làm gì.

Về tới nhà, tôi như người say rượu, cố mở cửa mãi, nhưng chìa khoá như làm khó với tôi, vẫn không sao đút nổi chìa khoá mở cửa. Tôi thấy mình yếu đuối và tự nhiên nước mắt tôi lại chảy ra.

Tôi bỗng nghe từ bên trong có tiếng chạy của con tôi, có lẽ chúng đã ngồi chờ tôi từng phút ngoài cửa sổ, nên vừa có tiếng khóa là đã ù chạy ra ôm chầm lấy tôi. Chúng đâu biết rằng, lòng mẹ nó đang héo hắt. Tuy nhiên, cánh cửa vừa mở, cả hai con tôi đều nhảy đến ôm chầm lấy tôi. Thằng con lớn, Daniel, thấy tôi khóc, đờ dẫn nhìn một lúc như ngạc nhiên. Thấy thế tôi vội hôn trên má Daniel và Theodore rồi dắt cả hai vào nhà. Lúc đó Ghi, cô em gái của Qúy cũng ra tới, vừa đóng cửa vừa hỏi, giọng rất lo lắng như muốn khóc:

- Anh Qúy có sao không chị?

Tôi nhìn Ghi không trả lời vội, có lẽ Ghi hiểu ý tôi vì không muốn cho hai con tôi biết tình trạng của Qúy lúc này.

Tuy nhiên tôi nói trong xúc động:

- Cám ơn Ghi, Không có Ghi không biết gửi mấy đứa bé cho ai.

Rồi tôi nhìn hai con, tôi không cầm nổi nước mắt nên mượn lý do thay quần áo, tôi như người chạy trốn, vội vàng bước vào phòng ngủ giữa sự thất vọng của con tôi.

Nhưng biết làm sao, tôi phải vội vàng, vì Qúy đang chờ tôi. Tôi phải ở gần Qúy, phải có mặt ngay lúc Qúy ra, hay lỡ có mệnh hệ gì, người đầu tiên phải là tôi, chứ không thể là Trang. Chính vì thế, tôi tắm vội vã, thay quần áo và hứa với các con tôi đủ điều để che lấp sự lo lắng và bồn chồn trong lòng tôi lúc đó.

Vì thế, tôi đã vội vàng để Daniel và Theodore cho Ghi và lại lái xe lên bệnh viện ngay.

Khi tới bệnh viện, tôi như người máy, bước những bước vội vàng. Tôi thấy hôm nay ai cũng chậm, ai cũng từ từ, ngay cả thang máy, tôi cũng thấy hình như có vật gì cản khiến ù lỳ như không muốn nhấc lên, do đó, khi thang máy vừa mở ra, tôi đã phóng như bay đến phòng đợi. Tôi thấy Trang đang nghe điện thoại, Trang đứng bên cửa sổ nên không nhìn thấy tôi. Giọng Trang có vẻ khẩn trương. Trang đang nói chuyện với người Mỹ, tôi đoán thế vì Trang ăn nói rất lịch sự và không hề pha một câu tiếng Việt. Tôi nghe Trang nói :

- Không thể được sao, tôi cần dời lại ngày họp.

Không hiểu đầu dây bên kia nói gì. Nhưng tôi nghe Trang lại trả lời:

- Tôi không thể bay ngày mai được, tôi biết đây là một mối làm ăn lớn, nhưng chồng bạn tôi đang trong phòng mổ làm sao tôi có thể bỏ bạn tôi một mình.

Trang lại im lặng lắng nghe. Và rồi, Trang như xựu nét mặt:

- Tôi sẽ cố, nhưng nếu tình trạng chồng bạn tôi không qua khỏi, tôi sẽ đành mất mối dao dịch và xin từ chức.

Nói rồi Trang cúp điện thoại. Tôi lảng ra làm như không nghe, vì tôi không muốn để Trang khó xử.

Trang đứng thêm một lúc, rồi mới quay lại, thấy tôi, Trang vội vã:

- Mày đến bao giờ sao tao không biết?

Tôi thận trọng:

- Cũng vừa ngồi xuống.

Trang nhìn tôi, có lẽ Trang muốn tra xét câu trả lời của tôi bằng ánh mắt của tôi. Nhưng Trang đã không tìm thấy điều gì. Vì vừa lúc đó Thanh tới. Tôi mừng quá đứng vội lên vừa hỏi Thanh. Nhưng Thanh nói, Qúy vẫn còn trong phòng mổ.

Tôi thất vọng ngồi xuống ghế. Trang cũng ngồi theo, riêng Thanh đứng một chút rồi đi, hẹn sẽ trở lại ngay.

Và cứ thế, tôi và Trang quanh quẩn, lúc đứng, lúc ngồi, lúc thì vương buồn đẫm lệ, lúc thì lang thang trên hành lang như người không hồn. Mà có lẽ lúc đó tôi không có hồn thật. Tôi đánh mất tất cả những nhanh nhẹn hàng ngày. Người tôi lảo đảo và tâm tư tôi nặng trịch.

Nhìn đồng hồ, mới bốn tiếng, thời gian còn hơn nửa. Ôi sao kim đồng hồ chậm thế. Trang biết tôi sốt ruột nên thỉnh thoảng hỏi han tôi những chuyện không đâu, hoặc cố tình tìm những câu chuyện có chút khôi hài, hay kể về những khó khăn Trang đang gặp phải, hầu cho tôi nguôi ngoai phần nào. Nhưng hình như tất cả cố gắng của Trang đều vô hiệu, và những tiếng thở dài trong tôi cứ như đoàn quân đi ra chiến trận.

Nhưng rồi Trang phải về, hay nói đúng hơn, mẹ Trang gọi Trang, bố Trang cũng đang khó thở ở nhà, chị Trang vừa đến đã gọi xe cứu thương. Thế là Trang lưỡng lự, nhưng tôi đã quyết tâm bắt Trang phải về lo cho bố Trang.

Lúc Trang đi, Trang bịn rịn giống như hai người tình chia tay nhau, làm tôi liên tưởng tới câu chuyện của những người vợ lính tiễn chồng đi chinh chiến.

Còn lại một mình, tôi co ro trong một góc nhỏ. Lúc đó cũng có vài người có lẽ cũng cô đơn như tôi. Tôi nhìn và quan sát từng khuôn mặt để so sánh ai là kẻ đau buồn và thất vọng hơn. Nhưng tôi đã thất vọng với ý tưởng này, vì đâu phải ai cũng có những suy tư như nhau, nhất là còn tùy hoàn cảnh và tùy theo đối tượng là ai, vợ chồng, bố mẹ hay con cái.

Bỗng một luồng gió lạnh như tạt vào lòng tôi. Tôi bóp hai bàn tay tìm hơi ấm, nhưng tôi cảm thấy người tôi càng lạnh. Tôi nhìn lên trần nhà, gió thổi từ máy điều hoà hình như đang thổi ngược với hướng tôi ngồi. Và tôi lại lo sợ một điểm báo nào đó vừa đánh thức tôi. Nghĩ vậy, tôi càng lo, khiến cả hai tay tôi run run như người bị kinh phong.

Tôi hoang mang và thầm gọi tên Qúy, rồi trong cùng sâu, tôi bắt đầu lâm râm cầu nguyện. Tôi đọc kinh. Tôi muốn dùng niềm tin tôn giáo để che đậy nỗi lo sợ trong tôi. Tôi không biết tôi đã đọc bao nhiêu lần, một chục, hai chục, ba chục hay mấy chục chục chục lần. Và hình như nhờ đó tôi thấy mình chút an lành. Tôi nhìn thấy tôi, nhìn thấy Qúy và nhìn thấy các con tôi được che chở. Và tôi lại bắt đầu tiếp tục....

Tuy thế, tôi vẫn đếm từng giây. Và rồi việc gì tới sẽ tới.. Người bác sĩ từ phòng giải phẫu đi ra, tôi không hiểu sao Thanh cũng cùng đi. Tôi nhìn bác sĩ với đôi mắt sợ hãi như nhìn một quan toà. Tôi thấy bác sĩ lúc này như một quyền năng có quyền phán cho Qúy sự sống, và cũng có quyền phán cho Qúy sự chết. Nên môi tôi run run, chân tôi như muốn quỵ xuống.

Bác sĩ từ từ đến bên tôi, nét mặt suy tư nhưng chút hy vọng:

- Tôi là bác sĩ Skolkin, chồng cô đã mổ xong. Mọi việc tương đối khả quan. Chúng tôi nghĩ đây là một sự may mắn hiếm có. Nếu không, không cách nào có thể cứu được chồng cô. Chúng tôi nghĩ chỉ chậm vài tiếng là vô phương cứu chữa. Cô hãy cám ơn Thượng-đế, vì chính Ngài đã cứu sống chồng cô.

Vừa nghe bác sĩ nói thế, tim tôi như ngưng đập. Có lẽ sự vui mừng quá độ cũng làm cho con người ta tắt thở, nên tôi thấy tứ chi tôi như nhũn ra. Tôi quỵ xuống đất. Bác sĩ thấy thế vội đỡ tôi vừa nói:

- Cô biết vì sao mà ca mổ kéo dài mười tiếng đồng hồ liên tục không?

Nhưng không chờ tôi trả lời, bác sĩ tiếp:

- Là vì chỗ ghép thận (allograft) cứng như đá, cần phải giải phẫu để làm đông bong bóng (aneurysm) máu lớn 9.7cm ngay tại động mạch-tĩnh mạch chính (AV fistula), mà nếu bong bóng này bể ra thì chỉ vài tiếng là máu huyết trong người sẽ tràn ra hết, lúc bấy giờ vô phương cứu chữa.

Và bác sĩ với giọng cảm động:

- Quả thật ca mổ này, sự thành công cũng rất ít, đây là một sự may mắn rất lớn cho chồng cô.

Ôi, một sự tuyệt hảo. Tôi ngẩng lên trời lâm râm lời khấn. Lòng tôi như vừa bỏ đi cả mấy ngàn cân. Tôi thấy nhẹ trong người. Tôi cúi đầu cảm ơn bác sĩ liên tục rồi quay qua Thanh:

- Em cám ơn anh.

Và nước mắt tôi trào ra, nhưng là những giọt nước mắt thăng hoa của tình yêu, như những bông hoa của mùa xuân tuyệt mỹ.....

Thanh cũng vui mừng không kém, nhưng hình như Thanh vẫn còn do dự điều gì nên đi theo người bác sĩ. Có lẽ trong nghề, Thanh hiểu và nhìn thấy một nghi vấn, hay một điều gì cần hỏi và cần được sáng tỏ.

Và câu trả lời đã đến với tôi trong sững buồn, vì ngay sau hai ngày Qúy lại phải trở lại phòng mổ để lấy trái thận ghép ra, vì trong tiến trình làm đông mạch máu, trái thận ghép không còn hoạt động và hoàn toàn hết hiệu năng. Thế là Qúy lại phải trở lại những ngày hai mươi năm trước, bắt đầu lọc máu hàng tuần, một việc mà Qúy mỗi lần nghĩ đến vẫn còn ám ảnh. Nhưng biết sao, Chúa cho bao nhiêu được bấy nhiêu. Qúy vẫn còn sống vẫn còn tiếp tục cùng tôi chung bước, chẳng là một chuyện vui mừng nhất trên đời sao?

CHƯƠNG TÁM

Bao biến cố dồn dập, tôi thật sự không biết tại sao mình có thể đứng vững. Nhìn Daniel và Theodore, hai con của chúng tôi, những đứa con vẫn còn thơ dại, lúc nào cũng cần tới tình thương của hai chúng tôi. Nhưng gần đây, vì sức khoẻ của Qúy chúng tôi đã xao lãng không ít.

Có những đêm ngồi cả giờ cạnh giường con tôi mà hai hàng nước mắt tuôn rơi không ngừng. Tôi bi quan hay yếm thế? Tôi không biết, nhưng chỉ nghĩ tới ngày nào đó, Qúy không còn bên tôi và các con tôi, thì tôi đã cảm thấy một sự mất mát và buồn đau khôn cùng, khiến tôi đã bật ra những tiếng xụt xùi bi ai. Và cứ thế dòng lệ tuôn rơi như dòng suối.

Tôi ôm con tôi cầu cứu. Tôi hôn lên trán, lên mắt, lên tóc, và tứ chi con tôi như nguồn an ủi. Tôi cầu mong sự an bình cho con tôi. Nhưng quả thật, niềm tin trong tôi bị suy xụp và mất đi nhạy cảm rất nhiều, nhất là những lần nhìn Qúy quằn quại trên chiếc giường bị vọp bẻ lúc lọc máu.

Trước kia, tôi nghe Qúy, nghe bạn Qúy nói về sự đau đớn, nhưng tôi không thể nào tưởng tượng nổi như khi chứng kiến nhãn tiền. Qúy đã quay mặt vào tường để cắn răng chịu đựng. Qúy không muốn cho tôi thấy sự đau đớn đang như những mũi dao nhọn đâm thấu trong từng huyết quản. Nhưng Qúy ơi! Anh đau là em đau, những xót xa đau đớn của anh chịu cũng là những quằn quại khiếp sợ trong lòng em. Và tôi cứ thế, trân trân nhìn Qúy với hai hàng lệ chảy dài.

Tôi không biết là đã bao nhiêu nước mắt trong tôi đổ ra từ ngày Qúy bị bệnh lại. Tôi chỉ biết rằng, không đêm nào tôi không đổ nước mắt. Dĩ nhiên, tôi đã không để Qúy và các con nhìn thấy, vì tôi không muốn Qúy nản lòng. Tôi muốn Qúy được bình an và thanh thản, dù chuyện gì sẩy ra ngày mai.

Có những bữa cơm, tôi đã phải quay đi khi nhìn thấy hạnh phúc gia đình, lúc mà Qúy gắp thức ăn cho tôi, hay Qúy vỗ về và an ủi con tôi khi con tôi bị tôi phạt. Qúy có cách giáo dục con cái rất nhẹ nhàng. Các con tôi yêu Qúy, và rất gần với Qúy. Lúc nào cũng nhìn bố như tấm gương sáng. Chính vì thế, vì nhìn thấy hạnh phúc ấm cúng gia đình, đã khiến tôi liên tưởng đến một ngày nào đó Qúy không còn.

Có những đêm, tôi chờ Qúy đi vào giấc ngủ rồi tôi mới rón rén ra khỏi giường, ra phòng ngoài ngồi một mình trong bóng đêm nhìn qua cửa sổ sau nhà. Tôi cố tìm một giải thích về ý nghĩa của cuộc sống con người. Cố tìm một căn bản đức tin hiện hữu để chấp nhận những khó khăn và những trăn trở bất an trong lòng tôi bao lâu nay...

Nhưng hình như trong lòng tôi tăm tối quá, tối như bầu trời bên ngoài của một đêm không trăng sao. Những lúc đó tôi càng lặng yên, tôi cần ánh sáng ngoài trời để bừng lên niềm hy vọng, dù là giả tạo. Tôi ao ước biết công tác ngọn đèn giữa hồ, nơi có vòi nước phun sau nhà đặt ở đâu, để tôi bật sáng giữa đêm, để tôi tìm cho tôi nguồn sáng, dù thật yếu ớt, nhưng tối thiểu có thể vơi đi phần nào nỗi ray rứt bồn chồn trong tôi. Nhưng ngọn đèn đã không sáng, vì đã được điều chỉnh bằng hệ thống đặc biệt tắt mở theo giờ, cứ đúng mười giờ đêm mỗi ngày, ngọn đèn tự động tắt, cũng như bẩy giờ tối là tự động lên đèn. Bất giác tôi trách thầm những người đã ấn định giờ giấc, đã không để ngọn đèn tự động mỗi khi lòng tôi nhói đau trong mong đợi như lúc này.

Có những đêm, tôi lần mò tắt hệ thống báo động để ra ngoài. Tôi tìm tôi trong bóng đêm như kẻ lạc đường. Thân phận tôi sao bé bỏng. Tôi nhớ tới bác Kha, có lần bác Kha kể cho tôi nghe về cuộc triệt thoái của bác trong lần bác tham chiến trận Hạ Lào. Lúc đó, tôi nghe nhưng tâm hồn tôi cũng chỉ ngỡ ngàng, nhưng làm sao cảm xúc được sự tận cùng khó khăn và tuyệt vọng của những người đi trong đêm, giữa một khu rừng già, khu rừng mà chỉ đầy những cây cổ thụ hoang dã chằng chịt cuốn lấy nhau bởi những cây leo thòng lòng với những gai nhọn đâm thấu da. Bác Kha kể cho tôi:

- Trên trời thì không trăng không sao. Dưới đất thì là đồi núi rậm rạp chằng chịt những cây gai, nhất là giữa rừng sâu làm gì có đường mòn? Làm gì có phương tiện và thời gian như người đi rừng phá rẫy? Nên bác và những bạn đồng ngũ đã vừa đi vừa tìm cách xô những cây đầy gai nhọn đó để mở đường. Nhưng khổ là vì không biết quân địch ở đâu, nên phải tránh gây tiếng động. Hai ngày, ba đêm trong núi rừng như thế cháu nghĩ thế nào? Ban ngày thì còn nhìn thấy tương đối dễ dàng, nhưng đêm thì hoàn toàn tuyệt vọng cháu ạ. Thế mà bác và một số bạn đã sống sót trở về được. Thật là một hãi hùng. Nhưng quả thật, khi về tới bên phần đất Việt, bạn bè bác có hỏi, sao mà tụi bác có thể thoát được, và làm sao có thể tránh được quân địch giữa lúc chúng truy lùng tụi bác gắt gao. Bác cũng chỉ biết mỉm cười. Vì làm sao bác có thể diễn tả nổi những khó khăn và nỗi sợ hãi trong lòng bác lúc bấy giờ. Bác nghĩ, chỉ có khi nào mình thực sự là người trong cuộc mới có thể cảm nghiệm được tất cả những chi tiết và những gì phải trải qua.

Và bác Kha còn nói:

- Cũng như cháu, hãy nghiệm lại đời mình, có phải cháu có những xúc cảm mà không có thể nào diễn tả được không? Có những oan trái và đau buồn trong đời mà cháu đành giữ kín. Như Qúy, bác nghĩ làm sao chúng ta có thể thấu hiểu tận cùng những nỗi đau đớn, tuyệt vọng mà một người trẻ như Qúy đã phải trải qua, dù Qúy có cố gắng diễn đạt tỉ mỉ thế nào.

Bây giờ ngỗi gẫm lại, tôi mới thấy lời bác Kha thật sự giúp ích cho tôi. Vì quả thật, những ngày tháng gần đây sau khi thận của người trẻ Mỹ trong Qúy bị lấy ra, và tôi phải chứng kiến những đau đớn của Qúy, cũng như những cố gắng hàng ngày Qúy đã an ủi và tự giấu kín để tôi và các con tôi an lòng. Tôi mới hiểu, nhưng có lẽ cũng chỉ phần nào, một phần rất nhỏ về những tuyệt vọng xâm chiếm thường xuyên tâm hồn Qúy.

Vì thế, những buổi đêm tối trời một mình đong đưa trên chiếc ghế sau nhà, tôi càng chìm sâu trong những bẽ bàng mà sau này tôi phải chịu, nếu thực sự việc không may đến với Qúy.

Rồi một hôm, khi Qúy thức giấc không thấy tôi. Tôi nhớ hôm đó cũng vào đêm thứ bẩy, rạng ngày chủ nhật. Ngày mai chúng tôi không phải đến văn phòng. Văn phòng chúng tôi làm việc sáu ngày, nghỉ ngày chủ nhật. Qúy bị bệnh, nhưng chúng tôi đã có một bác sĩ khác giúp Qúy, nên Qúy ít ra văn phòng như trước kia. Tuy nhiên, tôi thì không thể nào rời văn phòng, vả lại, gần đây vì công việc xây cất văn phòng mới khiến tôi, và ngay cả Qúy cũng rất bận.

Khi chưa bắt tay vào công việc, mọi sự tưởng dễ dàng, nhưng khi thật sự lao mình vào, mới thấy biết bao nhiêu là việc phải làm phải lo. Chính vì thế, tôi đã bị lao lực rất nhiều. Người tôi mỏi mệt và mất ngủ thường xuyên, nên tôi hay giật mình thức đêm, và quanh quẩn với những bồn chồn tính toán không đâu, đấy là chưa kể tới bệnh tình Qúy ngày mai ra sao. Chính vì thế, tôi mới hay thơ thẩn ra nhà ngoài, hoặc ngoài vườn trong đêm tối như hôm nay.

Lúc đó tôi đang ngồi trên chiếc ghế ngoài nhà chòi ở

sân sau, cách hồ nước không xa, chiếc nhà chòi mà Qúy và tôi cùng muốn có, để chúng tôi có dịp cùng nhau ngồi hóng mát trong chiều hè hay thu sang, hoặc thưởng ngoạn khung cảnh an bình sau nhà chúng tôi.

Đêm nay, không có trăng, nhưng ánh sáng từ hồ tắm của nhà bên cạnh vẫn còn sáng. Có lẽ buổi chiều hôm nay trời nóng, mà lại nhằm ngày nghỉ nên cả buổi chiều tôi thấy tiếng reo hò của mấy đứa trẻ bên nhà. Chúng vui vẻ và đầy náo nức. Sự hồn nhiên của tuổi ấu thơ quả là món quà tuyệt vời cho những người lớn, những bậc làm cha mẹ, và những người ông, người bà. Nhưng khi nghe tiếng la hò của trẻ nhà bên cạnh, tôi chợt nghĩ tới con tôi. Không phải con tôi không có tình thương, cũng không phải con tôi thiếu thốn về vật chất. Chúng tôi lo cho con chúng tôi rất đầy đủ, và đôi khi còn ngoài cả những gì cần thiết. Nhưng dẫu sao, vì tình trạng sức khoẻ của Qúy, cộng với sự bận rộn của chúng tôi trong công việc, quả con tôi có bị ảnh hưởng phần nào. Tuy nhiên các con tôi rất ngoan, và biết vâng lời, đúng theo những đứa trẻ Việt Nam. Tôi hãnh diện nhưng đồng thời cũng cảm thấy một chút ngại ngẫm.

Nhưng khi nghĩ lại, nghĩ tới thời thơ ấu của mình, nhất là nghĩ tới tuổi trẻ của Qúy đã trải qua, tôi an tâm và yên lòng hơn. Vì dẫu sao con chúng tôi cũng hạnh phúc gấp trăm, gấp ngàn lần chúng tôi. Chính vì thế, tôi đã an ủi mình, và cố gắng giải nghĩa cho con tôi. Cũng may, con tôi hiểu, và dù còn bé, đã luôn luôn nhìn ánh mắt, và nét mặt của chúng tôi để không phụ lòng chúng tôi. Chúng tôi thật may mắn, cũng có thể đây là một trong những phần thưởng mà Chúa dành cho Qúy và tôi.

Tôi còn đang suy nghĩ, có tiếng gọi khẽ từ cửa sau nhà vọng ra:

- Huyền.

Tôi giật mình nhìn vào thấy Qúy, tôi vội thưa

- Em đây.

Rồi định đứng dậy. Nhưng Qúy đã đi ra gần tôi:

- Em cứ ngồi đi. Anh ra ngồi với em.

Tôi nhìn Qúy. Bộ đồ ngủ Qúy mặc hôm nay là bộ đồ tôi mới mua tuần trước ở Dillard's cho Qúy. Bộ đồ mầu nhạt với những chấm mầu xanh và mầu vàng xen lẫn trông rất hợp với Qúy. Tôi nhìn Qúy bỗng vui trong lòng bảo Qúy:

- Sao anh không ngủ?

Qúy trầm giọng:

- Thức giấc không thấy em, làm anh hoảng sợ, sao mà ngủ được?

Tôi cười:

- Anh đâu phải là trẻ con vòi mẹ đâu mà nói thế.

Qúy vẫn thản nhiên:

- Còn hơn là con vòi mẹ. Em thử đi đâu một ngày xem anh có ngủ được không?

- Chứ không phải anh sẽ ngủ ngon hơn sao?

- Em nói đấy nhé, không phải anh nói đâu. Biết rồi mà lại còn nói ra cho anh đau lòng.

- Gớm, thế mà nói là thức giấc không thấy em nên không ngủ được.

- Thì chẳng lẽ nói là không thấy em anh mừng sao.

Tôi đập vai Qúy:

- Anh này.

Qúy làm bộ kêu đau rồi trầm ngâm đôi chút:

- Anh biết chứ, gần đây em không ngủ được, nhưng vì tôn trọng em, anh đã không dám hỏi. Tuy nhiên anh hiểu, và anh nghĩ tất cả là vì anh.

Tôi nghẹn ngào:

- Sao lúc nào anh cũng bảo là vì anh, sao anh không nghĩ là vì em?

- Làm sao mà nói vì em được khi mà chuyện trong, chuyện ngoài em đều phải lo. Hơn nữa, dù bận rộn, và dù sức khoẻ của chính em cũng không khá lắm, em vẫn một mực đòi đưa anh đi lọc máu.

Rồi Qúy thở dài:

- Nếu không có em, anh không biết anh phải làm gì.

Tôi nghẹn ngào:

- Trước đây không có em anh vẫn làm tốt đó sao?

Nhưng Qúy vẫn trầm ngâm nhìn sâu trong đáy hồ:

- Trước kia khác, bây giờ khác. Nhưng quả thật, nhiều lúc nghĩ lại anh cũng ngạc nhiên chính mình sao có thể trải qua.

Giọng Qúy xúc động:

- Nhiều lúc anh trách mình, trước đây đã không lo cho em và con đúng bổn phận của mình. Anh ỷ y quá. Đáng lẽ anh không nên ôm đồm qúa. Anh không nên sinh hoạt cộng đồng thái quá. Hơn nữa, vì sức khoẻ nên chuyện cộng đồng cũng làm anh bị khó khăn không ít. Chiếc máy mà chạy quá độ sẽ chóng bị hư, huống hồ con người. Mà anh lại không đủ chất miễn nhiễm trong người để chống lại bệnh tật như người bình thường. Cắm cúi làm việc mà không lo cho bản thân mình chẳng phải là điều ích kỷ với em và con sao?

Tôi rớt nước mắt. Lòng tôi chao đảo. Tôi thấy yêu Qúy quá, nên nghẹn ngào:

- Nhưng như vậy mới là anh. Nếu Qúy của em mà chỉ nghĩ cho cá nhân mình mà quên cộng đồng thì sao là anh được. Anh đừng tự trách mình, mà phải nghĩ là em rất hãnh diện vì có một người chồng như anh. Chỉ tiếc rằng, em đã không giúp được anh trong thời gian qua.

Qúy cắt lời tôi:

- Đừng nghĩ vậy. Em đã giúp anh rất nhiều. Em là người luôn an ủi và cho anh nghị lực không đúng sao? Chứ nếu không anh đã bỏ cuộc từ lâu. Vì làm việc cộng đồng không phải là một điều đơn giản. Mỗi người mỗi ý, mà ý của ai cũng là đúng. Hơn nữa trình độ không cân bằng, lại có những tư tưởng không hợp thời và rất xưa. Nhưng ai cũng cố bám lấy cái vô lý lỗi thời đó, để rồi, dự án thì rất nhiều, nhưng khi thực hành thì không có kết quả hữu hiệu. Đấy là chưa kể tới sự khác biệt về quan

niệm chính trị. Ngay cả các ông nghị của nước Mỹ kia,
cũng biết bao nhiêu là nghị gật, những nghị chỉ biết nói,
biết nghe, mà hoàn toàn không có khái niệm chính trị gì,
huống hồ những người mà cả đời không biết chút gì về thế
giới chính trị, lại nói về chính trị, luôn coi mình là đúng,
hỏi sao chẳng thành nhiễu nhương cho cộng đồng. Chúng
anh là những người trẻ, những người sinh hoạt cộng đồng
với bầu nhiệt huyết thuần chất, chỉ muốn cho cộng đồng
vững mạnh, giúp đỡ lẫn nhau, và cùng nhau hoà mình để
những người bản xứ nể phục, thì khi gặp những cảnh đó,
sao mà chẳng buồn lòng.

Rồi Qúy lại trầm ngâm. Tôi ngồi sát lại, ngả đầu trên
vai Qúy. Qúy không nhìn tôi, cầm tay tôi. Qúy vuốt nhẹ
trên bàn tay tôi. Một cảm giác ấm áp và yêu thương tràn
ngập. Lòng tôi như bay bổng trong tình yêu đó. Và tôi
nhắm mắt hít một hơi dài. Hơi da Qúy pha trộn với mùi
tình yêu của Qúy như hồi sinh trong tôi tất cả mặn nồng
mà Qúy dành cho tôi. Tôi thấy một làn gió thoảng nhẹ
như vấn vương và càng trở nên tuyệt vời. Tôi bảo Qúy:

- Anh à, đừng nghĩ ngợi nhiều quá. Mọi chuyện đã
qua rồi. Bây giờ anh phải lo cho anh.

Qúy hôn trên bàn tay tôi:

- Anh biết. Nhưng chính vì thế anh mới cảm thấy có
lỗi với em và con. Nếu trước đây, anh không nhận việc
của cộng đồng, biết đâu anh đã không phải bỏ đi trái thận
ghép trong anh. Vì nói gì thì nói, thế nào cũng ảnh hưởng
không ít thì nhiều. Chất miễn nhiễm trong mình đã không
có, lại không biết kiêng cữ và giữ gìn, dĩ nhiên là phải
bệnh chứ đúng không?

Qúy lại nói:

- Hơn nữa, anh đã biết, cũng vì uống thuốc giảm chất
miễn nhiễm mà anh đã phải cắt đi một phần bao tử vì
phản ứng sau khi phẫu thuật ghép thận. Vì thế, anh đã
học được bài học mà còn không quan tâm đến điều đó
thì càng đáng trách. Con người đôi khi thật dễ quên, hay

nói khác là luôn ỉ y và không biết trân qúy những kinh nghiệm sống của mình.

Tôi cắt lời Qúy, thì thầm bên tai Qúy:

- Nhưng thời gian anh làm việc cộng đồng em thấy anh bình thường, nên cũng đừng trách mình.

Qúy thở dài:

- Chính lúc bình thường đó anh mới phải qúy nó, và quan tâm tới nó, để giữ lấy sự bình thường. Nhưng anh lại vô tình.

Rồi Qúy trầm ngâm:

- Nhưng nói thì nói thế, chứ thực sự sống trên đời mà chỉ nghĩ tới mình, thì cũng không đúng, phải không em?

Tôi thỏ thẻ:

- Dạ.

Qúy lại tiếp:

- Hơn nữa, mình phải chia sẻ. Vì nếu không, anh làm gì có được trái thận do một người có lòng tốt, biết nghĩ tới tha nhân, đã hiến thận, và nhờ trái thận của một người có lòng nhân đạo, nên mới sống thêm được hai chục năm, để rồi gặp em, và chúng mình đã có một gia đình hạnh phúc như thế này. Đấy chẳng phải là sự an bài của Thượng-đế sao?

Tôi gục sát vào Qúy hơn. Tôi thấy càng yêu Qúy, dù trong lúc đang trải qua thời kỳ lọc máu, nhất là gần đây những biến chứng càng trở nên trầm trọng, Qúy vẫn không quên nghĩ tới người khác. Tôi biết Qúy chỉ trách mình vì đã không biết giữ gìn sức khoẻ để bây giờ khiến tôi phải muộn phiền, chứ Qúy rất vui mừng và hãnh diện vì đã có thể làm được chút gì đó trong cộng đồng người Việt tại Houston.

Thực ra, trong tôi không phải không có những sầu lụy phiền trách riêng tư, vì tôi cũng là con người, hơn nữa, lại là một người con gái cũng không may mắn, và nhiều điều kiện tốt như những người con gái khác, được sinh ra và bảo bọc trọn vẹn. Chính vì thế, nhiều lúc tôi làm việc nọ, mà hoá ra việc kia. Tôi bị quên lãng vì những suy nghĩ vẫn vơ mà chính mình không hiểu nguyên do. Những lần như thế, tôi đã cau có, hay gắt gỏng với Qúy với con tôi.

Hôn nhân thiên về vật chất là thế, luôn giáp mặt tới thực tại, và luôn tay luôn chân, vừa lo chuyện gia đình, chuyện giúp đỡ Qúy trong việc cộng đồng, nên chính những thực tế đó đã cấu xé và khiến tôi mất thăng bằng trong tôi đôi khi. Những lúc đó, thường tôi thấy Qúy trầm tĩnh nhìn tôi. Qúy không đổ dầu vào lửa, đây là điều khôn ngoan, và tôi phải luôn cám ơn Qúy. Vì nếu không, biết đâu tôi chả có những lời bệnh hoạn thiếu suy nghĩ, để rồi làm tổn thương tự ái của Qúy, của con tôi.

Nhiều gia đình, thật sự, sự tan vỡ chỉ do những bình thường, những nhỏ nhặt. Họ có thể tha thứ cho nhau việc lớn, nhưng lại không thể tha thứ cho nhau việc nhỏ. Tôi nhớ câu này làm lòng ngay trước ngày tôi nhận lời lấy Qúy. Nhất là gần đây, bác Kha cũng có nói cho tôi tỷ lệ ly dị bên xứ này hầu như chín mươi phần trăm từ chuyện nhỏ, những chuyện không đâu, còn chuyện lớn thì họ lại dễ tha thứ và bỏ qua.

Nhưng tất cả phải nói là nhờ mẹ nuôi tôi một phần. Tôi biết sống cực, sống khổ và biết nghĩ tới người khác cũng từ lòng hiền lành và tấm gương của mẹ tôi, nên khi thấy Qúy nhìn tôi bằng ánh mắt trìu mến đó, tôi bỗng dừng lại, hình ảnh mẹ nuôi tôi hay xuất hiện. Lúc đó, tôi bỗng cảm thấy một làn gió nhẹ nhàng nhưng như dịu lại tất cả bực tức và gay gắt trong lòng tôi, khiến tôi nghĩ lại, và lần nào cũng thế, tôi đều quay đi và tự trách mình. Vì tôi không dám nhìn thẳng mặt Qúy lúc mà tôi lầm lỗi. Nó thực bẽ bàng và chua xót, vì đã làm tổn hại tới Qúy.

Đàn bà, hay nói đúng hơn những người con gái còn ở tuổi chúng tôi thường hay háo thắng. Nhất là khi sang xứ sở này, luôn muốn mình trở nên sự cần thiết không cần người con trai, hay đàn ông bên mình. Họ nghĩ nam nữ bình quyền, nhất là người con gái thời nay càng ngày càng muốn chứng tỏ tài năng của mình không kém đàn ông con trai, nên từ cách ăn nói, suy nghĩ, luôn muốn mình là người thông minh hiểu biết. Nhất là cái bệnh lúc nào cũng nghĩ mình đúng hơn người. Nhưng với tôi, dù thế nào, tôi vẫn còn chất của một người con gái Á-đông thuần chất, không một trăm phần trăm, nhưng tối thiểu cũng bảy, tám mươi phần trăm. Tôi không phải tùng phục Qúy hoàn toàn, nhưng rất tôn trọng Qúy, và càng tôn trọng khi sống với Qúy, nhất là càng cảm nghiệm được tình yêu, sự hiền lành, và lòng dễ mến của Qúy. Đấy là những tư tưởng bình dị hàng ngày Qúy thường nói và tâm sự với tôi. Nó thật đơn giản và bình dị, nhưng chính sự bình dị đó nói nên con người của Qúy khiến tôi luôn cất giấu riêng mình như một tâm niệm, hay những châm ngôn sống.

Thấy tôi im lặng, Qúy quay lại hỏi tôi:

- Em buồn ngủ hả?

Tôi ôm chặt Qúy hơn:

- Không, em đang nghĩ về anh, về em.

Qúy hỏi tôi:

- Điều tốt hay xấu

Tôi trả lời:

- Có xấu có tốt.

Qúy nói:

- Nói cho anh điều xấu đi.

Tôi hỏi Qúy:

- Của anh hay của em.

Qúy trả lời:

- Dĩ nhiên là của anh, chứ em làm gì có điều xấu.

Tôi cười rồi nói:

- Anh nịnh đầm mà không biết xấu hổ. Ai mà chả có điều xấu.

Qúy ghé tai nói nhỏ:

- Nhưng Huyền của anh, với anh chỉ có điều tốt thôi.

Tôi ngồi dậy, làm bộ bẹo hông Qúy:

- Anh tập xạo hồi nào vậy. Khéo nói quá đi thôi.

Nhưng Qúy âu yếm:

- Không phải là khéo nói, mà là nói chưa đủ khéo.

Tôi lại bẹo Qúy, lần này mạnh hơn một chút rồi nói:

- Anh mà xạo thế này, em không thèm nói đâu.

Qúy làm bộ kêu đau rồi cười:

- Như vậy anh đầu hàng. Anh lại thua em rồi.

Tôi mỉm cười, nhưng có lẽ Qúy không nhìn thấy tôi cười, vì mắt Qúy hình như đang nhìn mặt nước hồ, vì vừa có bóng một con vịt bơi qua. Qúy khẽ nói:

- Con vịt này giống hai đứa mình quá, giữa đêm khuya không chịu ngủ.

Nhưng tôi chen vào:

- Khác mình. Mình không ngủ nhưng mình có nhau tâm sự, còn nó lội lang thang một mình.

Và tôi cười với ý nghĩ:

- Hay con này đi phạm tội đấy anh?

Qúy nhìn tôi như chưa hiểu ý. Tôi bèn lèn:

- Nó đi tìm bạn gái.

Qúy ồ, rồi hôn tôi:

- Như vậy anh có phúc quá, không phải đi tìm như nó đúng không?

Tôi âu yếm đáp lại:

- Em cũng vậy.

Nhưng bỗng Qúy ôm nhẹ vai tôi:

- Em có lạnh không?

Tôi nói như nói trong mơ:

- Có anh, làm sao em lạnh được.

Trả lời Qúy xong. Bỗng lòng tôi chao đảo, câu nói đã lại khiến tôi gợi về thực tế, vì chính câu nói này đã khiến tôi nghĩ tới nếu Qúy không có bên cạnh, chắc tôi sẽ lạnh lẽo cả đời. Chính ý nghĩ này làm tôi rơi lệ. Có lẽ Qúy cảm nhận được điều đó nên bỏ tay lên cằm tôi, hơi nâng lên. Qúy nhìn sâu trong đôi mắt tôi. Qúy nhẹ hôn môi tôi thầm thì:

- Sao em lại khóc?

Tôi không trả lời Qúy. Tôi tận hưởng mùi vị tình yêu trong nồng cháy.

Và hai chúng tôi cùng rơi vào im lặng...

Lâu lắm tôi mới nhớ và trả lời câu hỏi của Qúy:

- Em khóc vì hạnh phúc.

Qúy xiết tay tôi. Lúc sau Qúy hỏi tôi:

- Em không nói điều xấu cho anh nghe sao?

Tôi chợt nhớ ra đùa với Qúy:

- Anh làm em quên mất rồi.

Qúy tư lự:

- Ngày mai anh sẽ dẫn em đi mua máy.

Tôi không hiểu:

- Máy gì?

Chút tư lự rồi mới nói:

- Máy ghi âm những suy nghĩ của em.

Tôi cười thành tiếng:

- Anh này, làm gì có máy đó.

Qúy cười theo:

- Anh nghĩ là có, nhưng chỉ dành riêng cho anh để ghi âm những suy nghĩ có ý xấu trong lòng Huyền thôi.

Tôi đưa cả hai tay đấm nhẹ vai Qúy:

- Anh xạo, làm em chút nữa tin anh.

Rồi một lúc sau tôi nhẹ nhàng:

- Anh muốn nghe thật sao?

- Dĩ nhiên.

- Vậy em nói nhé. Nhưng anh phải tin em.

Qúy đưa tay trái lên trời. Tôi nhìn thấy nên nhanh ý kéo tay trái của Qúy xuống rồi cầm tay phải của Qúy dơ cao lên:

- Ai mà thề tay trái. Anh ăn gian quá. Em không tin anh đâu, vì nguyên thủy anh đã cố tình có dụng ý gian dối.

Và tôi làm như quan toà lớn giọng:

- Mọi lời thề của nghi can Nguyễn Ngọc Qúy đều vô hiệu.

Qúy ôm tôi:

- Em của anh cũng nhanh trí lắm.

Nhưng tôi bình thản:

- Như vậy mà cũng không làm sao bắt kịp được cái máy thông minh trong đầu anh.

- Lại khéo khen rồi.

Tôi cười:

- Em nói thật. Anh muốn em thề không?

Nói xong, tôi dơ tay trái lên cao định thề. Quý thấy thế kéo xuống vừa nói:

- Nghi can Bùi Thu Huyền phải dơ tay phải lên, không được thề bằng tay trái. Bổn toà sẽ tuyên án, từ nay phải yêu Nguyễn Ngọc Qúy suốt đời.

Tôi chững chạc nói theo:

- Cám ơn quan toà, tôi hứa sẽ yêu Nguyễn Ngọc Qúy suốt đời này mà cả đời sau.

Khoảnh khắc cả hai chúng tôi cùng ôm nhau cười nức nẻ mà quên hết muộn phiền.

Tình yêu như một sợi dây nhung đầy lãng mạn đã trói chặt hai tôi. Nhưng không hiểu sao trong đầu tôi cứ như những cơn sóng, cứ cuồn cuộn bắt tôi phải về với thực tại. Và bất giác tôi hỏi Qúy, câu hỏi mà tôi đã nhớ không biết bao nhiêu lần Quý đã trả lời tôi. Có lẽ lúc nào trong thâm tâm tôi cũng mang nặng nỗi lo âu nào đó. Tôi hỏi:

- Anh có sợ không?

Qúy âu yếm nhìn sâu trong mắt tôi. Tôi đọc được câu trả lời từ ánh mắt đó, câu trả lời Qúy không muốn nhắc đến giữa lúc này, lúc mà chúng tôi đang cùng nhau tận hưởng giây phút đầm ấm yêu đương, ở một nơi thanh tĩnh với những làn gió như cùng chúng tôi thở vào nhau, hơi thở mầu nhiệm của tình yêu. Nhưng rồi Qúy cũng trả lời:

- Sợ, gần đây, anh đã không còn nghĩ tới sợ hãi, vì anh đâu có quyền lựa chọn, hay nếu phải nói thật với lòng mình là anh không dám nghĩ tới, hay nếu phải nghĩ tới, anh luôn lấy em và con ra làm tấm bình phong. Anh luôn đổi sự sợ hãi bằng ánh mắt, bằng nụ cười, bằng những lời yêu đương đầm ấm mà em dành cho anh. Cũng như nghĩ tới sự hiếu học và ngoan hiền của các con. Chính những điều này đã che lấp tất cả lo âu cho anh, để anh tiếp tục sống, tiếp tục làm việc, và tiếp tục cố gắng từng ngày như bao người khác. Anh yêu em bao nhiêu, thì anh không để mất đi tình yêu đó, dù là một giây. Em không cần hỏi anh, anh nghĩ, em cũng thấu rõ được sự sợ hãi và thất vọng. Nhưng cùng ý nghĩ đó, em hãy thăng hoa và triển nở những nỗi lo sợ đó thành những bông hoa tươi mát, dù chỉ một ngày, nhưng vẫn nở, vẫn mang lại niềm vui và sức sống cho mọi người.

Rồi Qúy lại âu yếm:

- Em nhớ có lần em hỏi anh, tại sao tạo hoá lại sinh ra hoa quỳnh, hương cũng không thơm mấy, hoa thì cũng thường, lại chưa nở đã tàn, mà lại chỉ nở về đêm. Anh đã chẳng bảo em, Chúa sinh tạo vật, mỗi loài, mỗi thứ đều có lý của nó. Mình không thể nào nhìn thấy hoa quỳnh như thế mà nghĩ tới sự vô dụng của nó. Do đó, chúng ta phải luôn quan niệm, chúng ta phải sống như loài hoa quỳnh, dù chỉ khoảnh khác, nhưng vẫn phải tiếp tục đâm bông. Em nghĩ có đúng không?

Qúy ngừng nói, tôi nghe được sự xúc động thầm kín của Qúy từ hơi thở Qúy, nên tôi ôn tồn:

- Em biết rồi, nhưng anh biết không, em vẫn không thể nào học được tính kiên cường của anh.

Nhưng Qúy cắt ngang:

- Anh tầm thường chứ không kiên cường như em nghĩ. Người ta tưởng lầm thế, nhưng em thì không nên hiểu lầm anh. Vì sống với anh, hẳn em biết anh đã phải cố gắng thế nào. Nhưng mình đừng nói tới nữa được không?

Tôi ôm chặt Qúy:

- Vậy em nói cái xấu của anh nhé:

Qúy đồng ý bảo tôi:

- Nhất vợ của anh rồi. Nhưng em phải nói thật đấy nhé,

nếu không quan toà kết tội là không được đâu.

Tôi làm bộ im lặng rồi từ từ:

- Em chỉ nói dỡn với anh, chứ anh đâu có cái xấu đâu, ngoài việc ham làm, ham học hỏi, và luôn nghĩ tới người khác khiến em lo lắng cho sức khoẻ của anh.

Qúy vừa nghe, dơ tay lên trời nói:

- Huyền thật là xấu, dám nói dối anh.

Và Qúy ôm tôi thật chặt...

Trời vẫn còn khuya, có lẽ thế, vì chung quanh chúng tôi thật yên tĩnh không một tiếng động. Tôi và Qúy nhìn nhau say đắm hồi lâu. Qúy dắt tay tôi đứng dậy. Nhưng không hiểu sao tôi ngồi yên khiến Qúy ngọt ngào:

- Mình vào trong đi em, ngồi ngoài này lâu, sương xuống lại bị cảm.

Vừa nghe đến cảm, tôi mới chợt nhớ, tôi lo cho Qúy nên đứng vội ngay dậy cùng đi vào nhà với Qúy.

Không phải tôi sợ cho tôi, mà cho Qúy. Quả thật, bên Qúy, tôi đã quên. Do đó tôi trách tôi:

- Em thật lơ đãng.

Qúy lắc đầu:

- Lại trách nữa rồi. Anh không sao đâu.

Rồi Qúy trầm ngâm. Lúc sau bảo tôi:

- Mình về phòng ngủ em nhé.

Tôi gật đầu và theo Qúy vào phòng ngủ.

Qúy bật đèn bàn sát đầu giường của Qúy, chiếc đèn mà Qúy đã tự tay mua, và tự tay thay bóng theo ý Qúy. Qúy không thích sáng, không thích tối, nhưng mẩu đèn ngủ phải được sáng và phản chiếu đúng mẩu, không đỏ quá, không vàng quá, mà cũng không sáng quá. Qúy thường nói:

- Phòng ngủ là linh hồn của đời sống vợ chồng, nó phải được trân trọng hơn bất kỳ chỗ nào trong nhà.

Tôi thường cười:

- Anh của em cũng lãng mạn quá đi thôi. Anh phải làm thơ hay viết văn mới đúng.

Nên vừa vào phòng, điện vừa mờ sáng, bỗng dưng tôi nhớ tới lời nói của Qúy nên mỉm cười. Có lẽ Qúy nhớ và hiểu nhay ý tưởng trong đầu tôi nên cũng mỉm cười theo vừa nhìn tôi bằng ánh mắt yêu đương tràn ngập.

Đây có lẽ cũng là một trong những động lực đã khiến hai chúng tôi trải qua biết bao nhiêu những khó khăn và đau buồn suốt tháng ngày dài Qúy phải lọc máu, và đây có lẽ cũng là nguồn an ủi để chúng tôi cùng nhau đứng vững, tiếp tục công việc hàng ngày, nhất là thời gian đó, dù Qúy không còn làm ở cộng đồng như tôi đã nói, nhưng công việc xây cơ sở thương mại mới để chuyển văn phòng chúng tôi cũng không kém phần mệt nhọc, có khi còn hơn cả những công việc mà trước Qúy gánh vác.

Từ những liên lạc, những kỹ thuật xây cất, việc gì cũng phải qua Qúy. Trước kia vừa đi học, vừa lọc máu, và vừa làm McDonald đã vất vả và khó khăn, bây giờ thì vừa lo văn phòng, vừa khám bệnh, lại vừa phải ngược suôi trong việc xây cất cơ sở mới, đấy là chưa kể tuần ba lần lọc máu, làm sao mà không khó nhọc.

Nhưng Qúy đã âm thầm chịu đựng đúng theo tâm niệm, sống một ngày, là phải làm việc một ngày nếu mình còn có thể làm được.

Mà không chỉ Qúy, cả tôi cũng thế. Vì tôi cũng phải khéo léo, phải luôn thận trọng từ cách ăn, cách ở và ngay cả lời nói của mình. Nói thế nào, và dù hiểu nhau thế nào, sự chung đụng hàng ngày cũng khó tránh được bất hoà. Tuy nhiên, căn bản là luôn biết nhìn nhận cái sai, cái đúng, để rồi từ đó cùng nhau khai triển và tìm cho mình cách giải quyết, để cả hai, cả tôi và Qúy đều không bị tổn thương.

Vợ chồng dù thương yêu nhau thế nào, và dù có hy sinh thế nào cũng có những lúc trải qua bất hoà. Đấy cũng là điều mà tôi luôn nhắc nhở để tránh sự bất hoà.

Tôi không dám nói mình là người đàn bà khéo léo, hay tôi biết chiều Qúy, mà tôi chỉ là người rất bình thường như tất cả mọi người vợ khác. Tôi luôn nghĩ vậy và lúc nào cũng lấy căn bản của một người vợ Việt Nam, không chỉ về văn hoá mà còn về cách suy nghĩ, nhất là tôi luôn đặt nặng tình yêu gia đình, và luôn ước ao theo tinh thần Kitô giáo, sống trong tình yêu và niềm tin.

CHƯƠNG CHÍN

Trang mới về thăm gia đình cách đây ít ngày. Trang gọi tôi, nhưng vì hôm đó tôi đang đưa Qúy đi lọc máu, nên đã không có dịp nói chuyện nhiều với Trang. Sáng nay, Trang lại kêu lại. Nhưng rồi giữa lúc có trở ngại bảng vẽ của kiến trúc sư với nhà thầu khoán, nhất là những vật liệu đã được đưa tới hôm trước không phù hợp với dự trù, nên tôi và Qúy phải ra tận nơi coi lại bản họa đồ để có thể góp ý với nhà thầu biến chuyển sao cho phù hợp cả hai bên.

Nhưng quả thật mọi sự không dễ dàng, hơn nữa chúng tôi không phải là người chuyên môn nên đã phải nhờ người góp ý. Cũng may, Qúy cũng có chút khái niệm về xây cất nên đã bớt căng thẳng rất nhiều. Mãi tới gần mười một giờ mọi việc mới tạm yên, lúc đó tôi mới thở phào. Nhưng khi tôi nhìn nét mặt của Qúy, tôi ái ngại bảo Qúy:

- Mặt anh xanh quá, anh về đi, để em lo việc ngoài này.

Nhưng Qúy nhìn tôi cố mỉm cười:

- Không sao, việc ở đây tương đối đã ổn, anh đến phòng khám một mình, còn em về lo cho con, luôn thể coi lại những dụng cụ xắp xếp trong phòng làm việc mới còn thiếu những gì thì đặt hàng ngay, nếu không sẽ không kịp.

Tôi ngắt lời Qúy, vẫn tâm trạng bất an:

- Chiều nay còn đi lọc máu. Anh về nghỉ, để em ra

văn phòng.

Nhưng Qúy vẫn một mực:

- Anh không sao.

Tôi đành nghe theo Qúy, nhìn Qúy mà lòng không yên. Vừa lúc đó lại có điện thoại reng. Tôi nhấc lên, không phải là Trang, mà là Kim, con bé bạn cùng chuyến bay với tôi qua Mỹ mà chúng tôi mới liên lạc được với nhau.

Có những tình cờ trong đời không sao hiểu nổi. Cả bao nhiêu năm tìm tin tức nhau không thấy, tự nhiên một lần về Cali có việc, đang đi lang thang trên phố bỗng có người gọi tên. Tôi giật mình quay lại, không ngờ là Kim.

Hôm đó Kim trông xinh xắn và đẹp ra nhiều khác với ngày chúng tôi gặp nhau. Kim vận chiếc váy đầm mầu cam, với những bông cúc nhạt, khiến da Kim trắng rất dễ thương. Tôi ngó Kim trầm trồ:

- Kim xinh quá.

Rồi nhìn người đàn ông Mỹ đi bên cạnh. Có lẽ Kim hiểu ý tôi, nên cười bảo tôi:

- Alen, chồng tao. Chúng tao cưới được ba năm nay.

Tôi thành thật:

- Chúc mừng Kim, chúc mừng Alen.

Cả hai cùng mỉm cười vừa nói:

- Cám ơn Huyền.

Nhìn Kim, ngay lúc đó, tôi có một cảm tưởng thật rõ ràng, nếu không có chiến tranh, và nếu không có sự rộng lượng và nhân đạo của người Mỹ, thì giờ này tôi và Kim làm gì có dịp gặp nhau thế này, hơn nữa, nhìn Kim, nhìn cách ăn vận của Kim, của chồng Kim, điều tôi có thể chắc chắn Kim rất thành đạt.

Quả thật, cách chọn quần áo, mầu sắc, và tên hiệu có thể đánh giá và đoán ra người đối diện mình là ai. Hơn nữa, quần áo là thứ trang sức dễ nhận ra nhất. Nó ngay trước mặt khó ai mà không để ý. Cũng như mùi nước hoa, thoáng ngửi qua cũng có thể đoán ra phần nào chiều sâu và tính tình của họ.

Tôi và Kim không thân nhau, nhưng cùng hoàn cảnh nên tương đối dễ hoà đồng. Nên hôm đó tôi cùng Kim dùng trưa, Kim đã vui mừng cho tôi biết, Kim gặp lại mẹ Kim, thật tình cờ, nhưng cũng phải sau khi bố dượng Kim qua đời. Cũng may, mẹ Kim có hai người con sau này, nhưng cả hai đã ở riêng và hình như vì một bất mãn nào đó khiến không còn nhận mẹ mình. Kim bảo tôi:

- Ở đời này thật lạ, nhiều người vì quá hạnh phúc, quá thành đạt, nên không còn nhân tính, đã dũ bỏ ngay cả người thân, nhất là người đó là người đã cưu mang mình.

Tôi nhìn Kim suy nghĩ không trả lời. Vì tôi nghĩ tới mình, nghĩ tới hoàn cảnh mình. Cũng may tâm hồn tôi luôn nghĩ tới cả hai người mẹ, một sinh ra tôi, và một dưỡng dục tôi. Vừa lúc đó Kim lại tiếp:

- Kim đã đưa mẹ Kim về sống chung. Mẹ Kim tội nghiệp lắm, luôn ngại với mình. Tuy nhiên Kim đã cố gắng nói với mẹ Kim, Kim thông cảm và luôn yêu mẹ. Nhưng mẹ Kim vẫn buồn và cảm thấy có lỗi với Kim.

Rồi Kim lại tiếp:

- Alen rất quý mẹ Kim, điều này cũng giúp Kim rất nhiều, vì nhờ đó, mẹ Kim đã gần Kim hơn.

Càng nói, tôi càng khập khểnh. Nhưng tôi cố gắng không nhớ đến mẹ. Vì tôi phải can đảm, phải kiên trì để sống, nhất là thời gian đó tôi và Qúy mới lấy nhau.

Hôm nay Kim gọi lại, vì chồng Kim sắp đổi về Houston, người mà Kim tìm đến là tôi. Vì Kim khác tôi, Kim mặc cảm và vẫn ngại ngẫm khi đến những nơi có nhiều người Việt. Mà không phải Kim, một số bạn cũ của tôi cũng thế, hình như những người con lai như chúng tôi đều bị xếp vào một vị trí nào đó dưới xa những vị trí mà những người được sinh ra là người Việt Nam thuần chất. Đây cũng có thể là một sự lầm lẫn của những người Việt đã khinh rẻ những người như chúng tôi, mà lẽ ra, họ phải thông cảm, gần gũi và an ủi chúng tôi nhiều hơn.

Nghĩ tới đó, tôi mới nhận ra bố mẹ Qúy, cùng gia đình

Qúy cũng như mẹ nuôi tôi, và các anh chị thật sự có tình người. Tôi khẽ kêu trong lòng:

- Cám ơn bố mẹ, mẹ nuôi và tất cả các anh chị, các em và mọi người...

Nhưng vừa cúp điện thoại sau khi đã hẹn Kim, tôi sẽ đón Kim khi nào Kim qua, thì lại có điện thoại reng. Tôi mở máy, tiếng Trang vui vẻ:

- Chiều nay mà tao không bắt được mày, tao sẽ trở về NewYork ngay.

Tôi cười:

- Sao lúc nào mày cũng bắt nạt tao không vậy?

Trang như gằn giọng, tôi nghĩ Trang muốn chọc tôi cho vui:

- Tao có mình mày để bắt nạt. Không bắt nạt mày lấy ai tao bắt nạt. Mày không nhớ tao đã nhắc đi nhắc lại với mày bao nhiêu lần rồi sao. Nhớ kỹ nhé con bé...

Nhưng Trang làm bộ nghiêm giọng:

- Nhưng cũng không lâu, biết đâu mày chả mất người bắt nạt mày.

Vừa nghe tôi vội hỏi:

- Vì sao?

Trang bình thản:

- Lấy chồng.

Mới nghe tưởng thật nên tôi nói:

- Trang mà cũng bị cột cổ kéo đi sao?

- Ô hay con này, mày tính độc quyền trong hôn nhân sao không cho tao đi lấy chồng.

Rồi Trang lại nói lớn:

- Tao nghe đứa nào nói với tao, lấy chồng xướng mọi mặt, ngày thì đi đâu cũng có kẻ theo hầu, tối về thì có người đấm bóp. Chiều chiều thì có kẻ rửa chén nấu cơm...

Tôi ngắt lời Trang:

- Đứa nào mà dám tuyên bố thế.

Trang tỉnh bơ:

- Chứ không phải chính mày đã nói với tao sao? Tao

còn nhớ đó là ngày mồng năm tháng một năm một ngàn chín trăm chưa tới.

Tôi cười bảo Trang:

- Con khỉ này, mày chỉ nói điêu, năm nào là năm chưa tới.

- Thì là năm chưa có.

- Lại nữa, hết chưa tới rồi đến chưa có, tao chịu mày.

Nhưng Trang vẫn thản nhiên:

- Mà mày không nhớ thật là đã nói với tao sao?

- Không nhớ, vì có nói đâu mà nhớ.

- Tao nói mày lú lẫn thật không ngoa.

Rồi Trang tiếp:

- Nhưng thôi tha cho mày. Nhưng muốn được tha thì phải có điều kiện.

- Điều kiện gì?

- Tối nay phải gặp tao. Tao cần gặp mày để hỏi ý kiến. Kinh nghiệm đời mày không có, nhưng kinh nghiệm chồng con tao chắc mày đầy bụng, chỉ cần nhắc tới là "tuôn" ra cả đống.

Tôi la lên:

- Mày nói gợi hình quá, ai mà nghe thấy, có rủa mày một trận cũng phải.

- Mày nghĩ bạn mày dại lắm sao. Tao có dại cũng tùy chỗ chứ đâu có bạ đâu cũng "tuôn" ra đấy.

Và Trang tiếp:

- Nhận lời không hả cái con dại chồng này?

Tôi tự mỉm cười:

- Cái gì mà dại chồng, người ta bảo dại gái hay dại trai chứ ai mà bảo dại chồng.

Trang ngắt lời tôi:

- Nhưng trên thế gian này có một kẻ dại chồng là mày.

Tôi lại cười:

- Con khỉ, mày mà ở bên tao thì tao bẹo cho mà chết

Rồi tôi bảo Trang:

- Tao nhận lời.

Nhưng vừa nói xong tôi la lên:

- Nhưng không được, tối nay tao phải đưa anh Qúy đi lọc máu, tao hứa với anh Qúy rồi. Ngày mai nhé. Tao hứa với mày không nuốt lời.

Trang vừa nghe tới Qúy lọc máu tự nhiên Trang im bặt. Lúc sau Trang mới nói nhỏ:

- Mày ở nhà lo cho Qúy, ngày mai cũng được.

Tính tình thẳng thắn của Trang quả thật luôn cho tôi một sự trong sáng nào đó trong cùng ý nghĩ, nên lúc nào nói chuyện với Trang tôi đều cảm thấy một thân thương và qúy mến như vui đùa trong cùng tâm khảm.

Bỗng Trang lại trở lại vui vẻ:

- Mày nhận được đồ tao gửi chưa?

Tôi ngạc nhiên:

- Đồ gì.

- Thì trả lời có hay không?

- Chưa.

Trang ậm ự:

- Chắc là hôm nay mày nhận được.

Tôi sốt ruột:

- Con khỉ này, gửi đồ gì mà còn làm bộ bí mật, khiến tao tò mò.

Trang vẫn cười:

- Thì càng tốt. Ai bảo mày cứ lạnh lùng với tao, tối ngày lo cho chồng không còn nghĩ tới bạn bè.

Nghe Trang nói, tôi thật chút ái ngại, nhưng biết sao, tôi là thế, có lẽ ngay khi sinh ra, tôi đã là bóng của Qúy làm sao mà không lo không thương yêu Qúy được. Chính vì thế, lúc nào tôi cũng muốn bên Qúy, săn sóc Qúy vì đấy là niềm hạnh phúc của tôi, nên tôi nhẹ nhàng:

- Xin lỗi mày.

Nhưng không hiểu nghĩ sao, Trang nói:

- Cũng không có gì đâu, tao mua cho mày hai cái áo lạnh, loại cashmere, tao mua ở Tây Tạng trong chuyến đi vừa rồi. Tao hy vọng mày thích, còn vừa thì tao chắc chắn rồi, trừ khi mày béo phì ra như cái thùng phi, nếu không cỡ mày và tao đều như nhau. Tao chọn mẫu theo ý tao, và kiểu theo mắt tao. Ráng mà mặc nghe cô ả.

Rồi Trang cười khúc khích:

- Được nhà thiết kế nổi tiếng chọn đồ cho mặc thì mày có khác chi là một tài tử điện ảnh nổi tiếng đâu. Phải cám ơn tao nghe chưa. Tao đã bỏ công cả buổi để chọn cho mày... Và cả tao nữa, tao cũng mua hai cái cho tao.

Tôi thật sự cảm động:

- Cám ơn mày.

Nhưng Trang phì cười:

- Ê đừng mít ướt nghe cô ả. Tao không lau nước mắt cho đâu.

- Con khỉ, mày không chọc tao không được sao. Tao cám ơn thật mà.

Nhưng Trang không trả lời tôi, nói tiếp:

- Chưa hết đâu, tao còn mua cho mày hai chiếc áo dài, loại lụa quý chứ không phải lụa dổm đâu. Tao đặt của một khách hàng của tao, loại vải này tốt, rất tốt, ở Hà Đông.

Trang lại cười:

- Nhưng không phải sư tử Hà Đông đâu. Mày yên tâm. Trang này hiền lành và vô tư lắm.

Tôi chỉ biết lắc đầu và thân thương với sự chân thành của Trang......

Ngày hôm sau, từ văn phòng làm việc tôi đã lái xe đến thẳng nhà hàng Ruth Chris trên đường Richmond.

Buổi chiều, vì giờ tan sở, nên cũng phải mất gần tiếng đồng hồi mới tới nơi.

Tôi giao chìa khoá cho người đậu xe. Sau đó đi thẳng vào trong. Trang thấy tôi, vui mừng đến ôm tôi vừa nói:

- Tao cứ sợ mày không đến, trễ cả gần nửa tiếng rồi mày biết không?

Tôi cười:

- Làm như chờ người tình không bằng. Tao tuyên bố

lần nữa, là tao đã có chồng rồi nghe. Một người chồng rất yêu thương tao.

Trang cười:

- Mày khoán tao, tao cũng không dám "yêu" mày, nói mà gai cả người lên.

Rồi Trang vén tay áo lên:

- Coi này, mấy cái lông "tơ" hay lông "măng" gì đó của tao đứng dựng lên hết cả rồi.

Tôi đập tay Trang:

- Con khỉ sao ở đâu cũng đùa được. Nói tới lông lá nghe mà đến khiếp.

Nhưng Trang bình thản:

- Vậy cho tao hôn cái được không?

Tôi tưởng Trang hôn thật nên né ra, khiến Trang cười thành tiếng, nên người tiếp tân chạy vội đến hỏi Trang:

- Bà cần gì?

Trang cười tiếp:

- Không có chi.

Rồi thanh thản:

- Bạn tôi bảo tôi hôm nay đẹp quá, nó thật là yêu tôi.

Tôi hoảng lên, lấy tay bịt miệng Trang vừa bảo người tiếp viên:

- Nó đùa đấy. Đừng tin nó.

Nhưng Trang kéo tay tôi vừa làm bộ nói để cho người tiếp viên nghe:

- Mày xấu hổ hả. Không sao đâu, bên Mỹ là chuyện thường.

Tôi làm bộ giận Trang:

- Tao về đây. Mày làm tao xấu hổ quá.

Trang thấy đùa đã đủ nên vỗ vai tôi:

- Ê, mày cười đủ chưa?

Tôi lườm Trang:

- Con quỷ, mày thật là quá đi thôi, ai lại đùa dai thế.

- Cuộc sống mà không đùa thì có gì thú vị. Mày phải cám ơn tao.

- Cám ơn cái gì?

- Thì làm cho mày vui.

Tôi lắc đầu, vừa lúc người tiếp viên đón chúng tôi dẫn vào bàn.

Tôi và Trang ngồi nơi chiếc bàn phía bên phải, gần cửa vào nhà bếp. Chiếc bàn được xắp xếp với hai cái ly, một ly lớn để uống rượu vang đỏ, và một ly khác dùng uống nước lạnh. Nĩa và dao được dùng bằng loại bạc trông rất sang. Tôi và Trang đều được người bồi bàn tiếp đãi lịch sự, một cậu con trai ăn vận y phục riêng của nhà hàng trông rất bảnh. Mặt xinh xắn, nước da trắng, đôi mắt xanh, nhất là nụ cười tươi và lễ độ khiến Trang như đờ đẫn cả ra. Mãi tới khi người bồi bàn đi khỏi Trang mới lên tiếng:

- Tụi Tây trông đẹp trai quá. Chính vì thế tao mới phải phân vân hoài.

Tôi lắc đầu:

- Phân vân cái gì?

- Phân vân không biết lấy Tây hay lấy Việt Nam chứ phân vân cái gì.

Tôi cười:

- Mày lại bắt đầu rồi đây.

- Không phải bắt đầu, mà là đã bắt đầu từ lâu rồi.

Rồi Trang mỉm cười:

- Mày còn biết gì nữa không?

Tôi nhìn Trang, Trang không do dự:

- Để con ra bảo đảm là rất xinh.

Rồi Trang cười:

- Như mày đó. Mày không biết sao.

Tôi cúi mặt không trả lời Trang. Vì tôi sợ bình phẩm, nhất là bình phẩm về nguồn gốc của tôi. Nói sao, tôi vẫn là một cô gái Việt đã được giáo dục theo phong tục và tập quán Việt.

Có lẽ Trang thấy tôi e lệ không nói, hiểu ý tôi nên đổi đề tài. May cũng vừa lúc người bồi bàn ra đưa tờ thực đơn cho chúng tôi. Chúng tôi xem qua, và hình như cả hai đều đã có ý định, nên không phải chờ lâu, Trang kêu cá hồi, còn tôi, tôi kêu beef fillet steak, tôi học theo Qúy, và mặc dầu không có Qúy, tôi vẫn kêu phần mà Qúy thích mỗi khi có dịp đến những nơi như hôm nay.

Nhưng khi người bồi bàn vừa đi, Trang đã nhìn tôi rồi khẽ nói, giọng rất chân thành:

- Mày bật mí chuyện tình của mày hôm nay được không. Mày cứ hứa hoài nhưng không bao giờ kể cả. Con này nhiều lúc cũng gian gớm.

Tôi lưỡng lự:

- Thì cũng giống như bao nhiêu chuyện tình khác. Có gì đâu mà bật mí.

Nhưng Trang cắt lời:

- Sao lại giống được. Tao chắc có gì lạ nên mày mới cố tình giấu giếm như thế đúng không?

Tôi cười:

- Mày chỉ khéo vẽ. Cứ nghĩ chuyện mình ra chuyện người ta. Thế còn mày và Phận thì sao? Có đặc biệt không? Tại sao cả bao năm mày vẫn ở vậy thờ người tình.

Trang nghe thế trợn mắt nói với tôi:

- Ơ con này, mày chưa trả lời tao đã vô lễ hỏi lại. Mày liệu bị đòn đó.

Tôi cười:

- Mới nhắc tới tên chàng mà đã cuống lên rồi.

Nhưng rồi tôi bỗng trầm giọng:

- Thôi được, nhưng mày phải kín miệng nghe chưa. Tao không muốn giấu, nhưng thật sự cũng không muốn ai biết. Vì nó riêng tư.

Trang nhìn tôi rồi mỉm cười:

- Tao hứa.

Tôi im lặng, một sự im lặng nhớ về hay tự nhiên tôi run run trong yêu đương nào đó, khiến lòng tôi phập phồng như những ngày quen nhau.

Tôi bảo Trang:

- Thực ra tao và Qúy cưới nhau rồi mới yêu nhau sâu

đậm, khác với những chuyện tình khác là yêu nhau sâu đậm rồi mới cưới.

Trang trợn mắt nhìn tôi:

- Coi vẻ hy hữu đấy. Giống như các cụ xưa đúng không?

Tôi mỉm trầm ngâm rồi trả lời:

- Cũng có thể nói như vậy, vì bố mẹ Qúy là bố mẹ tinh thần của tao. Tao biết bố mẹ Qúy ngay ngày còn ở Việt Nam. Nhưng nói xa nói gần, Hương, em ruột Qúy mới thật sự là bà mai của tao.

Tôi càng nói, Trang hình như càng sốt ruột nên tôi làm bộ im lặng. Trang thấy thế lấy chân đá chân tôi dưới gầm bàn ăn vừa nói:

- Nói đi, tao bắt đầu tò mò rồi đó.

Nhưng tôi làm bộ bưng ly nước lạnh từ từ bỏ lên miệng uống một hớp nhỏ rồi mới từ tốn trả lời:

- Anh Qúy đã có người yêu, người yêu của anh Qúy học cùng trường với anh Qúy, Tao nghe Hương em của anh Qúy kể, hai người họ cũng đã từng thề non hẹn biển, dù hoàn cảnh trắc trở thế nào cũng không xa nhau. Anh Qúy cũng đã thưa chuyện với bố mẹ. Nhưng một điều anh Qúy không ngờ, từ trước anh Qúy luôn nghĩ, anh Qúy là con trai cưng của bố mẹ, nhất là bố mẹ anh Qúy không muốn anh Qúy phiền lòng, vì e sự đau khổ sẽ ảnh hưởng đến sức khoẻ của anh Qúy. Anh Qúy nghĩ bố mẹ biết vì cơ thể anh Qúy thiếu chất miễn nhiễm nên dễ bị nhiễm trùng và gây ra những bệnh hoạn khác. Mày biết mà, vì khi ghép thận, phải uống thuốc để vô hiệu năng chất miễn nhiễm trong người hầu cơ thể mình không đẩy trái thận mới ra, đó cũng là cách bảo vệ nội tạng mình để tránh những gì lạ xâm nhập cơ thể mình.

Tôi suy nghĩ rồi tiếp:

- Nhưng ngờ đâu, tất cả đều trái ngược, khiến anh Qúy hết sức phẫn nộ. Anh Qúy tưởng bố mẹ sẽ dễ dàng chấp nhận cuộc hôn nhân của mình, thì hoàn toàn trái ngược điều anh Qúy mong mỏi. Bố mẹ anh Qúy đã phản đối rất mãnh liệt.

Tôi ngừng nói, lại uống ngụm nước lạnh rồi mới từ từ tiếp:

- Thực ra, Hương cũng không biết lý do vì sao, nhưng hẳn các cụ có lý do của các cụ. Mày biết mà, các ông bà xưa khi cưới gả con cái đều có lối suy nghĩ riêng, nên tao cũng không muốn hỏi kỹ. Vả lại, lúc đó tao cũng dửng dưng, vì giữa tao và anh Qúy đâu có gì. Tao coi anh Qúy thật sự như một người anh, nên Hương kể tao nghe, tao cũng chỉ ngạc nhiên và thương cho anh Qúy vì bố mẹ thiêng liêng tao không chấp nhận.

Trang nghe, ngắt lời tôi:

- Tại sao là bố mẹ thiêng liêng, mà không phải là bố mẹ nuôi. Mày cứ lẫn lộn tao hoài.

- Bố mẹ anh Qúy hồi bên Việt Nam cùng quê với mẹ nuôi tao. Chính vì thế tao và Hương em của anh Qúy mới biết nhau và thân nhau. Cũng vì lý do này, tao coi bố mẹ Qúy như là bố mẹ của mình, nhưng chỉ là sự cảm nhận riêng giữa bố mẹ anh Qúy và tao. Vì từ khi gặp tao, bố mẹ anh Qúy cũng rất mến tao, cũng có thể là người cùng làng, cộng thêm với gia cảnh hiện tại lúc bấy giờ của tao, dù biết tao đang ở với anh Đốc và chị Hương, chị dâu tao. Tao cũng phải nhấn mạnh điều này với mày, là anh chị Đốc, tức là anh nuôi con cả của mẹ nuôi tao đã qua Mỹ ngay từ năm bẩy mươi lăm, và ngay khi sang Mỹ, tao đã được chính anh Đốc và chị Hương nuôi tao, nên nhờ đó tao mới được đi học và mới có đời sống tương đối không bỡ ngỡ.

Nói tới đây, bỗng nhiên lòng tôi chút bồi hồi khi nghĩ tới anh chị Đốc. Tôi tiếp:

- Chị dâu tao, tức là chị Hương vợ anh Đốc, cũng rất thương tao. Tao có hai người tên Hương rất thương tao, một là chị dâu tao và hai là em của anh Qúy, cả hai đều tên Hương.

Rồi tôi tiếp:

- Tao nhớ hoài, lần đầu tiên khi mới sang đây. Chị dẫn đi mua sắm. Tao theo chị. Chị mua đủ thứ còn cho tao năm mươi dollars. Mày biết không, tao cầm năm mươi dollars Mỹ từ tay của chị Hương một cách rất ngỡ ngàng, vì tao không thể tưởng tượng nổi sao chị Hương cho một số tiền lớn như vậy. Và tao đã giữ rất kỹ sợ mất và cũng không dám tiêu. Mày thấy đó, sự ngỡ ngàng của tao đã chứng minh sự thiếu thốn và tội nghiệp của tao thế nào.

Trang nhìn tôi, có lẽ chút thương tâm, nhưng không nói. Tôi thấy ánh mắt Trang như ẩn hiện buồn vui lẫn lộn khi nghe chuyện của tôi. Tôi thở dài, rồi tiếp:

- Tao không bao giờ quên công ơn anh chị tao. Nhưng thôi, chuyện của tao rất bình thường và chẳng có gì đáng nói. Để nói tiếp chuyện anh Qúy.

Rồi tôi nhìn Trang:

- Bố mẹ anh Qúy thấy tao hiền, côi cút nên đã coi tao như con tinh thần, người công giáo chúng tao hay gọi là con thiêng liêng, có nghĩa là giúp đỡ về phần thiêng liêng để biết sống đạo thế nào cho đúng với đường lối của Chúa dậy. Còn bố mẹ nuôi là nhận nuôi nấng và săn sóc cả tinh thần lẫn vật chất. Và có lẽ cũng chính vì thế mà bố mẹ của anh Qúy càng ngày càng mến tao.

Trang ngắt lời tôi:

- Hay vì mến mày, rồi để ý tới mày, nên đã có ý định hỏi mày cho anh Qúy.

Tôi trả lời Trang:

- Tao không biết, và hoàn toàn không để ý tới điều này. Vì thú thực, dù biết anh Qúy có người yêu, hay dù anh Qúy đã chống đối lại sự ngăn cản của bố mẹ, tao thấy trong tao thật dửng dưng và không chút ghen giận, nuối tiếc hay bất kỳ cảm xúc nào lúc đó. Tao vẫn coi anh Qúy như một người anh, và nếu có, tao chỉ thương tâm vì anh bị bố mẹ từ chối cuộc hôn nhân của anh ấy. Tao còn nhớ có lần đến nhà bố mẹ anh Qúy, tao còn dửng dưng nhìn anh Qúy quàng cổ tình tự với người yêu của anh Qúy ngay ở salon trước mặt tao. Mày thấy không, thế mà tao ngồi tỉnh bơ không chút ghen tức, điều đó đủ chứng tỏ là tao hoàn toàn không chút tình cảm yêu đương lúc bấy giờ.

Ngừng một chút như nhớ lại, lúc sau tôi nói tiếp:

- Anh Qúy đã phản đối lại bố mẹ rất dữ, nhưng rồi cuối cùng, cũng đành chịu thua bố mẹ. Sau này tao mới biết, là vì anh ấy nghĩ không biết sống chết thế nào, đặc biệt khó lòng mà thay đổi được ý định của bố mẹ, nên anh Qúy đã từ từ nghĩ lại và quyết định nghe lời bố mẹ. Anh Qúy còn nói, anh ấy đau khổ rất nhiều, nhất là những ngày đứng giữa ngưỡng cửa tình yêu và bố mẹ, muốn tiến cũng không được, mà muốn lùi cũng không được. Cả hai bên, bên nào cũng nặng. Bên nào cũng như những sợi dây thừng to tướng với sức nặng nghìn cân khiến anh Qúy như bị xé ra. Anh Qúy đã phải khóc, phải than và phải đau khổ khôn cùng. Nghĩ tới bỏ tình yêu, để nghe lời bố mẹ thì như bị trời đánh trong tuyệt vọng. Và nghĩ tới bỏ bố mẹ theo tình yêu, thì thấy tim mình như nát tan.. và cứ thế. Sự dằn vật kéo dài khá lâu khiến anh Qúy bạc nhược và sinh ra mỏi mệt rất nhiều. Tình yêu có bao giờ chịu thua đâu phải không? Thế mà cuối cùng anh Qúy đã chọn nghe lời bố mẹ, mày thử nghĩ xem, anh Qúy đã phải trải qua biết bao dằn vật và đau khổ.

Trang như xụt xùi:

- Như vậy tình yêu không nặng bằng tình mẫu tử sao.

Tôi suy nghĩ rồi nói:

- Cũng không thể nào so sánh và khẳng định như thế được. Nhưng trong trường hợp này có thể nói như vậy. Vì quan niệm của mỗi người, mỗi hoàn cảnh, và từng khía cạnh khác nhau của cuộc đời sự định lượng và đánh giá có thể không giống nhau. Hơn nữa cũng còn tùy theo sự suy xét và phán đoán của từng cá nhân. Nhưng với trường hợp anh Qúy, tao tin rằng tao hiểu và đồng cảm, vì anh Qúy sinh ra trong một gia đình công giáo, nên lệ thuộc giáo lý công giáo và cách răn dậy của bố mẹ từ bé. Sự tiêm nhiễm giáo lý từ bé đó đã ăn sâu và cho anh Qúy niềm tin, và chính niềm tin đó đã cứu sống anh Qúy. Chính vì thế, anh Qúy không muốn mình trở thành kẻ vô ơn đối với Thiên Chúa, Người mà anh Qúy luôn trông cậy. Do đó, báo hiếu và nghe lời bố mẹ cũng là điều biết ơn với Thiên Chúa. Vả lại, anh Qúy nào có thể chọn lựa được sự sống, sự chết. Biết đâu ngày mai, biết đâu ngày mốt anh ra đi, vì không có ai có thể bảo đảm được trái thận ghép trong cơ thể anh Qúy có thể tồn tại lâu dài, hay ngày mai, ngày mốt.. có thể sẽ hư và sẽ phải cắt bỏ. Có lẽ chính vì những lý do này, mà anh Qúy đành bỏ người yêu nghe lời bố mẹ để trở thành người con hiếu thảo.

Rồi tôi như nhớ ra điều gì trầm ngâm và tiếp:

- Mà cũng có thể bố anh Qúy là người đã nhìn được một cái gì đó không đúng cho anh Qúy, vì bố anh Qúy là người từng trải, một người đã tham gia kháng chiến ngay từ nhỏ, đã từng hoạt động cho phong trào yêu nước, dải truyền đơn chống Pháp, sau đó còn tham dự bao trận chiến thời đệ nhị thế chiến chống Nhật rồi chống Việt minh. Tao còn nghe anh Qúy kể, năm 1954 vào miền Nam, bố anh Qúy vào sinh sống tại Đà Lạt và đã từng làm sĩ quan thời vua Bảo Đại và sau này sau khi giải ngủ rất thành đạt trong lãnh vực làm ăn buôn bán, nên chắc chắn bố anh Qúy phải có lý do riêng.

Trang lưỡng lự rồi bảo tôi:

- Bộ anh Qúy không hỏi bố mẹ anh Qúy vì sao phản đổi hả?

Tôi trả lời Trang:

- Chắc là có chứ, nhưng tao không hỏi. Có lẽ tao ngại không muốn nhắc tới, nhưng cũng có lẽ không muốn gợi lại những sự việc trước kia, biết đâu vẫn còn làm anh Qúy đau lòng.

Trang cười:

- Mày thế mà cũng ghen đáo để.

Tôi cười:

- Ớt nào mà ớt chẳng cay. Lấy chồng đi rồi có còn dám già mồm không. Loại đàn bà như mày mà ghen có lẽ sập trời. mày bảo tao là Hoạn Thư chứ mày còn khiếp hơn cả là Hoạn Thư cho coi.

Trang dơ tay:

- Tao thề, nhất định không ghen.

Rồi Trang đưa tay bịt miệng như nói nhỏ sợ ai nghe:

- Tao chỉ liệng bỏ được không?

Tôi lắc đầu bảo Trang:

- Con này, mày nham nhở quá. Còn con gái đấy nghe, liệu mà ăn nói.

Nhưng Trang ngắt ngang:

- Thôi đi, mấy đứa như mày, miệng thì ngoan thì hiền, nhưng trong lòng biết đâu. Đúng là lúc nào cũng "em chả".

- "Em chả" là cái gì?

- Thì xem chuyện Số Đỏ thì mày sẽ hiểu. "Em chả, em chả".

Rồi Trang mỉm cười vừa đọc:

- *Bóng hồng nhác thấy nẻo xa*
  Xuân lan thu cúc mặn mà cả hai
  Người quốc sắc kẻ thiên tài
  Tình trong như đã, mặt ngoài còn e.

Tôi trợn mắt nhìn Trang:

- Lại còn thơ nữa.

Trang mỉm cười trêu tôi:

- Kiều đấy con khỉ ạ. Mày đúng là kiểu Thúy Kiều gặp Kim Trọng, *"tình trong như đã, mặt ngoài còn e"*, không đúng sao?

Tôi lắc đầu, vừa vui trong tình bạn của Trang, vừa nói:

- Mày mà không đùa, không dỡn, chắc là không sống được hay sao, con khỉ. Nhưng phải khen, còn nhớ cả Kiều cũng đáng phục lắm.

Nhưng Trang ngắt lời tôi:

- Mày nói tao là con khỉ, nhưng là con khỉ dễ thương

đấy nhé.

Vừa lúc đó, người bồi bàn bưng hai phần ăn ra. Bưng đĩa cá hồi trước đặt trước mặt Trang vừa nói:

- Xin bà cẩn thận, đĩa rất nóng.

Trang cám ơn nhìn tôi:

- Mày thấy, tao bao giờ cũng được ưu tiên hơn không. Như vậy có nghĩa là tao phải đẹp hơn nên mới được anh bồi bàn này để ý và bưng cho tao trước.

Tôi nhìn Trang lắc đầu. Người bồi bàn không hiểu Trang nói gì, nhưng cũng nhìn Trang vừa cười vừa lễ độ:

- Bà cười xinh lắm.

Trang trợn mắt nhìn tôi như tưởng người bồi bàn hiểu tiếng Việt. Nhưng vừa lúc đó, người bồi bàn bưng đĩa beef fillet steak bỏ trước mặt tôi với cùng câu nhắc nhở, xin cẩn thận, đĩa rất nóng và mỉm cười nhìn tôi:

- Chúc bà ngon miệng.

Từ nãy hình như Trang không để ý tới món ăn mà chỉ theo dõi cử chỉ của người bồi bàn mà Trang bảo là đẹp trai. Nên khi người bồi bàn đi rồi Trang mới thì thào:

- Dễ thương, đẹp trai, giọng nói lại ngọt ngào. Tao chấm chín mươi điểm.

Tôi lắc đầu:

- Bộ mày đi "collect" người đàn ông con trai hay sao, mà gặp đàn ông nào cũng đòi chấm điểm.

- Mày không nghĩ rằng, nhà hàng sang, nĩa dao đẹp, trưng bày đẹp, thức ăn ngon, mà thiếu người bồi đẹp thì thức ăn làm sao tuyệt hảo được. Nên tao khẳng định, không khí nhà hàng có đẹp đẽ nhưng thiếu mỹ nhân và mấy chàng bảnh bao thì sẽ thất bại hết đối với tao...

Rồi Trang cười "hà hà".

Tôi quả thực được vui lây với niềm vui bất chợt và hạnh phúc của Trang.

Miếng thịt beef fillet steak không lớn như rib eye steak, hình tròn, đường kính khoảng hai inches, tôi cảm thấy rất vừa với những người ăn ít như tôi. Nhưng vừa cắt miếng thịt đầu tiên bỏ vào miệng, Trang đã vừa nhai vừa nói:

- Ngon, ngon lắm.

Rồi Trang nhìn tôi:

- Còn của mày thì sao, có ngon không?

Tôi cười, vừa nháy mắt nhìn Trang:

- Ngon, ngon lắm.

- Con khỉ, nhái tao hả.

- Sao lại nhái mày. Tao thấy ngon, thì bảo ngon. Thấy ngon lắm thì bảo ngon lắm. Bộ mày tính cũng muốn độc quyền hai câu nói này sao. Đâu phải châm ngôn của mày.

Trang vừa nghe, bảo tôi:

- Nói tới châm ngôn tao mới nhớ. Anh Qúy của mày có câu châm ngôn hay đáo để.

- Châm ngôn gì, anh Qúy làm gì có châm ngôn nào. Mày lại bắt đầu đặt điều nữa hay sao?

- Cái gì mà đặt điều, chính bác Kha còn mới nhắc lại với tao. Ông ấy thích câu đó lắm.

Tôi nhìn Trang ngạc nhiên, vì tôi đâu biết câu châm ngôn nào của Qúy đâu. Trang thấy tôi ngẩn ra nên nói:

- Đó là câu: "Ta không có quyền chọn bệnh tật, nhưng ta có quyền chọn sống vui hay sống buồn, thế tại sao ta không chọn sống vui, mà lại chọn sống buồn cho thêm phiền não". Nhớ chưa con nhỏ lú lẫn này. Câu đó hay thế mà không chịu nhớ để học hỏi.

Tôi ừ nhỏ rồi thành thật:

- Có lẽ tao nghe hoài nên thấy thường. Tao đâu nghĩ đó là câu châm ngôn mà mày nói tới.

Trang nghe tôi, thở dài:

- Con người ta chẳng hay luôn đi tìm cái mới mẻ và cái khác lạ ở đâu đâu, mà quên rằng bên ta cũng đầy cái hay, cái đẹp sao?

Tôi nhìn thẳng Trang:

- Con khỉ này, mày mắng khéo tao phải không?

Rồi tôi nói tiếp:

- Ý tao không phải là thế, nhưng khi nghe mày nói tao

đâu biết mày muốn nói gì. Chứ thật ra, không phải là tao phủ nhận điều đó, vì thực ra, đó là câu Qúy thường nhắc nhở hàng ngày, sao không để ý. Nhưng vì mày nói châm ngôn này, châm ngôn nọ, làm tao thấy ngại.

Rồi tôi nói tiếp:

- Thật sự, cuộc sống con người ai mà chẳng gặp những chuyện buồn, khác là mỗi người đón nhận khác nhau. Nhưng suy cho cùng, thật sự, nếu mình bằng lòng với số phận thì cuộc đời mình sẽ giảm đi rất nhiều mối âu lo và buồn nản, đôi khi còn cứu mình vì tránh được bệnh tật do muộn phiền gây ra.

Suy nghĩ một chút rồi tôi lại từ tốn:

- Qúy và tao đều công nhận là tụi tao đã trải qua rất nhiều những khó khăn mỗi khi nghĩ tới ngày mai có còn được như hôm nay không. Chính vì thế, chúng tao phải tự kỷ ám thị, tự mình giải nghĩa và tìm cho mình niềm vui trong sự lo sợ đó. Vả lại biết làm sao hơn hả mày. Bệnh thì không có quyền lựa chọn, sự sống sự chết cũng thế, thôi thì đành vui với niềm tin mà đức tin mình đã có.

Trang nói trong thành thật:

- Nói chuyện với mày riết có lẽ tao cũng trở lại đạo công giáo mất. Mày nói riết khiến tao không biết Chúa là ai, biết Đức Mẹ là ai, nhưng mỗi khi gặp chuyện gì xui xẻo tao cũng đều kêu Chúa, kêu Mẹ.

Tôi ngẫm nghĩ rồi bảo Trang:

- Mỗi người đều có một niềm tin, nhưng vì mày không để ý đấy thôi. Tao tin như thế nên khi bố mẹ anh Qúy có ý định hỏi tao cho anh Qúy. Thú thực tao đã tưởng tao nghe lầm. Phải lâu lắm tao mới lấy lại tinh thần để tiếp tục nghe bố mẹ anh Qúy giải nghĩa cặn kẽ về ý định của bố mẹ anh Qúy muốn tao chính thức về làm dâu, và làm con của bố mẹ anh Qúy. Tao đã suy nghĩ và rất hoang mang về lời đề nghị này. Lúc bấy giờ tao mới cố tìm nơi anh Qúy có gì thích hợp và gần gũi với tao, như là một người yêu không. Nhưng tất cả trống rỗng. Hơn nữa, lại biết chuyện tình cảm của anh Qúy, thì hỏi mày làm sao mà tao có thể chấp nhận được. Thế mà, một điều kỳ lạ đã đến, cho tới bây giờ tao vẫn không hiểu nổi, là sau một thời gian ngắn, sau những suy nghĩ và cầu nguyện, càng thấy ở anh Qúy có cái gì đó mà tao tin tưởng, nên dần dà tao thấy có sự xúc động khi gặp anh Qúy, dù nó chỉ là những xúc động rất mong manh.

Tôi ngừng nói, cắt miếng thịt bỏ vào miệng. Tôi nhai thật kỹ, uống một chút xíu rượu vang cho vừa lòng Trang, vì tôi nói tôi không uống rượu, nhưng nhất định Trang ép tôi. Tôi thưởng thức mùi vị của miếng thịt xong, tôi mới từ từ tiếp:

- Thế rồi bố mẹ Qúy xắp đặt cho tao gặp riêng anh Qúy. Mày biết không, thường ngày gặp nhau không sao, nhưng khi bị rơi trong hoàn cảnh này tao thấy ngượng ngựu và bâng khuâng vô cùng. Hôm đó tao phải cúi mặt liên tục và hình như tao không nói được điều gì. Hay cũng có thể tao nói mà tao không nhớ. Nói chung, là tao rất sợ và lo lắng khiến tao ăn cũng không biết mình ăn gì. Bây giờ mày hỏi tao hôm đó anh Qúy đãi gì, thú thật tao cũng không nhớ rõ. Và hôm đó anh Qúy nói gì, tao nói gì thì càng mù tịt. Đêm đó về tao vừa giận vừa tức chính tao. Nhưng ngờ đâu, có thể đó chính là dấu hiệu của một tình cảm gì đó bắt đầu nhóm lửa. Có thể cục than tình yêu của tao hình như vừa mới bị anh Qúy châm lửa, và dù chưa cháy, chưa đỏ, nhưng đã có chút khói bắt đầu bốc lên. Tao bắt đầu suy nghĩ, bắt đầu đắn đo, và có chút gì đó quanh quẩn suốt ngày bên tao trong những suy nghĩ mông lung khác lạ mà từ trước tao chưa hề cảm thấy.

Trang cắt ngang:

- Con nhỏ yêu, mà không biết mình yêu chứ gì.

Tôi xua tay:

- Không phải đâu. Nhất định không phải là tình yêu. Mày khéo đoán mò.

Rồi tôi tiếp:

- Mày biết mà, từ bé tới lớn tao chưa hề để ý tới ai. Có thể là mặc cảm, và cũng có thể vì bận rộn và bị dần vặt suốt cả tuổi ấu thơ cho tới ngày qua Mỹ. Và cũng có thể tao chưa gặp ai làm tao xao xuyến. Tóm lại, tình yêu đối với tao như cái gì xa lạ, hay nói khác, là không chút mê hoặc. Tao không biết có phải lãnh cảm không, nhưng từ ngày bị lôi vào hoàn cảnh tiến thoái lưỡng nam này, tao mới bắt đầu thấy chút lãng mạn trong người. Nhưng thú thật rất mơ hồ, vì lúc đó, không biết sao, tao lại suy nghĩ về thân phận côi cút của mình. Nghĩ về sự qúy hoá mà bố mẹ anh Quý và gia đình Qúy dành cho tao. Nghĩ về sự môi giới và để ý gán ghép cho tao và Qúy của Hương em Qúy.

Nhưng nói tới đây, tôi ngừng nói, tôi vừa nhớ ra điều gì nên tự mỉm cười khiến Trang nhìn tôi:

- Mày cười cái gì vậy?

Tôi bình thản bảo Trang:

- Tao vừa nhớ tới Hương.

Trang cắt ngang tôi:

- Nhớ tới Hương mà cũng cười, mày vô duyên quá, bộ mày yêu luôn cả em chồng sao?

- Con khỉ, lại đoán mò nữa.

Nhưng tôi vẫn mỉm cười, vừa bảo Trang:

- Mày không biết cái ngây ngô của tao thế nào đâu?

Trang trề môi:

- Cái gì mà cái ngây ngô, sự ngây ngô chứ. Con này nói tiếng việt kiểu Tầu lai rồi.

- Chưa chắc đâu con khỉ. Nhưng mà muốn nghe tiếp thì đừng xen vào, nếu không bà mà giận, là bà không kể nữa đâu.

Trang nheo mắt, vừa lấy tay lên miệng làm cử chỉ như khóa miệng lại. Tôi thấy Trang thật có duyên. Nhưng rồi tôi vẫn tiếp:

- Có lần, hôm tập hát ở nhà thờ xong, trên đường về, Hương tự nhiên hỏi tao: "Mày thấy anh tao thế nào." Tao nhìn Hương tưởng như tao nghe lầm, vì đang khi không

Hương hỏi lạ vậy, nên tao hỏi lại Hương: "Cái gì mà anh mày thế nào?" Hương vẫn bình thản: "Thì mày trả lời đi, mày thấy anh tao thế nào". Tao thật sự không hiểu ý Hương nên ngây ngô: "Mày có hai anh, một thì có người yêu, còn một thì đi tu dòng Tận Hiến muốn làm linh mục, mày muốn hỏi anh nào? Chẳng lẽ mày muốn hỏi ông anh đi tu của mày?". Hương nhìn tao một lúc rồi mới nói :" Ý tao là anh Qúy." Tao lè lưỡi: "Ôi chao ôi, ai mà đụng vào anh Qúy của mày, người gì mà lắm đào, lúc nào cũng tò tò mấy cô theo đuôi. Vả lại, đụng vào anh Qúy của mày tao sợ mấy con nhỏ trong ca đoàn nó giết tao mất. Thôi, tao không dám đâu."

Tôi ngừng nói rồi lại tiếp:

- Có lẽ ngày đó tao ngây ngô thật, chẳng hề nghĩ gì tới yêu đương. Hương nó bảo tao, vì thấy tao thật thà và không chút làm duyên, nên đã kết tao, và nhất định làm mai tao cho anh Qúy, dù biết anh Qúy đã có người yêu. Và chính vì thế, mà Hương về sau này đã gây không biết bao trở ngại cho bạn gái của anh Qúy.

Tôi lại mỉm cười nheo mắt với Trang:

-Mày thấy mấy bà cô bên chồng không, không vừa ý là chết. Mai mốt mà lấy chồng thì liệu mà chiều các bà cô nghe không.

Tôi ngưng một chút, một chút cảm động khi nói tới Hương, một người bạn và người em chồng mà lúc nào tôi cũng mang ơn. Từ ý nghĩ đó khiến tôi liên tưởng tới người chị dâu của tôi, người chị dâu cũng mang tên Hương và cũng rất chân thành và qúy mến tôi. Bỗng dưng tôi nhớ cả hai người tên Hương.

Nhưng bỗng tôi nhìn Trang như cố tránh sự cảm động vừa nói:

- Tao nói tới đâu nhỉ?

Vừa hỏi xong bỗng nhớ ra nên tôi tiếp luôn không chờ Trang trả lời:

- À, tao nhớ rồi, tao nghĩ về cuộc môi giới và gán

ghép của Hương và anh Qúy cho tao, nghĩ về cuộc sống hiện tại, rồi tương lai. Tao nghĩ và nghĩ rất nhiều, vì tao biết rất rõ, anh Qúy ghép thận mà là thận từ một người ngoài, do đó dù thành công hiện tại, nhưng không biết lúc nào Qúy bị trở lại. Và tao cũng nghĩ, biết đâu tao sẽ góa bụa ngay sau khi cưới. Tất cả những ý nghĩ xấu có, tốt có trong đầu tao như con rối. Đời người con gái đi lấy chồng đâu ai muốn lấy người chồng sống nay, chết mai hả mày. Điều mà tao lo lắng chắc cũng không phải thái quá đúng không?

Trang suy nghĩ rồi bảo tôi:

- Thực tế vẫn là thực tế. Hơn nữa lúc đó mày đâu có tình yêu với anh Qúy thì làm sao trách mày được. Vả lại, mày suy nghĩ thế cũng phải. Mình phải đắn đo, nhất là chuyện gia đình đâu phải chuyện đùa. Cưới rồi, nếu có gì sẩy ra, mày chẳng phải ở giá sao?

Rồi Trang hỏi tôi:

- Nhưng ngày đó có ai bàn ra tán vào là mày ham bằng cấp mà lấy Qúy không?

Tôi thở dài:

- Dĩ nhiên là có. Ở đời này dù xấu tốt cũng có người dèm pha và nói ra nói vào. Đó là cái bệnh của con người khó sao tránh khỏi. Nhưng tao nghe họ xì xèo bàn tán, tao để ngoài tai, vì tao nghĩ, trong thân tâm tao, tao có lấy anh Qúy thì chắc chắn không phải vì ham bằng cấp và cầu lợi thì có gì tao phải ngại. Tao tin vào sự đứng đắn của con người trước sau cũng được chứng minh, nên tao rất yên tâm.

Rồi tôi thở dài:

- Nhưng mày nghĩ xem, bằng cấp làm sao hơn được tiếng tăm của một đời người con gái. Hơn nữa góa bụa lúc tuổi còn trẻ có đáng không hở mày. Nếu ai nghĩ vì bằng cấp mà tao lấy anh Qúy quả là thiếu suy nghĩ. Vì mặc dù côi cút, mặc dù nghèo, nhưng tao cũng có tự ái. Vả lại sống bên Mỹ này khác với bên nhà, chúng mình ai cũng có cơ hội. Còn trẻ và cố gắng thì vấn đề bằng cấp đâu phải là điều không thể không có được. Nhưng tao sở dĩ nhận lời lấy anh Qúy là vì tao thấy anh Qúy là người thành thật và khiêm tốn. Hơn nữa tao rất kính trọng bố mẹ anh Qúy, nên đã quyết định làm dâu bố mẹ anh Qúy. Tao còn nghĩ, một người con gái như tao, một thân một mình, lại đang sống vất vả mà được bố mẹ anh Qúy quý mến làm sao tao có thể từ chối. Đơn giản là thế.

Trang cúi xuống, vừa lấy nĩa xiên miếng cá bỏ vào miệng vừa nói:

- Nhưng rồi khi nào mày mới thật sự yêu anh Qúy, và anh Qúy có yêu mày không?

Tôi không đắn đo:

- Tao phải trả lời sao nhỉ?

- Thì có sao nói vậy người ơi đi, còn làm bộ giấu giếm. Con này nhiều lúc cứ tửng tửng làm tao khó chịu muốn chết.

- Mày mới là kẻ tửng tửng chứ không phải tao đâu. Tao là người hiền thục, đoan chính và lúc nào cũng nói dù không thật.

- Đúng là gặp phải con chẳng rồi.

- Tao sao chẳng bằng mày. Nếu không sao Phận bỏ mày chạy mất dạng.

- Ơ con khỉ, đang nói chuyện mày sao lái qua chuyện của tao. Trả lời câu hỏi của tao, xem có đúng không, rồi tao mới quyết định kể cho nghe chuyện tình của tao.

- Tao trả lời thế nào sao mày có thể thẩm định theo ý mày. Mày nghĩ mày là ai chứ?

Trang khúc khích:

- Là linh hồn của mày, nên thấu hết mọi chuyện trong thâm tâm mày.

- Vậy còn hỏi tao làm chi.

- Vì tao muốn xem mày có thành thật khai báo không.

- Mày đúng là con lắm mồm. Vậy mà không chịu học luật sư lại dính vào cái nghề thiết kế. Tao nghĩ mày chọn sai nghề.

- Đúng hay không đúng tao không cần nói cho mày nghe. Hãy nhìn vào những gì Trang làm, và đừng nghe những gì Trang nói biết không.

Tôi lắc đầu về sự tháo vát của Trang. Lúc sau tôi trả lời:

- Thú thật cả hai chúng tao sống với nhau hơn một năm trời chúng tao mới bắt đầu cảm nhận được sự say đắm, nhớ thương, và từ đó, hình như tình yêu của chúng tao khai nở lúc nào cả hai chúng tao đều không hay. Chỉ biết rằng Qúy rất yêu tao và ngược lại. Chúng tao rất hạnh phúc, nhất là khi chúng tao có con. Tao không biết là tao có thể xa Qúy không. Tao thấy Qúy như là hơi thở của tao và các con tao.

Nhưng vừa nói tới đây, tim tôi như nhói đau. Tôi vừa nhớ tới Qúy, nhớ tới quyết định mới của tôi, một quyết định mà tôi nghĩ không dễ dàng, nhưng vì tình yêu, và vì sự sống của Qúy tôi đã không ngần ngại, dù phải sảy ra điều không may mắn cho tôi. Tôi đã làm việc này trước khi bàn với Qúy, vì tôi biết, nếu Qúy biết tôi quyết định hiến thận cho Qúy, Qúy sẽ ngăn cản và không cho tôi đi thử nghiệm để xác nhận thận của tôi có hoàn toàn thích hợp với thận của Qúy không.

Tôi không còn có thể đứng nhìn những cơn đau mà Qúy phải quần quại lúc lọc máu, những cơn đau mà do số nước lấy ra quá độ, đã để lại những khoảng trống trong huyết quản làm cho Qúy bị vộp bẻ, bị co rút rợn người. Tôi đã chết lặng trong lòng. Tim tôi như bị kim châm, lòng tôi như bị dao cắt mỗi khi đứng nhìn, và nước mắt tôi không sao cầm nổi.

Khi phải chứng kiến sự đau đớn của người mình yêu thật sự mới cảm thông được nỗi hoang mang đau đớn thế nào. Và những lúc đó, tôi luôn liên tưởng tới hơn ba năm trời của hai mươi năm về trước Qúy đã phải một mình chịu đựng những đau đớn, một mình chịu đựng những xót xa, và một mình chịu đựng cảm giác chua cay và hất hủi của cuộc đời, để sống và tự tìm cho mình con đường sống, nên Qúy mới còn sống và được như ngày nay... Và bỗng dưng nước mắt tôi trào ra. Trang thấy vậy bảo nhỏ:

- Con nhỏ này đang cười sao bây giờ lại nhỏ nước mắt rồi?

Tôi lắc đầu, vừa chùi nước mắt:

- Xin lỗi mày.

Và tôi im lặng. Vì tôi nghĩ có lẽ không nên giải thích cảm xúc của tôi, và lại dù có nói ra, Trang cũng không làm sao có thể hiểu hết được nỗi lo âu và sự hoang mang của tôi lúc này...

Trang thấy tôi im lặng hơi lâu, nên gõ nhẹ trên bàn, vừa nhìn tôi rồi khẽ nói:

- Ê động lòng rồi hả?

Tôi nhíu mày nhìn Trang:

- Động lòng cái gì? Mày lắm trò lắm.

Trang cười nụ:

- Bộ nói tới tình yêu là đỏ mặt lên như thế sao?

Tôi nguýt Trang:

- Con khỉ, tại mày ép tao uống rượu nên mặt tao mới đỏ chứ ai mà nghĩ vớ vẩn gì đâu.

Nhưng bỗng trang nói như thì thầm, sợ ai nghe:

- Tao có nghe người ta nói, nếu đàn ông bị suy thận thường yếu lắm đúng không?

Tôi nhìn Trang không hiểu. Trang tiếp:

- Mày thật không hiểu câu hỏi của tao hay mày cố ý vô tình "làm bộ".

Câu làm bộ Trang như có ý nói dài ra khiến tôi chút do dự, nhưng rồi tôi thành thật nói với Trang:

- Không! Ai mà biết mày muốn hỏi gì.

Trang cười:

- Thì sinh lý ấy chứ cái gì. Con này có chồng rồi mà làm như gái còn trinh nguyên chưa biết gì.

Tôi đỏ mặt thật, có lẽ thế, nên tôi lườm Trang:

- Ai mà hỏi kỳ vậy. Bộ mày tìm hiểu để làm gì.

Nhưng Trang bình thản:

- Nói đi, tao thật muốn biết.

Tôi ngẫm nghĩ rồi trả lời Trang:

- Thật ra đàn ông, hay đàn bà khi thay thận đều phải uống thuốc, và loại thuốc đó ngoài tác dụng giữ cho trái thận không bị đào thải, còn có chất gì đó tao không nhớ, nhưng chỉ biết rằng cái chất ấy khiến sự kích thích sinh lý mạnh hơn.

Nói tới đây tôi thấy ngại nên bảo Trang:

- Thôi hỏi chuyện khác đi.

Nhưng Trang làm như không nghe tôi nói, Trang hỏi tiếp:

- Như vậy đâu có phải chỉ người ghép thận, mà những người ghép các bộ phận khác cũng đều như thế sao?

Tôi suy nghĩ rồi phân vân:

- Có lẽ vậy, tao cũng không để ý, vì tao đâu có như mày, hỏi cái gì cũng hỏi cho bằng ra thì thôi.

Nhưng rồi tôi không để Trang hỏi thêm, tôi chuyển đề tài:

- Cưới nhau rồi, mày biết, thực sự tao mới thấy anh Qúy cần sự giúp đỡ không ít của người thân, vì sức khoẻ của anh ấy bất thường và rất dễ bệnh tật. Mày biết, anh Qúy vì mất chất miễn nhiễm trong người, hơn nữa phản ứng của thuốc tác dụng trong cơ thể, nên ghép thận không được bao lâu, anh Qúy đã bị loét bao tử rất nặng. Tao nghe Hương và gia đình anh Quý kể lại, thời gian đó anh ấy bị bao tử hành hạ và đau đớn luôn, nhất là lại đang trong thời gian đại học nên bài vở ngập bàn, còn phải đánh lộn với ngoại ngữ mỗi ngày, vì sang Mỹ sau, nên anh văn khó theo kịp những người bản xứ, nhất là lại học ngành nhãn khoa. Vì thế lúc nào anh Qúy cũng phải tận hết sức mình, mà mày biết, người bình thường học ngành này đã phải vất vả lắm rồi, huống hồ một người ghép thận, loét bao tử còn kém sinh ngữ, thì mày thử nghĩ xem anh Qúy phải làm sao mới có thể theo kịp.

Tôi xúc động, lúc sau mới nói, giọng thương tâm:

- Ngoài sự yếu đuối dễ bệnh tật của người ghép thận, bệnh bao tử lại trực tiếp ảnh hưởng đến lo lắng và suy nghĩ rất nhiều. Chính vì thế các bác sĩ thường khuyên người đau bao tử nên sống bớt căng thẳng và lo lắng. Nhưng với anh Qúy làm sao có thể giảm được lo lắng trong thời gian này, nhất là mùa thi cử.

Tôi lại trầm ngâm, lúc sau từ từ, giọng thật buồn:

- Thời gian sau này cũng không khá, cũng đủ mọi bệnh tật gây ra từ phản ứng do thuốc chống miễn nhiễm. Mà mày biết, có gì khổ bằng bệnh hoạn, nhất là người bệnh thì dễ cau có, dễ giận hờn. Ở ngoài sao thấu rõ được những khó khăn mà anh Qúy và tao trải qua. Thú thực với mày, ngay cả bố mẹ anh Qúy và gia đình có biết, thì cũng chỉ biết sơ qua, vì chúng tao luôn tránh nhắc tới. Hơn nữa, bố mẹ anh Qúy vì thương con nên hay sốt ruột, mày nghĩ xem nói ra làm chi để các cụ thêm đau lòng. Vả lại, chính anh Qúy cũng muốn thế.

Tôi thở dài rồi tiếp:

- Nhiều người ghép thận thành công nhưng lại chết vì những biến chứng do ghép thận mà ra, nên lúc nào tao cũng lo lắng cho anh Qúy.

Tôi ngừng nói, có lẽ vì xúc động khi nhớ tới thời gian qua. Thú thật, thời gian của chúng tôi chung sống biết bao nỗi lo âu chồng chất, nhất là khi nghĩ tới những ngày sau này, thì lòng tôi lúc nào cũng rối như tơ vò, tràn ngập muộn phiền chất lũy, cùng bao chán nản quanh mình.

Những ngày đó cũng có thể còn mới qúa nên kinh nghiệm sống của tôi chưa có, hay nói khác hơn tình yêu của tôi và Qúy chưa bền chặt và cứng cáp như bây giờ.

Suy nghĩ một lúc tôi tiếp:

- Qúy bị mổ và cắt đi một phần bao tử.

Trang vừa nghe, giọng kinh ngạc và lo lắng:

- Thật không?

Tôi gật đầu. Trang thương tâm:

- Tội nghiệp thế.

Tôi suy nghĩ rồi tiếp:

- Mày nói đúng, thật tội nghiệp. Mày thử nghĩ xem nếu mày, mày có chịu nổi không, chứ riêng tao, khi sống với anh Qúy, tao mới thấm được phần nào sự đau đớn mà anh Qúy trải qua. Nhiều lúc tao còn nghĩ, sống khoẻ còn không muốn sống, huống hồ sống bệnh tật, nó não nề và tuyệt vọng, nhưng khổ là không ai có thể giúp mình ngoài chính mình. Chính vì thế có lần tao thương anh Qúy, ngồi khóc một mình giữa đêm, khi anh Qúy thức dậy, thấy thế đã dỗ dành và bảo tao, nếu thực sự muốn sống hạnh phúc thì đừng nghĩ tới bệnh tật, mà hãy nghĩ tới việc gì phải làm ngày mai, mình sẽ yên tâm hơn. Nhưng sao mà nghĩ được việc làm ngày mai. Thật là khó phải không mày?

Tôi ngừng nói, nhưng rồi không đợi Trang trả lời, tôi tiếp:

- Nhưng nghĩ cho cùng cũng chỉ còn cách đó thôi mày ạ. Qúy còn bảo tao: "Hầu như tất cả sự nhiễu nhương của cuộc sống là do chính con người tạo ra, nên hãy bình thản chấp nhận, anh thấy anh và em sẽ có những ngày sống hạnh phúc tuyệt vời."

Trang ngắt lời tôi:

- Hầu như tất cả các nhiễu nhương trên đời là do con người tạo ra. Anh Qúy nói đúng. Mình đã vật chất hoá mọi vật để rồi tự mình đánh mất tất cả đời sống tâm linh.

Rồi Trang nghiêm nét mặt:

- Anh Qúy của mày lẩm cẩm mà có những câu nói hay quá đi thôi.

Rồi Trang thành thật:

- Tao học hỏi ở mày và anh Qúy rất nhiều. Mày là con bạn quý của tao.

Tôi lắc đầu:

- Mày đùa dai quá.

Nhưng Trang càng thận trọng:

- Tao nói thật đấy. Mỗi lần nói chuyện với mày hay bác Kha tao đều tìm thấy một cái gì ấy. Một suy nghĩ rất đặc biệt khiến tao luôn để tâm. Bây giờ lại còn anh Qúy của mày nữa. Tao thật hên.

Nhắc tới bác Kha tôi mới chợt nhớ, tôi hỏi Trang:

- Bác Kha có đi đâu không, sao lâu rồi tao thấy vắng ?

Trang trả lời:

- Bác Kha đi công tác bên Âu Châu. Hôm bác Kha đi có gọi cho tao, bảo tao là cố gắng liên lạc với mày. Bác Kha lo cho mày lắm. Bác còn nhắn, nếu có gì cho bác hay. Bác bảo tao, bác rất mến anh Qúy và mày, nhất là hoàn cảnh của hai vợ chồng mày đã khiến bác suy nghĩ lại cuộc sống của chính bác. Bác cũng hay kể chuyện của anh Qúy cho bạn bè, để họ nhìn cuộc đời qúy hoá hơn. Vì thường con người ta hay kèo nài, chê bôi, bất mãn, và thất vọng về đời sống của mình mà quên rằng, ngoài kia có biết bao nhiêu người kém may mắn, đang phải chống trả với bệnh tật để tìm sống từng giây, từng phút. Nên bác trân trọng và rất qúy những gì mà bác học hỏi được từ nơi anh Qúy và mày.

Tôi cắt ngang lời Trang:

- Bác thương chúng tao nên nói vậy, chứ ai bệnh tật mà chả biết qúy đời sống.

Nhưng Trang lắc đầu:

- Không đâu, khi con người ta thất vọng mày biết người ta có thể làm nhiều việc rất tồi tệ mà mình không thể ngờ. Phải can đảm và chịu đựng lắm mới được như anh Qúy.

Tôi thở dài, rồi đổi đề tài. tôi trầm giọng:

- Có những người, hình như chỉ gặp vài lần là mình đã như cảm thấy được sự thân thương và qúy mến nơi họ. Không phải vì những thông lệ quà cáp biếu xén hay lợi lộc vật chất, mà là thứ cảm giác tinh thần, một cảm giác rất kỳ diệu. Bác Kha có lẽ là người mà tao đã tìm được cảm giác đó. Mày cho tao gửi lời cám ơn bác Kha. Mày cũng nói dùm tao, tao luôn nhớ những lời của bác Kha.

Trang ngắt lời tôi:

- Có lần bác Kha qua Hồng Kông công tác, lần đó tao tình cờ gặp bác, chính bác Kha là người đã cho tao biết rất nhiều về Phận.

Nhưng suy nghĩ sao Trang lại đổi đề tài. Hình như Trang muốn giấu việc gì, nên tôi không hỏi thêm...

Vừa lúc đó, tôi thấy điện thoại rung trong sắc. Tôi vội mở ra, nhìn điện thoại, tôi biết là Qúy, nên lên tiếng. Từ đầu giây bên kia tiếng Qúy:

- Em có sao không? trễ rồi đó.

Tôi vội vàng trả lời Qúy:

- Em về ngay. Mải nói chuyện với Trang em quên coi đồng hồ. Xin lỗi anh.

Qúy bảo tôi:

- Không sao, anh chỉ gọi em để an tâm, sợ lái xe đêm hôm có gì bất cẩn thôi.

Tôi ngắt lời Qúy:

- Dạ. Em về ngay.

Tôi cúp điện thoại, nhìn Trang:

- Anh Qúy gọi. Có lẽ anh ấy đau nhưng không muốn nói. Giọng anh ấy yếu lắm. Chắc xin lỗi mày, tao phải về.

Rồi tôi nhìn Trang thành thật:

- Cám ơn mày, mày lúc nào cũng lo cho tao. Nhưng hứa là đừng kể chuyện tao cho ai nhé. Đây là chuyện riêng của hai đứa tao. Tao rất trân qúy. Mày nhớ nhé.

Trang cười:

- Biết rồi. Mày nghĩ tao lắm miệng lắm sao.

Tôi cũng cười theo, làm bộ dơ hai ngón tay lên ra dấu một khoảng cách nhỏ, vừa nói:

- Cũng một chút.

Trang nhìn tôi:

- Tao cũng cám ơn mày. Tao chúc mày may mắn.

Trang kêu tính tiền, sau đó cả hai chúng tôi cùng đứng dậy. Tôi và Trang bước ra cửa, vừa đi tôi vừa bảo Trang:

- Anh Qúy và tao hầu như ít xa nhau lắm, nên chỉ vài

tiếng là đã gọi rồi.

- Chứ không phải sợ mất vợ sao?

- Mày lúc nào cũng vui vẻ. Nhưng thực ra vì lo lắng cho nhau thì đúng hơn.

Trang cười:

- Đùa thôi chứ tao hiểu mà. Bệnh tình của anh Qúy đâu biết lúc nào sẩy ra.

Rồi Trang nghiêm nét mặt:

- Mày hãy tin như mày từng tin, anh Qúy sẽ bình an.

Tôi gật đầu, nhưng thực lòng tôi không biết mình nghĩ gì lúc này. Vì tôi vừa nghĩ tới những gì bác sĩ nói cho tôi biết nếu thận của tôi không phù hợp với Qúy....

CHƯƠNG MƯỜI

Dù là việc hiến thận kết quả chín mươi bẩy phần trăm, nhưng vẫn còn ba phần trăm không thành công. Và không ai có thể bảo đảm ba phần trăm đó không rơi vào hoàn cảnh giải phẫu của mình. Hơn nữa, dù mổ không còn là sự gì khó khăn đối với y thuật ngày nay, nhưng nói sao chăng nữa, mổ vẫn là mổ, dĩ nhiên vẫn có những chuyện không lường trước được.

Tôi nhớ và nhớ rất rõ lời bác sĩ, khi tôi hỏi về trường hợp hiến thận, bác sĩ đã rành rẽ chi tiết cho tôi, bác sĩ nói:

- Theo như thống kê, nếu một người cho đi một quả thận thì vẫn có thể sống cuộc sống bình thường. Tuy nhiên, phần đông người hiến thận phải có sức khoẻ thật tốt.

Tôi đã ngắt lời bác sĩ:

- Sức khoẻ thật tốt là thế nào.

Bác sĩ không suy nghĩ trả lời:

- Sức khoẻ thật tốt tức là người đó phải hầu như hoàn toàn khoẻ mạnh, lại không mang bất kỳ chứng bệnh nào, như cao áp xuất, không tiểu đường, không cao cholesterol, không bị nhiễm trùng như HIV/AIDS...

Tôi phân vân:

- Thế nếu như người đó có sức khoẻ tốt, muốn hiến thận thì phải làm những gì?

- Sau khi biết người đó có sức khoẻ tốt thì mới tiếp tục thử nghiệm để biết chức năng thận đó có tốt hay không.

Đây mới là điều rất quan trọng. Bác sĩ sẽ xét nghiệm máu và theo dõi chức năng của thận cũng như chụp quang tuyến để xác nhận rõ ràng thận đó như thế nào.

Bác sĩ ngừng nói nhìn tôi như dò xét. Tôi không đợi hỏi tiếp:

- Qúa trình xét nghiệm thế nào, xin bác sĩ nói rõ hơn.

Bác sĩ chậm rãi, giọng bình thản:

- Trước khi hiến thận, thì việc ăn uống bình thường, vì người hiến thận không cần phải chuẩn bị gì trong vấn đề thực phẩm. Tuy nhiên, sau khi thử máu, nếu kết qủa tốt như mong muốn, thì sẽ chụp hai loại hình, một là IVT, tức là chụp làm sao để thấy được hết trái thận hoạt động ra sao và các mạch máu như thế nào. Còn cách thứ hai là "cat scan", để xem trong cơ thể trong vùng thận của người hiến thận có bướu hay không. Đó là hai phần thử nghiệm mà người ta sẽ làm trước cho người hiến thận.

Bác sĩ ngừng nói, một lúc sau lại tiếp:

- Trước khi lấy thận thì không cần dùng thuốc và làm gì cả. Nhưng sau khi lấy trái thận ra khỏi cơ thể thì phần đông chỉ cần thuốc đau do giải phẫu. Vì đây là một cuộc giải phẫu lớn mất tới ba bốn tiếng đồng hồ nên dĩ nhiên là phải đau đớn do vết mổ gây ra.

Tôi trầm ngâm đôi chút rồi lại hỏi bác sĩ:

- Tôi nghe nói người có loại máu O là có thể hiến thận cho bất kỳ loại máu nào phải không bác sĩ.

- Đúng như vậy.

Tôi nghe mừng trong lòng, vì tôi có máu O. Tôi lại hỏi tiếp:

- Thế phải mổ thế nào, người ta có phải mổ từ bụng không bác sĩ?

Bác sĩ nhìn tôi chậm rãi trả lời:

- Có hai cách, cách thứ nhất là mổ ở vùng bụng một vết lớn để lấy thận ra. Cách này tương đối nguy hiểm hơn vì có nhiều việc giải phẫu hơn. Cách thứ hai là nội soi, cách này ít làm, vì bác sĩ giải phẫu nội soi phải dùng những phẫu thuật đặc biệt để lấy trái thận ra, nên phải được huấn luyện rất kỹ mới có khả năng thực hiện được thao tác này. Tuy nhiên giải phẫu nội soi nói chung thì bệnh nhân đỡ đau đớn và chóng lành hơn.

Tôi suy nghĩ rồi lại hỏi:

- Thế sau khi phẫu thuật có phải uống thuốc gì không bác sĩ?

Bác sĩ nhìn tôi có ý như tò mò, nhưng rồi cũng trả lời tôi:

- Tuỳ theo cách mổ, nhưng trung bình chỉ cần nghỉ ba bốn tuần để dưỡng sức là trở lại cuộc sống bình thường. Ngoài ra cũng không phải uống thuốc gì, ngoài thuốc đau ngay sau khi mổ, nếu cần như tôi đã nói. Tuy nhiên cần hai cho tới ba tháng thì mới hoàn toàn bình phục, nghĩa là không còn ảnh hưởng gì nữa cả, kể cả vết mổ.

Bác sĩ suy nghĩ rồi lại tiếp:

- Nhưng đây là trường hợp không bị nhiễm trùng hay chảy máu. Vì là một cuộc giải phẫu lớn, nên việc nhiễm trùng hay chảy máu đều có thể sẩy ra cho một số cuộc giải phẫu. Nhất là có những bệnh nhân không kiêng cữ theo đúng lời chỉ dẫn của bác sĩ... Thì cần phải uống thuốc trụ sinh, nhưng cũng còn tùy theo trường hợp.

Tôi tần ngần:

- Bao giờ thì có thể đi làm, và sau khi lấy thận ra, sức khoẻ có giảm đi không?

Bác sĩ bình thản:

- Chắc là cần ba bốn tuần mới nên đi làm. Vì sau khi lấy thận ra, hẳn nhiên bị ảnh hưởng bởi cuộc giải phẫu, nên dễ mệt mỏi. Do đó, chế độ dinh dưỡng cũng cần lưu ý, đừng ỷ y, cũng đừng coi thường. Cần tẩm bổ để lấy lại sức khoẻ. Vì nếu không dinh dưỡng tốt, lại trở lại làm việc quá sớm, sẽ gây ra tình trạng mệt mỏi, và dẫn đến sự suy nhược. Tuy nhiên, cũng không nên lo lắng lắm, hãy sống bình thường, và để ý tới sức khoẻ hơn một chút trong những tháng đầu sau khi mổ là ổn.

Tôi lại hỏi:

- Có trường hợp nào bị rủi ro không bác sĩ.

Nhìn tôi, bác sĩ trả lời:

- Dĩ nhiên là có, tuy nhiên tỷ lệ không cao lắm. Theo thống kê thì chỉ có ba phần trăm rủi ro cho người hiến thận. Còn vấn đề giảm tuổi thọ cũng vậy, người ta nghĩ người hiến thận sẽ giảm tuổi thọ, điều này theo thống kê hoàn toàn không có việc đó.

Ngừng một chút bác sĩ tiếp:

- Nhưng có một điều lưu ý, là nhiều lúc vấn đề không thành công trong việc ghép thận, hay hiến thận, phần nhiều là do tiến trình xét nghiệm của người hiến thận, cũng như người nhận thận. Như trường hợp bên Trung-quốc hay bên các nước chậm tiến, nhiều khi người ta rất sơ sài, không để ý tới những chi tiết cần thiết y học, họ đã dùng các phẫu thuật không an toàn vệ sinh chẳng hạn, hay không cẩn thận tiến hành các thử nghiệm về sức khoẻ của người hiến thận khiến trở nên tồi tệ cho cả người hiến thận và người nhận thận. Những rủi ro này là do con người tạo ra.

Bác sĩ lại ngừng nói, lúc sau lên tiếng:

- Điều bác sĩ nên khuyên những người hiến thận là phải biết thời khoá biểu của mình chính xác sau khi hiến thận. Mình không thể nào hiến thận xong là đi làm ngay mà cần phải tịnh dưỡng. Cũng như người đó phải biết sức khoẻ của mình có nên hiến thận không, nhất là những người hay cảm hay đau. Lại cũng nên để ý, tình trạng công việc hàng ngày thế nào, mình có cáng đáng nổi sau khi hiến thận không. Tất cả đều phải xem xét và điều nghiên rất kỹ. Vì đây là cuộc giải phẫu lớn, và sự rủi ro gì cũng có thể sẩy ra. Nói là ba phần trăm không thành công, biết đâu mình lại ở trong ba phần trăm ấy, do đó, không nên coi thường bất kỳ cuộc giải phẫu nào dù lớn hay nhỏ. Ngoài ra, sau khi giải phẫu, phải theo lời chỉ dẫn tuyệt đối của bác sĩ, và tối thiểu phải tái khám ít nhất là ba lần, hầu bác sĩ có thể theo dõi tình trạng vết mổ, cũng như sức khoẻ khả dĩ hay không...

Bây giờ nghĩ lại cuộc gặp gỡ bác sĩ lần đầu khi có ý định tìm hiểu tôi có thể hiến thận cho Qúy hay không, mà lòng chút bồi hồi lo lắng. Tuy nhiên, hình như sự lo lắng của tôi không phải ở đó, mà ở sự giải phẫu có thành công cho Qúy không? Vì tôi không phải người trong gia đình ruột thịt, nên sự thành công chỉ khoảng năm mươi phần trăm, nên điều một ăn, một thua này đã làm tôi lo lắng. Chứ nếu biết việc ghép thận của Qúy sẽ thành công một trăm phần trăm, hay chín mươi bẩy phần trăm thì tôi đâu đến nỗi phải bồn chồn trong hoang mang lo sợ thế này.

Nhưng rồi tôi nghĩ, hãy làm tròn việc của mình còn việc của người khác sẽ có người khác lo.

Việc của tôi là hiến thận chứ không phải là ghép thận. Tôi hãy làm những gì có thể cho Qúy với tất cả tấm lòng của tôi, điều đó mới quan trọng. Trong ý nghĩ đó, tôi đã cảm thấy yên lòng hơn. Nhưng cũng không được lâu, vì tôi là con người, hơn nữa lại là một người đàn bà với đúng nghĩa của nó, một người đàn bà Á-đông với đầy đặc tính của kẻ yếu, nên làm sao tôi có thể phủ lấp những bồn chồn lo sợ trong tôi. Nên lúc nào tôi cũng băn khoăn đứng ngồi không yên.

Tôi quanh quẩn trong đầu từ những bi quan, những lạc quan, và rồi những câu trả lời, câu hỏi đều xoay quanh những có, những không tuyệt vọng. Vì ai có thể hứa, ai có thể giải thích lúc này.

Thế rồi tôi quyết định nói với Qúy ý định hiến thận của tôi. Tôi không thể nào giấu Qúy thêm được nữa. Qúy cần biết và phải biết qua tất cả diễn tiến và thủ tục phẫu thuật. Tối hôm đó, không khí trong nhà tôi như có một luồng ám khí gì đó, hay tôi giầu tưởng tượng. Tôi thấy khó thở và đôi mắt tôi chớp liên tục. Tôi nhìn gương. Tôi thấy những sợi gân máu trong mắt tôi đỏ và xưng lên. Tôi chút e dè định nhờ Qúy khám mắt tôi, nhưng nghĩ sao tôi chép miệng:

- Chắc là mất ngủ nên mới ra thế này.

Và tôi phó mặc. Nhưng ra ngoài, tôi lại cảm nghiệm được sự gì đó khiến tôi bồn chồn bất an. Tôi bước lên phòng làm việc của Qúy trên lầu. Qúy đang ngồi đọc sách. Qúy thấy tôi, bỏ sách xuống nhìn vào đôi mắt của tôi, đây là thói quen của Qúy, luôn nhìn sâu vào mắt tôi trước khi hỏi điều gì, vì Qúy giải nghĩa, làm như vậy có thể không cần trả lời mình cũng có thể đoán ra câu trả lời, vì ánh mắt là cửa sổ của tâm hồn. Nên hôm nay cũng thế, Qúy hỏi:

- Mắt em sao đỏ thế?

Tôi định giấu Qúy, nhưng không biết sao tôi đã nói cho Qúy về cảm giác của tôi. Qúy nghe xong trầm tĩnh:

- Em có gì không muốn nói với anh đúng không?

Tôi nhìn Qúy, rồi thật thà:

- Sao anh biết?

Qúy cười:

- Vì anh là chồng em.

Tôi không biết trả lời Qúy ra sao. Lưỡng lự, tôi bước hẳn vào trong, ngồi trên chiếc ghế đối diện với Qúy, sau đó tôi hỏi Qúy:

- Anh thấy sức khoẻ thế nào?

Qúy suy nghĩ:

- Sao em hỏi anh thế?

Bỗng dưng nước mắt tôi chảy ra. Tôi gục đầu, lấy hai bàn tay ôm mặt. Qúy đến vỗ về tôi:

- Có gì cứ nói đi em, nói ra mình sẽ dễ chịu hơn.

Nhưng tôi vẫn ngồi ì ra không nói. Tôi phải bắt đầu sao để Qúy an lòng, và sẵn sàng chấp nhận đề nghị của tôi. Tôi biết Qúy yêu tôi, nên chắc chắn sẽ không chịu để cho tôi hiến thận cho Qúy, dù là tỷ lệ của người hiến thận sẽ có đời sống bình thường tới chín mươi bẩy hay cả trăm phần trăm.

Tình yêu chân thật là thế, là hy sinh, ai cũng sẵn sàng

hy sinh cho người mình yêu.

Thấy tôi vẫn xụt xùi không chịu nói, Qúy thở dài:

- Em hãy luôn nhớ, dù em có làm gì đi nữa, đừng quên là em không chỉ lo cho anh, mà phải nghĩ tới hai con. Em phải khoẻ mạnh để nuôi nấng các con, để bảo bọc các con, và để lo cho các con nên người, trở thành người hữu dụng cho xã hội.

Rồi Qúy trầm giọng:

- Con người ta ai cũng phải chết, điều quan trọng là chết thế nào. Chết đi rồi còn để lại tiếng thơm, hay lại để lại tiếng xấu cho những người thân của mình. Anh không biết anh sẽ tiếp tục được bao lâu, và khi nào Chúa gọi anh về. Nhưng em ạ, tin anh, anh sẽ tiếp tục sống vui vẻ cùng em và các con cho tới phút cuối.

Vừa nghe Qúy nói thế, tôi như muốn gào lên, ôm lưng Qúy vừa mếu máo:

- Anh không được nói nữa. Anh phải sống, em đã chẳng bảo anh bao nhiêu lần rồi sao.

Qúy vuốt tóc tôi:

- Ai chả muốn sống, nhưng còn tùy thuộc vào sự an bài của Thiên Chúa đúng không?

Rồi Qúy dìu tôi ngồi xuống ghế. Nhưng lòng tôi hỗn loạn không biết bắt đầu từ đâu. Mãi sau, lâu lắm, lúc mà Qúy xuống nhà lấy ly nước lên trao cho tôi, tôi mới biết là Qúy đã đi lấy nước cho tôi từ lúc nào mà tôi không hay. Tôi không biết vì tôi mất trí, hay vì tôi không còn cảm giác của người sống. Tôi đã từ một cõi nào đó của muộn phiền và lo sợ, nên lòng tôi đã tan hoang đến độ tưởng mình không hiện hữu. Tuy thế, tôi vẫn cầm ly nước Qúy trao, uống một hớp nhỏ. Nước lạnh từ từ chảy qua cổ họng, một cảm giác mát lạnh khiến tôi trở về với thực tại. Tôi nhìn Qúy, nói trong yêu đương:

- Anh có yêu em không?

Qúy cười như dỗ dành:

- Anh phải lập lại nữa sao? Anh yêu, yêu lắm được chưa.

- Vậy anh hứa là anh sẽ chiều em.

Qúy phân vân rồi nhỏ nhẹ:

- Ừ anh hứa vô điều kiện, miễn em anh hạnh phúc.

Tôi nũng nịu:

- Anh hứa rồi nhé. Anh phải giữ lời.

Qúy đùa:

- Nhưng cũng phải tùy thuộc điều đó thế nào chứ phải không?

Tôi không trả lời Qúy. Lúc sau tôi lại hỏi:

- Anh hứa thật không?

Qúy bình thản:

- Chẳng lẽ anh dối em.

Tôi thở dài, nhìn ra cửa sổ, ngoài trời hình như âm u có lẽ trời chuyển mưa. Rồi đây, không hiểu bầu trời trong lòng tôi có chuyển đổi và âm u không?

Tôi bỗng dưng rùng mình quay lại nhìn Qúy. Qúy coi vẻ sốt ruột, nhưng rồi Qúy đến chiếc ghế bên cạnh ngồi xuống. Lúc sau Qúy lên tiếng trước:

- Em không cần phải bắt anh hứa, mà anh đã chẳng hứa với em từ lâu rồi sao.

Tôi nhìn Qúy, và bỗng buột miệng. Tôi không thể chần chờ thêm:

- Em đã đi thử nghiệm và quyết định hiến thận cho anh.

Qúy vừa nghe đã đứng dậy. Qúy đến ngồi sau chiếc bàn làm việc, không nói một lời. Nhưng tôi thấy mặt Qúy tái đi, và Qúy cúi xuống ho sặc sụa.

Tôi thấy thế lo lắng, đứng dậy đến sau lưng ghế Qúy ngồi, và quên câu nói của tôi. Tôi hỏi Qúy:

- Anh có sao không?

Qúy không trả lời, ôm ngực vừa tiếp tục ho rũ rượi. Tôi đưa ly nước còn đang trên tay cho Qúy. Qúy hớp một ngụm rồi nhắm mắt ngồi yên. Một lúc sau, khi cơn ho đã dứt, Qúy mới lắc đầu:

- Em nghĩ thế nào? Anh có phải là chồng em không?

Tôi ngần ngại không trả lời, vì thực sự tôi không biết trả lời sao đây. Lúc sau Qúy tiếp:

- Anh làm sao có thể để người ta mổ em, lấy thận của em được. Anh chẳng từng bảo em, em phải sống, mà phải sống khoẻ để nuôi và dậy dỗ con cái thay anh sao. Chẳng lẽ em chỉ nghĩ tới em, mà không nghĩ tới anh và con?

Rồi trầm ngâm giây lát, Qúy tiếp:

- Đáng lẽ ra anh đã chết từ hơn hai mươi năm qua. Lúc tuyệt vọng nhất là lúc mà người ta bảo anh là anh khó qua khỏi. Nhưng rồi anh được cứu sống, và sống tới ngày hôm nay. Đối với anh, anh luôn tâm niệm, mỗi ngày của anh là một đặc ân, do đó anh phải sống với đặc ân đó đúng nghĩa. Con người ta qúa đầy đủ, hay quá dư thừa, khi nhận được quà từ một người khác, dù là món quà có giá trị rất cao, và dù là người biếu tặng có đưa với tất cả tấm lòng, người ta vẫn không thể nào qúy và yêu thích món quà đó như những người thiếu thốn. Em biết vì lý do đó mà sao những người nghèo khổ hạnh phúc hơn những người giầu có dư thừa, vì họ luôn qúy mến những gì họ có được. Giống như anh, món qùa của anh là được sống thêm. Mỗi ngày của anh là một món quà của Chúa ban cho. Tối đi ngủ, anh luôn tâm niệm không biết ngày mai mình có còn nhìn thấy mặt trời nữa không, nên anh luôn sẵn sàng. Sáng thức dậy nhìn hừng đông hé nở, anh cám ơn Thượng-đế đã cho anh thêm một ngày. Vì lẽ đó, anh trân qúy và rất trân qúy cuộc sống từng ngày của anh.

Qúy ngừng nói, thở ra và nói:

- Mỗi người có cách cầu nguyện khác nhau. Người thì thích đọc kinh, kẻ thì âm thầm cầu nguyện. Anh cũng thế, anh có lối cầu nguyện riêng của anh. Ngày nào anh cũng cám ơn Thiên Chúa. Và mỗi khi uống thuốc, dù một viên hay hai viên, anh đều âm thầm cầu nguyện. Anh đọc kinh trong lòng. Anh nghĩ có lẽ em không bao giờ nghe, và không cảm nhận được điều đó dù sống với nhau bao năm.

Nhưng sở dĩ anh nói cho em hôm nay, là vì anh muốn em hiểu rằng, anh luôn tin vào quyền năng Thiên Chúa, luôn tin vào sự xếp đặt của Thiên Chúa, nên anh chấp nhận và sẵn sàng, ngay bây giờ, lúc anh nói chuyện với em, anh cũng sẵn sàng, làm sao anh có thể để em phải chịu đau đớn, mà biết đâu một sự không may sẩy ra cho em, thì ai là người trông nom con sau này.

Qúy đứng dậy, cầm tay tôi:

- Đừng làm thế. Anh sẽ buồn lắm.

Nhưng tôi nhất định không theo ý Qúy, tôi nói:

- Anh bảo là anh sẵn sàng theo ý Chúa đúng không?

Qúy gật đầu. Tôi nói trong thận trọng:

- Thế anh có nghĩ đây là ý Chúa không? Nếu không tại sao anh và em nên vợ nên chồng. Đấy không phải là Chúa đã xếp đặt cho anh cưới em, để rồi sau hai mươi năm, em sẽ là người tiếp tục theo ý Chúa, là hiến thận cho anh sống tiếp. Và biết đâu ý Chúa muốn anh sống tiếp để làm công việc khác, một công việc nào đó mà Chúa đã an bài cho anh.

Tôi thấy Qúy im lặng. Tôi nghĩ Qúy do dự vì cách suy luận của tôi, nhất là điều đó liên quan tới quyền năng Thiên Chúa. Thấy thế tôi tiếp:

- Anh bảo là em chỉ nghĩ cho em mà không lo cho con. Nhưng nếu như việc gì sẩy ra cho anh, thì không chỉ con, mà cả em sao sống nổi. Vậy anh có nghĩ cho em không?

Qúy chút do dự:

- Nhưng mà không thể được. Anh không thể chấp nhận như vậy.

Tôi cắt lời Qúy:

- Em cũng vậy, nhất định em sẽ hiến thận cho anh.

Cả hai chúng tôi mỗi người một ý. Cuối cùng tôi giận quá xuống dưới nhà vào phòng đóng cửa, gục đầu trên nệm khóc một mình.

Tôi khóc vì thương Qúy, dù biết rằng Qúy sẽ không nhận thận của tôi. Nhưng tôi vẫn cố gắng, và tin vào tình yêu sẽ vượt thắng, sẽ cho Qúy sự cần thiết của Qúy đối với con tôi và tôi. Nhưng ngay bây giờ, tôi đã không lay chuyển được ý Qúy.

Nếu vì một lầm lỡ nào của tôi hoặc của Qúy khiến chúng tôi phải cãi vã và giận hờn thì sự giận hờn đó còn có lý do để tức giận hay hằn học, đằng này vì yêu mà giận thì thật khó. Có lẽ tôi nhõng nhẽo và làm nũng hơn là giận hờn, vì làm sao tôi có thể vì người yêu tôi, lo lắng cho tôi, nên mới từ chối tôi. Vì nếu là tôi, chắc chắn tôi cũng sẽ như Qúy, không thể nào chịu cho Qúy hiến thận cho tôi. Tôi lấy tâm trạng mình mà suy nghĩ cho Qúy, tôi mới thấy mình vô lý.

Nhưng dẫu sao, tôi phải thắng. Qúy phải nghe tôi, bằng lòng ghép thận của tôi, vì có như thế, Qúy mới có cơ hội sống. Chính vì ý nghĩ này, tôi đã mạo hiểm làm nũng và tiếp tục giận hờn.

Từ hôm đó, lúc nào tôi cũng tìm cách giận Qúy dù biết là vô cớ. Ngày nào cũng thế, tôi giữ im lặng, tôi lo cho con, lo cho Qúy xong tôi tìm cách vào phòng. Cử chỉ này khiến Qúy tưởng tôi giận thật, nên lúc nào có cơ hội đều tìm cách theo tôi năn nỉ. Nhưng tôi vẫn làm mặt giận không thèm đối đáp.

Khí giới của đàn bà là nước mắt. Lúc nào mắt tôi cũng ướt, có lẽ tôi khóc thật, khóc vì thương Qúy, nhưng Qúy lại nghĩ là vì Qúy mà tôi đã trở nên buồn bã và đau khổ.

Và cứ thế, kéo dài hơn một tuần lễ, Qúy như không còn chịu nổi hình phạt này, nên đã hơi mềm lòng. Nhưng Qúy vẫn không trả lời tôi là bằng lòng hay không, mà chỉ hỏi tôi:

- Em có gọi điện thoại nói cho Hương, hay bố mẹ về ý định của em chưa.

Tôi im lặng làm như không nghe. Tôi tiếp tục xới cơm vào chén đưa cho Qúy. Qúy không đỡ chén cơm mà hỏi lại:

- Em nghe anh nói không? Sao em giận dai quá vậy?

Tôi cũng không trả lời, bỏ chén cơm trước mặt Qúy

rồi ra salon ngồi. Nước mắt tôi lại chảy ra. Qúy như sốt ruột đến bên tôi vỗ về:

- Em trả lời anh đi, vì thực tình anh không muốn em nói với bố mẹ. Anh đã không muốn phiền ai trong gia đình, nên anh càng không muốn cho anh em của anh nghĩ điều không phải với em và cả anh.

Rồi Qúy lại trầm giọng:

- Anh em dù là ruột thịt, nhưng mỗi người một hoàn cảnh, ai cũng có gia đình. Vả lại anh đã tuyên bố là nhất định không chịu nhận thận của ai, bây giờ nếu em nói, chắc chắn sẽ có điều không hay.

Tôi nghe Qúy nói, giọng thật thành khẩn, nên tôi cũng mềm lòng. Tôi thở dài, giọng não buồn:

- Em đâu có dại đâu, tại sao em phải nói. Hơn nữa, còn biết bao việc phải làm, phải lo. Bố mẹ lại có tuổi, nói ra chỉ làm bố mẹ nghĩ ngợi rồi sinh bệnh.

Qúy nghe tôi nói, cầm tay tôi nói khẽ:

- Cám ơn em đã nghĩ cho anh.

Tôi trầm giọng:

- Mình là vợ chồng mà anh còn không tin tưởng em, huống hồ người khác.

Qúy ôm tôi:

- Anh đâu có phải là không tin tưởng em, chỉ vì yêu em anh mới nghĩ như thế. Em không nghĩ em giận anh là oan cho anh sao?

Tôi thở dài:

- Sao lại oan. Chứ không phải anh không yêu em anh mới nghĩ như thế sao. Nếu thật lòng yêu em anh đã không để em buồn. Anh đã nghe lời em, đã bằng lòng chiều theo ước nguyện của em.

Qúy ngồi im không nói. Lúc sau Qúy thở dài đứng dậy. Nhưng Qúy không đến bàn ăn mà bỏ lên lầu.

Lúc này thì tôi sợ Qúy buồn tôi thật, nên tôi bối rối. Nhưng đã lỡ làm bộ mấy hôm nay, bây giờ gần có kết quả chẳng lẽ công dã tràng sao. Nên tôi ngồi lỳ, nước mắt tôi tuôn như dòng suối.

Cũng may, không lâu Qúy đi xuống đưa cho tôi tấm thiệp. Tôi làm bộ quay đi, nhưng thật ra vì quá cảm động nên tôi không dám nhìn thẳng Qúy. Tôi biết Qúy đã viết thiệp cho tôi, và tôi biết thể nào Qúy cũng xin lỗi vì đã làm tôi buồn. Tôi lại cũng đoán già, đoán non thế nào Qúy cũng chiều theo ý tôi, vì bẩm chất, Qúy coi bộ cứng rắn, nhưng luôn chiều tôi, nhất là lần này Qúy hiểu rất rõ công việc làm của tôi là một hy sinh không ít, dù tôi không hề để ý tới bản thân, hay nguy hiểm của sự hy sinh này.

Rồi Qúy ngồi sát như muốn ôm tôi vào lòng. Tôi không chống cự. Mà làm sao tôi có thể chống cự được trước ngọt ngào của tình yêu. Nên tôi gục đầu lên vai Qúy:

- Anh hứa với em anh nhé.

Qúy thở dài không nói, đưa thiệp cho tôi. Tôi cầm lấy nhưng không mở ra. Qúy nhắc:

- Em mở ra đi.

Tôi làm bộ lưỡng lự, nhưng thật ra lòng tôi đã muốn mở ngay từ khi Qúy mang xuống. Đàn bà là thế, lúc nào cũng nũng nịu để gây sự thương xót cho đàn ông, để rồi đàn ông phải dỗ ngọt, phải chiều chuộng như một đặc ân.

Trong thiệp, kẹp một tờ giấy mỏng chữ kín mít, Qúy viết:

Em yêu của anh

Còn gì hơn phải không em, em đã hy sinh nội tạng của mình cho anh. Điều này đã nói lên tình yêu của em dành cho anh lớn lao thế nào. Nhưng em ơi, em có hiểu cho anh rằng, khi nghe tin em có ý định, và nhất quyết hiến thận cho anh, anh đã nhoà lệ vì tràn đầy niềm hạnh phúc. Vì sao em biết không? Vì anh sợ nếu có gì sẩy ra cho anh, cho em, hai chúng mình không còn sống với nhau, thì quả là điều bất hạnh mà anh không thể nào đủ can đảm nghĩ tới. Em càng yêu anh, anh càng sợ xa em. Bề ngoài anh bình thản, nhưng đó chỉ là sự bình thản giả tạo, vì làm sao anh có thể bình thản khi biết mình chỉ còn sống ngày một ngày hai, rồi anh sẽ phải bỏ lại em để ra đi giữa lúc tình yêu của chúng ta đang ngút ngàn yêu đương và bổn phận.

Thật sự, anh là người muốn được chữa lành hơn ai hết. Anh đã luôn thở dài vì nghĩ tới ngày mai, biết đâu anh sẽ trở thành người thiên cổ. Để rồi em và con bơ vơ.... Anh không biết mình phải làm gì cho ngày mai, vì ngày mai với anh xa quá... Nhưng anh biết, anh phải vui và khoan độ với em từng giây. Mỗi giây bên em và các con đều là những giây hạnh phúc nhất trên đời mà Thiên Chúa dành cho anh. Nhưng giờ đây, anh đã làm em buồn, em khóc, thì anh có đáng để em yêu không?

Anh xin lỗi em, anh sẽ làm theo ý em, dù thật sự lòng anh rất đau khổ và không muốn em phải vì anh mà gánh chịu thêm những khổ lụy, nhưng nhớ rằng, dù có gì sẩy ra, anh mãi yêu em và các con..

Yêu em. NNQ

Đọc xong, tôi không cầm được sự vui mừng vì Qúy đã chiều tôi, đã bằng lòng cho tôi hiến thận cho Qúy, người chồng mà tôi hứa yêu và sống suốt đời tôi.

Nước mắt tôi mãi tuôn... Mãi tuôn, nếu không có tiếng điện thoại reng, có lẽ tôi sẽ ôm Qúy khóc suốt đêm.

Qúy buông tôi ra đến nhấc điện thoại:

- Hello.

Tôi không biết bên kia nói gì, chỉ thấy Qúy "yes" "yes" rồi cúp điện thoại. Tôi hỏi Qúy:

- Chuyện gì đấy anh.

Qúy khẽ nói:

- Ngày mai lọc máu sớm hai tiếng. Bác sĩ muốn gặp riêng anh.

Tôi nhìn Qúy, nét mặt Qúy rất buồn. Tôi biết Qúy đang lo sợ khi nghĩ tới ngày mai.

Mà ai chẳng lo sợ. Một tuần ba ngày, mỗi ngày ba bốn tiếng, lần nào cũng thế, cả bốn tiếng ròng rã trên giường, đấy là không kể những vộp bẻ đau đến quần quại tứ chi. Tôi thương Qúy và càng thương Qúy vì sự chịu đựng của Qúy.

Nhiều lúc tôi nghĩ quanh, ngay cả những món ăn cao

lương mỹ vị mà bắt nhai đi nhai lại nhiều lần trong tuần cũng phải ngán. Đằng này, không thể bỏ, không thể quên, và không có quyền lựa chọn, lại đau đớn tuyệt vọng, quả mấy ai chịu đựng được. Chính vì thế nhiều người đã tự tử, vì với họ tự tử chỉ đau một lần, còn sống bệnh tật thế này thì sự đau đớn mãi kéo dài, nên thà là trốn khỏi cái nợ trần gian. Và những lúc đó không lần nào không nhắc nhở tôi thời gian còn trung học mà Qúy đã trải qua, nên lần nào tôi cũng hãnh diện về sự kiên cường chịu đựng của Qúy, một chàng trai vượt biên côi cút một mình trên đất Mỹ...

Nhưng chỉ thoáng qua, mặt Qúy như tươi lại ngay, tôi biết Qúy cố quên sự lo lắng trong lòng nên cũng không hỏi tiếp.

Tôi và Qúy cùng nhau đến bàn ăn. Hôm nay, cả hai con tôi đều về thăm bố mẹ Qúy, nên ở nhà chỉ có tôi và Qúy. Nhìn căn nhà, và nhìn những gì mà Qúy làm cho tôi, tôi lại mủi lòng và lại vẩn vơ trong những ý nghĩ không đâu.

Qúy rất tỉ mỷ, mặc dầu sức khoẻ kém, nhưng chuyện gì trong nhà cũng làm, kể cả đã hoàn thành cho tôi một cái bếp nấu với đầy đủ dụng cụ nấu nướng trong garage, giống như bếp trên nhà, để tránh mùi bốc lên mỗi khi nấu nướng trong nhà, nhất là những món ăn Việt Nam. Qúy còn đóng nhà kho và làm tất cả những chuyện khác không nề quản, miễn là tôi chỉ gợi ý.

Thật sự, có lẽ ai cũng thế, có những việc người vợ làm cho chồng, hoặc người chồng làm cho vợ mà người ngoài không thể hiểu nổi. Như tôi nghe có lần bác Kha kể chuyện về một người bạn của bác, bạn bác đã giận hờn vì người con dâu của bạn bác Kha đã không biết tiết kiệm còn phung phí mua xe mới cho chồng giữa lúc người chồng đang bị bệnh. Bác Kha thấy thế, nên đã khuyên người bạn bác là hãy suy nghĩ, và phân tích kỹ việc làm của con dâu bạn bác trước khi tức giận, vì bác Kha nghĩ, chắc chắn con dâu bạn bác có lý do nên mới phải vay mượn để mua chiếc xe mới đắt tiền cho chồng mình. Nhưng bạn bác Kha vẫn một mực giận dữ và quả quyết, còn kết tội người con dâu. Nhưng người con dâu vẫn âm thầm và không lời oán trách.

Sau này, bác Kha có dịp nói chuyện với người con dâu bạn của bác, người con dâu mới trầm tĩnh trả lời bác Kha, sở dĩ làm như thế là vì không biết sự sống chết của chồng, hơn nữa, vì biết chồng thích chiếc xe đó từ lâu, nên đã không ngần ngại mua cho chồng, tối thiểu người chồng được hưởng hạnh phúc đã mong muốn, dù mỏng manh, nhưng là ý muốn của người chồng đã ấp ủ từ lâu, và giả như không may mắn và lỡ gì sẩy ra cho chồng, cô ta sẽ không ân hận. Làm việc này, tất cả chỉ vì yêu chồng.

Vì thế, xét đoán và oán trách một người thật dễ nhưng quả cũng thật khó nếu ta chỉ suy nghĩ theo quan điểm của mình mà không thông cảm và khách quan theo người khác.

Qúy thấy nét mặt tôi thay đổi bất thường theo suy nghĩ trong đầu của tôi, nên hỏi tôi:

- Em có chuyện gì?

Tôi cười, nụ cười khó khăn:

- Không, em nghĩ quanh thôi mà.

Nhưng thực ra, Khi nghĩ tới câu chuyện bác Kha kể, tự nhiên tôi do dự và nghĩ tới trường hợp của tôi. Và từ ý nghĩ đó, tôi tìm về chính mình, nhất là nghĩ tới những điều tôi làm cho Qúy và Qúy làm cho tôi... Và bỗng dưng tôi lại nhớ tới lời bình phẩm của bác sĩ về tôi khi tôi nói, tôi có ý định hiến thận cho Qúy. Tôi nhớ bác sĩ đã khuyên tôi:

- Cô nhỏ nhắn và yếu đuối thế này, có lẽ không thích hợp hiến thận đâu.

Rồi bác sĩ còn nhấn mạnh:

- Nhưng gia đình anh em của chồng cô đâu, tại sao không hỏi xin thận của họ?

Tôi thành thật trả lời:

- Chồng tôi không chấp nhận. Trong gia đình cũng có người đồng ý hiến thận, nhưng chồng tôi một mực từ chối.

Bác sĩ lắc đầu:

- Tôi thú thật, tôi rất e ngại cho cô.

Nhưng tôi đã quả quyết nói với bác sĩ:

- Không sao, bác sĩ cứ giúp tôi khám nghiệm trước, khi nào biết chắc chắn rồi tôi sẽ cho chồng tôi biết về ý định của tôi.

Bác sĩ vẫn lắc đầu, và nhất định khuyên tôi nên nghĩ lại. Nhưng bác sĩ càng nói, sự quyết tâm của tôi càng cao.

Nhưng bác sĩ hình như vẫn không đồng lòng với quyết định của tôi nên đã gọi một vị bác sĩ khác cùng đến bàn về ca ghép thận của chồng tôi, nhất là hỏi ý kiến có đồng quan điểm không. Và cả hai lại xác nhận và cùng nói với tôi:

- Chúng tôi thành thật khuyên cô nên xét lại. Hơn nữa, ghép thận do người ngoài gia tộc tỷ lệ thành công chỉ có năm mươi phần trăm so với những người trong gia tộc. Hơn nữa, cô quá yếu, chúng tôi nghĩ sẽ khó thích hợp với thận của chồng cô.

Nhưng tôi vẫn nhất định theo ý mình, là được hiến thận cho Quý. Khiến cả hai bác sĩ cùng lắc đầu và đành một lần nữa tôn trọng ý định của tôi.

Cũng may mà những điều này đều được tôi giấu kín, nếu không chắc thể nào Qúy cũng tìm cách nhờ bạn bè của Quý khuyên tôi, hoặc nói với những người bác sĩ khám cho tôi tìm giải pháp khả dĩ khiến tôi không thể nào hiến thận cho Quý được.

Từ đó cả hai chúng tôi âm thầm thử nghiệm, và âm thầm tính toán tất cả những cần thiết nếu có gì sẩy ra cho chúng tôi. Và lúc đó, thực sự tôi mới bắt đầu thấy sợ, bắt đầu thấy những chấm đen đe doạ của cuộc đời dần xuất hiện.

Đêm nào cũng thế, tôi hay mơ tới những dao, những kéo và máu me. Tôi còn thấy tôi nằm trong phòng mổ với dây nhợ đầy người. Những người bác sĩ vây quanh, kẻ cầm dao, kẻ cầm kéo tranh nhau rạch bụng tôi ra làm nhiều mảnh. Và tôi la hét, khiến Quý cứ phải lay tôi dậy. Những lúc đó mồ hôi tôi toát ra như tắm. Nhưng khi Quý hỏi tôi:

- Em ú ớ như người bị ma đè. Ác mộng hở em?

Tôi đã mau mắn:

- Không, chỉ là giấc mơ thường thôi.

Qúy biết tôi giấu, nhưng Qúy tế nhị không hỏi thêm, chỉ đứng dậy ra ngoài lấy nước cho tôi.

Làm sao tôi có thể nói cho Qúy nghe giấc mơ của tôi. Vì nếu biết, chắc chắn Qúy sẽ nghĩ lại để rồi sẽ từ chối lời đề nghị của tôi. Tôi phải giấu Qúy, và phải coi như tôi đang vui mừng và không chút lo sợ.

Trước khi quyết định hiến thận, tâm trạng tôi làm gì có kinh nghiệm của người hiến thận, nhất là lúc đó, tôi chỉ hoàn toàn nghĩ tới tình yêu và sự sống của Qúy. Tôi muốn Qúy và tôi sẽ cùng chia sẻ cuộc sống, thận của tôi là của Qúy, tim của tôi là của Qúy, chỉ bình thường và đơn giản như thế. Nhưng khi đã đi sâu vào, nhất là khi nghĩ về những điều có thể sẩy ra, nghĩ tới nội tạng bị xẻ ra và bị cắt đi một phần thân thể, thì dù cố gắng cũng khó tránh khỏi âu lo thách đố liên tục trong tôi. Tôi cũng là con người, chính con người tầm thường đó vẫn chứa đầy những tầm thường trong tôi, nên hiển nhiên sự lo sợ và hồi hộp phải có.

Tuy nhiên, những giấc mơ và lo sợ đó không nản lòng được tôi, tình yêu vẫn thắng, nên dù hoang mang, dù kinh hãi, tôi vẫn dậm chân và nhất quyết làm tất cả vì tình yêu, để rồi nhờ đó, chúng tôi đã có bao toan tính cho tương lai, và coi chuyện mổ xẻ chỉ là chuyện nhỏ, và cuộc sống chúng tôi rồi đây sẽ càng ngày càng tốt đẹp.

Chúng tôi bắt đầu có những kế hoạch, từ nhà cửa tới những chuyến du lịch cho năm tới. Giống như lời giao ước, để rồi cả hai chúng tôi không được sai lời hứa, phải sống để hưởng hạnh phúc bên nhau. Một thách đố trong tình yêu trọn vẹn quả thật là một trong những mãnh lực khiến chúng tôi cùng nhau giữ trọn.

Chính vì thế, có những hiểu lầm của bạn bè hay người thân, chúng tôi vẫn bình thản và luôn nghĩ, chúng tôi muốn tiếp tục sống và phải sống như mọi người........

CHƯƠNG MƯỜI MỘT

Sau khi Quý đã chấp nhận lời yêu cầu để tôi hiến thận, nhưng còn bao việc phải làm, nhất là phải chuẩn bị kỹ càng sức khoẻ, cũng như những cần thiết hầu tránh bất trắc đến bất ngờ không dự liệu.

Cuộc đời này, ai mà tránh được chữ ngờ. Hay phải chăng đôi khi định mệnh đã xếp đặt, để rồi những gì đến với ta, dù chắc chắn thế nào, cũng có thể không theo ý ta. Tuy nhiên, tôi không còn giờ, và thực ra cũng không muốn nghĩ tới những bất trắc, mà chỉ tự vẽ cho mình một khung cảnh tuyệt vời với bao mộng ước cần phải hoàn thành của Qúy và tôi, như một bàn đạp thúc đẩy để chúng tôi cùng tâm niệm, và cùng quyết tâm để sống, dù biết là sự sống chết hoàn toàn do Thiên Chúa xấp định.

Chính vì thế, tôi đã không nề quản, và tiếp tục phấn đấu, nhất là thời gian đó chúng tôi đang xây văn phòng mới dở dang.

Bình thường có lẽ tôi làm sao cáng đáng nổi, nhất là Qúy phải đến bệnh viện ba lần một tuần và mỗi lần kéo dài cả tới bốn tiếng đồng hồ. Sự chờ đợi của tôi, sự đau đớn của Qúy như những sợi dây xích to tướng đã khoá chặt chúng tôi, khiến lúc nào cả hai chúng tôi cũng ngộp thở và dãy dụa như người chết đuối. Nhưng khổ hơn nữa là, chúng tôi luôn cố mỉm nụ cười để trốn tránh sự lo lắng, sự đau buồn với nhau.

Ngày ngày cả hai chúng tôi cùng chạy đôn chạy đáo, từ việc văn phòng tới việc xây cất. Tuy nhiên, bệnh tình của Qúy luôn khiến Qúy bất thường như mưa nắng, khiến mọi việc đôi khi trở nên bất tiện và khó khăn.

Vì bận rộn và vì ôm đồm quá độ, lại phải lo việc lọc máu cho Qúy mỗi tuần, tôi bỗng như quên Trang, quên bác Kha, và quên hầu hết bạn bè, nếu hôm nay Trang không điện thoại cho tôi, thì có lẽ tôi cũng quên luôn Trang hiện hữu trên trái đất này. Vì thế, vừa nghe tiếng Trang tôi quá vui mừng, nhưng giọng Trang lại hoàn toàn khác với mọi lần khi chúng tôi nói chuyện với nhau. Sự hồn nhiên vui vẻ cùng cá tính lạc quan yêu đời và an ủi người khác như biến mất ở Trang. Tôi thấy thế hỏi Trang:

- Mày có bị bệnh không?

Ngờ đâu tiếng Trang như nhạt đi vừa trầm buồn bảo tôi:

- Không, tao vẫn khoẻ.

Nhưng hình như chưa nói hết câu Trang đã như bị nghẹn. Thấy thế tôi càng hoang mang:

- Giọng mày hôm nay rất khác lạ.

Nhưng Trang như không muốn tôi dài dòng. Trang hỏi ngay:

- Tao ghé mày được không?

Tôi suy nghĩ:

- Ghé văn phòng hay ở nhà?

Trang im lặng một chút rồi nói:

- Ở đâu cũng được, miễn tiện cho mày. Nhưng không ăn uống gì đâu, tao chỉ muốn gặp mày.

Tôi vẫn lo xa bảo Trang:

- Chưa chi đã rào đón rồi.

Trang lại thở dài:

- Hôm nay mày phải vì tao một chút.

Tôi thành thật:

- Tao chiều mày.

Nhưng khi tắt điện thoại, lòng tôi chao đảo, một suy

đoán không đâu trong lòng nổi lửa, và một mong đợi gặp Trang càng cồn cào khiến tôi xem đồng hồ liên tục.

Và rồi, như lời hẹn. Khoảng ba giờ chiều Trang đến tôi, nhưng đúng như tôi đoán, hôm nay Trang hoàn toàn với tâm trạng khác thường, tôi nhìn được trên nét mặt và dáng dấp của Trang, khi Trang xuất hiện trước cửa nhà tôi.

Tôi vừa mở cửa Trang đã hỏi:

- Quý đâu? Qúy không có ở nhà à?

Tôi nhìn Trang thành thật:

- Hôm nay Qúy không cho tao chở đi lọc máu, đòi đi một mình.

- Qúy có biết tao đến không?

- Không, tao chưa kịp nói với Qúy.

Trang ngắt lời tôi bâng khuâng:

- Tốt.

Tôi nhìn Trang, nét mặt Trang hình như hoàn toàn thay đổi, nhất là ánh mắt Trang như chứa một nỗi suy tư vô tận nào đó mà tôi không thể nào đoán ra.

Tôi kéo Trang vào ghế, định ngồi xuống, nhưng Trang đã đi thẳng ra cửa sau vừa nói:

- Mình ra ngoài chút cho mát. Tao cần không khí để thở.

Cử chỉ của Trang càng làm tôi hoang mang, nhưng tôi không trả lời Trang. Tôi đến tủ lạnh, lấy hai chai nước lạnh và theo Trang ra ngoài.

Trời buổi chiều vẫn còn vương nắng. Một vài cơn gió thoảng như chen nhau vuốt ve mặt hồ làm những cơn sóng nhẹ như những bước chân lả lướt của những cặp tình nhân cuốn lấy nhau trên sàn nhảy trong một vũ điệu slow tình tứ, khiến mặt hồ như toát ra một huyền bí lãng mạn, chỉ tiếc ngay lúc này, Trang đã đánh mất sự hồn nhiên mà đang mặc vào mông lung xa vắng. Tôi đưa Trang chai nước vừa nói như thì thầm:

- Mày có gì không?

Trang im lặng. Không gian như càng yên tĩnh. Lúc sau tôi thở dài:

- Tao vẫn mong gặp mày.

Trang vẫn không trả lời. Vừa lúc có con chim sẻ, như bị tên lao mình rơi trên mặt hồ. Tôi thấy hơi lạ. Nhìn Trang. Đúng lúc bốn mắt chúng tôi gặp nhau. Không biết cả hai chúng tôi có cùng mang một ý nghĩ hay không, nhưng riêng tôi thấy lòng bất an và lo lắng không đâu, còn Trang thì như đứa trẻ oà lên khóc. Thế là tôi cũng rơm rớm nước mắt mặc dù không biết chuyện gì sẩy đến cho Trang...

Rồi bỗng dưng Trang nín bặt, khiến tôi càng ngạc nhiên. Mãi một lúc sau Trang mới trầm giọng, thật buồn:

- Phận đã chết.

Tôi hết sức sửng sốt:

- Vì sao?

Trang thở dài:

- Phận tự tử.

Tôi càng không hiểu. Trang lặng yên nhìn hồ nước đúng chỗ con chim vừa rớt xuống. Nhưng hình như xác con chim không còn đó, mà chỉ để lại vài chiếc lông như dấu tích còn lại duy nhất lơ lửng trôi trên mặt hồ.

Trang thở dài tiếp:

- Thật là một ngẫu nhiên, nhiều lúc tao tự hỏi, ở đời này hết mọi thứ bệnh khác rồi sao, Qúy bị thận, Phận cũng cùng chứng bệnh, nhưng chỉ khác, Qúy từ nhỏ, lúc mới chỉ là một cậu trai còn trai trẻ chưa tương lai, chưa sự nghiệp, ngay cả học vấn cũng chưa xong trung học, thì đã bị mang chứng bệnh nan y này, còn Phận thì đã trưởng thành, đã tốt nghiệp đại học, trở thành luật sư, đã có gia đình, lại thành quả trong sự nghiệp bỗng dưng một ngày thức dậy, người ta thử nghiệm, thận của Phận đã bị teo và bắt đầu phải lọc máu.

Tôi nghe cũng cảm thấy xót xa cho Phận và cho Trang. Nhưng tôi không hiểu vì sao đã bao năm Trang hình như đã không nhắc đến Phận, nay bỗng dưng phải rơi lệ vì Phận, nên tôi ngần ngại lên tiếng:

- Tao tưởng mày đã quên Phận.

Trang xa vắng:

- Không nói đến đâu có nghĩa là quên đúng không? Bao năm qua, thật sự tao chỉ cố đóng kịch để che mắt mọi người.

Tôi nói như trách Trang:

- Cả với tao?

- Có lẽ vậy, vì mỗi lần nhắc tới Phận, dù là ai, tao cũng thấy nhói đau, nên tao tự bảo, không bao giờ nhắc tới Phận với ai.

- Nhưng tại sao lúc này mày lại thay đổi cách suy nghĩ của mày?

Trang nhìn tôi:

- Thực ra không phải tao đổi ý, mà ông trời đã ép tao đổi ý mày có biết không?

Tôi tần ngần, vì chưa hiểu rõ ý Trang. Lúc sau Trang như đoán được ý tôi, nên lại từ từ tiếp:

- Tình cờ tao gặp Phận trên máy bay nhân đi dự hội thảo trở về. Phận và tao đã cùng ngồi trên một chuyến máy bay, hơn nữa Phận và tao lại ngồi hai ghế sát nhau. Mày thấy có lạ không? Như vậy chẳng là trời bắt tao gặp lại Phận sao?

Rồi Trang thở dài:

- Lúc đầu tao đã cố bình tĩnh, nhưng thật sự đấy chỉ là bề ngoài cố tạo cử chỉ lãnh đạm nhưng lòng tao thì hừng hực một đam mê gì đó, không thể nào diễn tả và tìm được câu trả lời. Và cuối cùng, thật ngắn ngủi, mày biết không, tao bật khóc, và mọi chuyện bắt đầu trở lại từ đó.

Trang như nuối tiếc:

- Vợ chồng Phận đã ly dị không lâu. Lý do đơn giản khi vợ Phận biết Phận bị bệnh hiểm nghèo và không còn hy vọng sống bình thường, nhất là tuần mấy ngày đi lọc máu. Trước kia, Phận có việc, có tiền thì tình yêu tưởng như không bao giờ phai nhạt, nhưng khi Phận bị bệnh nan y, thì tình nghĩa vợ chồng cũng như bọt nước. Thật là một phũ phàng, nhưng khi đó Phận mới hiểu cuộc hôn nhân của mình, thì mọi sự đã trễ.

Trang thở dài, tiếng thở dài thật sầu não:

- Gần đây, mày chứng kiến những buồn chán, thất vọng và đau đớn của Qúy khi lọc máu, hẳn mày thông cảm phần nào với Phận khi nghe phận tự tử. Tuy nhiên, theo tao thấy, lý do Phận tự tử phần lớn là do không có niềm tin tín ngưỡng. Chính vì thế, khi gặp lại Phận và biết Phận đang mang bệnh hiểm nghèo, tao đã đến với Phận như một người bạn lâu ngày gặp lại. Nhưng khó thay, vì tâm hồn Phận hầu như đã bị tê liệt, nên dù tao khuyên thế nào Phận cũng không nghe còn hận đời.

Trang lấy tay chùi nước mắt đang lăn tăn trên má, rồi tiếp:

- Tao đã theo gương mày và Qúy, đã cố tạo cho mình niềm tin để làm sao có thể chinh phục được Phận biết sống trong niềm tin, nhất là biết sống vui. Nhưng tao đã không làm được.

Trang lại đăm chiêu:

- Có lần Phận còn đọc cho tao nghe: *"Thiện bất oán thiên, hoạn bất vưu nhân, cư dị dĩ sĩ mệnh"*. Trên không oán trời, dưới không oán người, cứ bình dị mà đợi mệnh. Phận biết vậy nhưng Phận vẫn oán vẫn than.

Rồi Trang nói như tâm sự:

- Tao đã luôn lầm tưởng nghĩ rằng, vì Phận không yêu tao, nên những gì tao nói không tác động đến Phận. Vì thế tao đã tìm vợ cũ của Phận, vì tình xưa cũng được, hay vì thương xót cũng được đến khuyên Phận để Phận biết chấp nhận điều trị, hơn nữa cần phải có niềm tin như mày nói, có như vậy bệnh tình Phận mới có thể đỡ phần nào, hầu chờ ngày ghép thận, vì Phận cũng trong danh sách chờ đợi thận hợp với Phận.

Và Trang khóc:

- Nhưng mày biết không, vợ Phận như người có máu lạnh, bình thản bảo tao: " Anh ấy sống chết mặc anh ấy". Tao còn biết làm gì hơn ngoài nhìn vợ Phận mà đau lòng cho Phận.

Trang im lặng, nhìn mặt nước hồ, lúc sau Trang vừa thở dài vừa thong thả:

- Nhưng rồi một ngày, hôm đó trời nắng rất đẹp. Tao đến thăm Phận như thường lệ. Vừa bước vào, tao thấy Phận trầm ngâm và như đợi ai. Một điểm lạ làm tao ngạc nhiên, Phận không ù lỳ và bất cần như mọi ngày. Vì thường mỗi khi tao đến đây đều là những ê chề và tuyệt vọng, vì Phận bán đứng Phận không còn chút gì của Phận ngày nào, nhất là niềm tin của cuộc sống trong người Phận hầu như đã hoàn toàn cạn. Chính vì thế tao đã chẳng nói với mày, là từ ngày gặp lại Phận, thấy Phận sống như chết, lúc nào cũng mang niềm oán hận cùng đầy, tao mới so sánh và nghĩ tới hoàn cảnh Qúy và Phận, mà đáng lý ra, Phận phải là người có đầy đủ sức mạnh cả về tinh thần lẫn vật chất, để có thể chống chọi với căn bệnh. Nhưng hoàn toàn trái ngược, Qúy thì luôn sống trong nhẫn chịu và hy sinh, còn Phận thì nguyền rủa và tuyệt vọng, không biết *"cư dị dĩ sĩ mệnh"* như Phận nói. Và chính những lúc đó tao mới cảm nghiệm rõ ràng sự cần thiết của tôn giáo, cũng như làm sao để con người sống vui, dù hoàn cảnh nào. Nên hôm nay thấy Phận từ cách ăn mặc cũng không giống như Phận của những ngày bê tha tuyệt vọng. Nên tao hỏi Phận như thăm dò: "Hôm nay anh thế nào?". Phận bình thản: "Anh thấy khoẻ". Tao cố tin vào câu trả lời của Phận, mặc dầu tao hoàn toàn nghi ngờ về câu trả lời đó. Và chính lúc đó, nhìn khuôn mặt Phận, bỗng tao liên tưởng tới những ngày hai chúng tao còn trong đại học. Tao không biết sao hôm nay tư tưởng đó thôi thúc trong tao. Tao nhớ tới những chiều hai đứa chúng tao bên nhau dạo mát chung quanh khuân viên trường, dưới những tàng cây xum xuê, cùng tiếng thì thào của những chiếc lá khiến hai chúng tao đã như gói trọn vào nhau. Mặt tao đỏ, tim thì đập liên hồi khiến tao phải quay đi. Nhưng có lẽ Phận đọc được tâm tư tao qua ánh mắt, nên bảo: "Em còn nhớ những ngày hai đứa mình yêu nhau không?". Phận hỏi xong, chờ tao trả lời. Nhưng tao đã không cất lên lời. Lúc sau Phận lại nói trong tiếc nhớ: "Anh thì nhớ lắm". Nhưng rồi Phận xa xăm nhìn qua cửa sổ. Ngoài trời, tự nhiên có đám mây trôi qua giữa lúc trời nắng đẹp, nên tao chút se buồn. Tao lưỡng lự bảo Phận: "Em tưởng anh đã quên kỷ niệm chúng mình". Nhưng Phân lắc đầu: "Không đâu em".

Kể tới đây Trang ngừng nói, cầm chai nước, mở nắp và bỏ lên môi, nhưng rồi lại không uống. Trang lấy nắp chai đậy lại, bỏ xuống ghế bên cạnh Trang, rồi lại từ từ trong mông lung xa vắng nhớ về:

- Như mày biết, từ ngày Phận bỏ tao, ngoài sự đau khổ cùng đẩy, tao còn mang một thất vọng tràn ngập vì nghĩ Phận đã hoàn toàn quên tao để đi với người khác. Nên khi nghe Phận nhắc lại chuyện xưa, tim tao lại dồn dập đập không ngừng. Lúc đó, tao nghĩ mặt tao phải đỏ ửng vì máu huyết trong người tao chắc là bơm loạn cả lên, và áp xuất huyết có thể lên rất cao. Chính vì thế, bao nhiêu gợi nhớ ùn ùn kéo về xâm chiếm toàn diện con người, khiến hơi thở như cắt quãng, và da thịt của tao như căng phồng vì ngọn lửa ái tình bốc cháy. Và nước mắt trào ra như vô tận. Không hiểu Phận bình tĩnh, hay đang suy nghĩ điều gì, nhưng tao bỗng bâng khuâng nghĩ ngợi, không hiểu sao Phận có thể thanh thản không chút động lòng như vậy khiến tao đứng sững, và khoảnh khắc như nghi ngờ tất cả những gì Phận vừa nói với tao. Nhưng chỉ một giây, tao đã tìm được câu trả lời, vì cặp mắt Phận hình như thật xót xa. Không biết tao nhẹ dạ, hay đây là khuyết điểm, và cũng là ưu điểm của người đàn bà đứng trước tình yêu, lúc nào cần nghi ngờ, thì họ nghi ngờ tột độ, nhưng khi nào phải tin, thì họ cũng sẽ dễ tin như một sự cần thiết của hơi thở.

Trang ngừng nói, nuốt nước miếng, và khi nhận ra cổ đã khô, Trang lấy chai nước, lần này Trang mở nắp và uống một hơi dài.

Nhưng khi bỏ chai nước xuống, Trang vẫn im lặng nhìn

lên bầu trời. Lúc sau, Trang mới hỏi tôi:

- Nếu là mày, mày có như tao không?

Tôi nhìn Trang:

- Tao không trả lời mày được, vì còn tùy vào cảm xúc của tao đối với người đối diện lúc đó. Hơn nữa, như mày nói, hôm nay Phận hoàn toàn khác những ngày trước, do đó, hẳn phải có lý do riêng.

Trang lại bâng khuâng:

- Chính tao lúc bấy giờ cũng không biết tao nghĩ gì. Nhất là phải đối xử sao với Phận cho đúng. Vì từ hôm đến giúp Phận, tao đã không còn nghĩ đến mình. Hơn nữa làm sao tao có thể nghĩ tới tình yêu trai gái trong hoàn cảnh đó.

Rồi Trang tiếp tục kể cho tôi. Trang nói:

- Cũng hôm đó, Phận đã nói cho tao, thực ra, ngày rời Việt Nam qua Mỹ đoàn tụ, tình yêu của Phận và vợ Phận tưởng không sao dứt bỏ được. Nhưng rồi hoàn cảnh, Phận gặp tao, và từ lúc đó, lòng Phận lúc nào cũng phân vân giữa hai người con gái là tao và vợ Phận. Nhưng rồi, Phận không từ chối được cuộc hôn nhân đó vì gia đình một phần, nhưng cũng do lỗi lầm của Phận đã nhẹ dạ vì ham lợi lộc trước mắt. Nào ngờ, mới cưới nhau vài tháng là Phận đã nhận ra là Phận dối lòng. Phận không phủ nhận đã từng yêu vợ Phận, nhưng đó là trước khi qua Mỹ, còn sau này, khi gặp tao và yêu tao, thì tình yêu đó đã hoàn toàn thay đổi, Phận chỉ còn yêu tao, và là mối tình duy nhất sau này mà thôi. Chính vì thế, Phận hoàn toàn không nuối tiếc về cuộc hôn nhân đổ vỡ, mà chỉ hận sao ông trời đã bắt Phận phải chịu cam cảnh này.

Tôi nghe Trang nói, chút do dự, tôi ngắt lời Trang:

- Có lần tao nghe mày nói, không bao giờ mày tin vào lời đường mật của đàn ông, nhất là những người chồng đi ăn vụng. Họ không bao giờ nói thật đúng không? Thế tại sao mày coi vẻ đã xiêu lòng, đã tin vào lời nói của Phận.

Trang cũng do dự rồi nói:

- Tao nhớ chứ, mà còn nhớ đã nói với mày, ở đâu, và

lúc nào. Lần đó là lần mày định nhận lời Qúy đúng không?

Tôi ngắt lời Trang:

- Qúy và tao đâu giống trường hợp này.

Trang lắc đầu:

- Tao chỉ thí dụ thôi. Hay mày cũng có tật gì đó nên mới xúc động như thế.

- Ai mà xúc động.

Nhưng Trang đã bâng khuâng:

- Nói thì nói vậy thôi, chứ thực ra ở ngoài cuộc, ai cũng nghĩ mình hay đúng không.

Rồi Trang thở dài:

- Có thể vì mù quáng, nhưng cũng có thể một cảm giác nào đó rờn rợn trong tao lúc bấy giờ nên đã tin Phận tuyệt đối.

Trang ngừng nói, xa vắng, thở dài rồi tiếp trong nghẹn ngào:

- Nhưng nào ngờ, Phận gặp tao hôm đó là muốn nói những lời cuối cùng. Phận đã sẵn sàng từ biệt. Đêm đó tao đã ngủ lại nhà Phận. Quả là một đêm mà có lẽ suốt đời không bao giờ quên.

Nói tới đây, Trang nức nở, ngậm ngùi bảo tôi:

- Tao khổ lắm mày biết không? Bao năm xa cách, vừa gặp lại, niềm vui vừa chớm nở, thì đã phải mãi mãi xa nhau. Tao không biết nên trách ai bây giờ. Tao nghe mày, cố tạo một niềm tin nào đó, nhưng càng tạo càng thấy xa vời và khó khăn. Sự đau khổ của con người như biển rộng, sóng lại cao, nên không sao bơi vào bờ được. Tao hụt hẫng và như người điên. Tao đã chờ đợi, rồi chờ đợi, nhưng không có tin tức gì của phận. Mãi tới hai tháng sau, tao đến tìm vợ Phận, tao hy vọng vợ Phận sẽ biết chút ít gì về Phận. Và quả thật, vợ cũ Phận đã bình thản kể tao nghe về cái chết của Phận. Phận đã về Việt Nam. Phận từ chối trị liệu và đã chết tại một làng quê, ở Vĩnh Long.

Tôi ngắt lời Trang:

- Thế Phận không để thơ từ gì cho mày sao?

Trang lắc đầu:

- Những gì cần nói, Phận đã nói. Tao nghĩ Phận không muốn làm tao đau lòng thêm.

Rồi Trang thở dài:

- Phận thật ích kỷ, vì Phận đâu biết rằng, nếu Phận có niềm tin, và tin vào sự phấn đấu của con người có thể chữa lành bệnh, thì Phận đâu có phải chết. Vì trớ trêu thay, ngay sau khi nghe tin Phận chết, tao tìm được tờ giấy báo trong nhà Phận, đã có thận hợp với Phận. Mày thấy có đau đớn không?

Ngừng một lúc Trang lại thở dài:

- Tao đã quanh quẩn và sống trong nhà của Phận gần hai tháng trời. Những ngày đó tao như điên như dại.

Tôi an ủi Trang:

- Tao cứ nghĩ mày là đứa rất kiên cường.

Nhưng Trang cắt lời tôi:

- Mày cũng ngỡ như thế sao?

Rồi Trang trầm ngâm:

- Thực ra tao cũng đầy những muộn phiền, nhưng tao đã cố gắng lặng chịu. Tao yêu Phận và chưa bao giờ quên Phận, do đó đã không sao yêu được ai sau này, dù tao đã cố gắng. Tình yêu trai gái quả thật rất thần diệu. Vì thế, tao thấy người ta chết vì yêu tao hoàn toàn không lấy gì làm lạ. Do đó, tao rất phục mày và anh Qúy.

Tôi cũng thở dài, cố lựa lời an ủi Trang:

- Mỗi người một hoàn cảnh, biết đâu nếu anh Qúy rơi vào tình trạng như Phận cũng sẽ như Phận, và ngược lại.

Nhưng Trang lắc đầu bảo tôi:

- Cũng có thể như vậy. Nhưng tao tin, nếu anh Qúy không được huấn giáo từ đức tin, và nếu anh Qúy không vững niềm tin thì chưa hẳn anh Qúy đã tìm cho anh Qúy sức sống mãnh liệt như thế. Cái mà Phận không có, là thiếu đời sống tâm linh, nhất là niềm tin tôn giáo.

Tôi do dự:

- Điều mày nói không phải không có lý. Không biết

ai nghĩ thế nào, riêng tao và anh Qúy thì rất rõ ràng, lúc nào chúng tao cũng dâng mọi sự cho Chúa.

Nhưng nói tới đây, tôi bỗng ngại với Trang, vì tôi không muốn Trang hiểu lầm tôi là người giảng đạo. Nên tôi đổi đề tài, có lẽ cũng để Trang tạm quên phần nào điều khổ đau trong lòng lúc này. Tôi hỏi Trang:

- Bây giờ mày sống ở đâu?

Trang nhìn tôi rồi khẽ nói:

- Tao định trở về NewYork, hy vọng sự bận rộn sẽ vơi đi phần nào nỗi nhung nhớ trong lòng.

Rồi Trang lại thở dài:

- Thực ra, trước đây bác Kha có nói cho tao biết về Phận. Phận bị một số người dùng tiền thao túng Phận, nên Phận đã làm nhiều việc đáng lẽ không nên làm, nhất là có hại cho cộng đồng quốc gia. Tất cả khởi nguyên cũng từ gia đình bên vợ Phận. Mày biết bên vợ Phận có máu mặt bên Việt Nam, nên sau khi lấy nhau, Phận đã không thể nào từ chối. Nên khi biết Phận bị bệnh, thì tất cả những hứa hẹn đều rơi vào quên lãng, và ngay cả vợ Phận cũng tìm đường bỏ chạy. Do đó, không phải tình yêu nào cũng chung thủy, nhất là tình yêu nương theo vật chất đúng không mày?

Tôi phân vân rồi nói:

- Mày hãy nhìn vào điều tốt lành, mày sẽ thấy đời đáng sống hơn. Thực ra, trên tay mình, cũng có ngón dài ngón ngắn, huống hồ là con người ta, làm sao mà giống nhau, ngay cả chuyện tình yêu. Nhưng tao nghĩ, mình hãy sống và yêu bằng tất cả sự thành khẩn của tâm hồn, thì Phận còn, hay Phận mất mày cũng sẽ tìm được hạnh phúc.

Nhưng vừa khuyên Trang xong, lời nói chưa ra khỏi miệng, tôi đã nghĩ tới Qúy, và nghĩ tới nếu trường hợp của Qúy như Phận, thì lúc này tôi có còn đủ can đảm đứng đây nói chuyện hay giải thích và khuyên Trang không? Bất giác hai vai tôi run run như người cảm lạnh. Một tư tưởng bệnh hoạn trong tôi cuồn cuộn trong lòng, nếu Qúy ra đi, tôi có hạnh phúc như lời tôi nói không.

Và hai dòng lệ tôi bỗng chảy ra. Trang thấy thế tưởng vì chuyện của Phận và Trang khiến tôi đau lòng nên ngại ngẫm bảo tôi:

- Xin lỗi mày.

Tôi lắc đầu, lúc sau tôi bảo Trang:

- Con người thật sống trên đời không có lúc nào ngơi nghỉ. Lúc nào cũng phải phấn đấu, không chuyện nọ, thì chuyện kia. Mày và tao, cả hai đều đang trong hoàn cảnh, điều may của tao là Qúy còn, ngược lại, Phận đã ra đi. Tuy nhiên, tao nghĩ, nếu mày biết trân qúy kỷ niệm, mày sẽ tìm được niềm tin trong mày trở lại, lúc đó mày sẽ yên tâm hơn.

Tôi còn đang nói, Trang bỗng gập người xuống như muốn ói. Trang lấy tay bịt miệng chạy ra góc vườn. Nhưng trang oẹ hoài vẫn không ói được. Và tôi thấy Trang bỗng đứng thẳng người lên, nhìn ra xa như xoáy vào điểm nào đó trong không. Và rồi bỗng Trang quay lại nhìn tôi. Tôi thấy hai hàng lệ Trang chảy dài trên nét mặt xa vắng và mông lung khôn tả... Chính lúc đó, một tia chớp trong tôi bừng sáng và tôi lẩm bẩm:

- Hay Trang có bầu!!!!!!

Tôi há hốc miệng chợt nhớ câu tôi vừa nói với Trang: "Nếu mày biết trân qúy kỷ niệm....". Chẳng lẽ đây là kỷ niệm mà Phận đã để lại cho Trang....

Tôi còn đang sững sờ, Trang đến bên tôi. Hình như Trang bình tĩnh hơn. Trang đến ngồi trên ghế đu vừa bảo tôi:

- Mày nói đúng, phải trân qúy kỷ niệm. Tao sẽ nghe mày.

Trang còn đang nói, thì có tiếng Daniel từ trong nhà chạy ra:

- Mẹ, bố nói mẹ đưa con và em sang ông bà, lác bố về bố với mẹ đi có việc.

Tôi ngạc nhiên chưa kịp trả lời con tôi, thì Trang đã

đứng dậy:

- Mai tao trở về NewYork, không biết bao giờ gặp lại mày. Mày nhớ gọi tao.

Tôi giữ Trang lại, nhưng Trang một mực từ chối, có lẽ Trang không muốn làm ngăn trở dự định của tôi và Qúy. Tôi bảo Trang:

- Mày cũng vậy, nhớ liên lạc thường xuyên.

Tôi định hỏi Trang về việc Trang có thai, nhưng nghĩ lại, tôi không hỏi, có lẽ khi Trang lập lại lời Trang nói, hãy trân qúy kỷ niệm, là Trang đã có ý xác nhận rồi. Và rồi tôi cũng không nói cho Trang chuyện tôi hiến thận cho qúy, vì không muốn khơi lại sự mất mát mà Trang vừa trải qua................

Trang về được nửa tiếng và ngay sau khi tôi đưa các con tôi qua gửi bên bố mẹ Qúy trở về thì Qúy cũng về tới. Vừa bước vào, Qúy đã ôn tồn:

- Em có muốn đi với anh không?

Tôi ngạc nhiên:

- Đi đâu?

Qúy vẫn ôn tồn:

- Thì trả lời anh đi.

Tôi nhìn Qúy, nét mặt Qúy hôm nay tươi tỉnh hoàn toàn khác với mọi ngày sau khi đi lọc máu về, nên tôi hỏi:

- Anh có chuyện vui?

Qúy cười:

- Không hẳn, nhưng hôm nay hình như mọi việc rất xuông xẻ nên muốn hai đứa mình ra Galveston được không em?

Tôi đăm đăm nhìn Qúy ngạc nhiên, nhưng Qúy đã cầm tay tôi, vừa vuốt ve, vừa năn nỉ:

- Please.

Tôi gật đầu chiều Qúy vô điều kiện, vì tôi vừa nhớ lại những ngày nắng ấm nơi bờ biển Cali.

Trên đường ra Galveston, tôi để Qúy ngủ, vì tôi biết

Qúy mệt, dẫu sao, bốn tiếng lọc máu làm sao tránh khỏi mệt mỏi và lo lắng.

Trời đã về chiều, nắng đã lặn dần để lại khoảng không gian trước mặt tôi một mầu vàng nhạt của hoàng hôn sau một ngày nắng đẹp. Tôi bỗng nghĩ tới cuộc đời khác chi bình minh buổi sáng đầy sức sống đến xế chiều thì mọi sự dần đi vào bóng đêm... Và bất giác tôi chép miệng thở dài nhìn Qúy. Tôi thấy thật thương Qúy, cặp mắt kính hình như hơi nhỏ trên khuôn mặt Qúy, hay có thể đây chỉ là nhận xét của tôi, vì tôi thấy từ sau hai mắt kính, đôi mắt của Qúy to hơn, dù Qúy đang nhắm mắt say sưa trong giấc ngủ vội. Tôi thèm một môi hôn đặt trên đôi mắt bình yên đó. Nghĩ vậy tôi tự mỉm cười và lâng lâng một nỗi xao xuyến vô bờ.

Nhìn trời, mầu xanh ánh nắng thật nhạt, nhạt như những băn khoăn lo lắng trong lòng tôi hiện tại. Tôi thấy trong tôi đang ngây ngất một hồn nhiên ngày chúng tôi mới quen nhau, ngày mà Qúy đã cùng tôi dạo trên bờ biển vùng Cali nắng ấm, từ bờ biển Corona Beach đến Long Beach. Ngày mà tôi còn thẹn thùng bước những bước e dè nhưng tràn đầy niềm vui của một người con gái đang được nuông chiều trước ngưỡng cửa tình yêu. Tôi đã chìm trong những thao thức bất chợt để hồn nhiên mỉm cười như trong giấc mộng mỗi lần sau các buổi hẹn. Nước biển Cali như chứa đựng trùng trùng những cảm giác huyền diệu của tình yêu. Sóng biển Cali như lâng lâng những cảm xúc tột cùng của những dạt dào say đắm. Bờ cát Cali như nguồn sinh lực tuyệt vời trên bước chân yêu. Ôi! Say đắm làm sao? Mặn mà làm sao? Bên Qúy là tất cả nồng nàn khiến tôi luôn chìm trong nỗi nhớ mỗi lần chúng tôi chia tay, dù ngày đó chúng tôi chưa hoàn toàn thuộc về nhau, mà mới chỉ là những hẹn hò còn trong xuân trẻ....

Càng nhớ về kỷ niệm lòng tôi càng xao xuyến mặn nồng, khiến tôi quay qua nhìn Qúy. Qúy vẫn nhắm mắt. Đầu Qúy hơi ngả về phía tôi, một ao ước bình thường trong lòng, tại sao người ta chế tạo những chiếc ghế của người lái, không giống chiếc ghế phía sau, là một chiếc ghế dài, để người lái và người ngồi bên không bị ngăn bởi chiếc hộp chính giữa, khiến hai người không thể ngồi sát bên nhau. Từ ý nghĩ đó, bỗng dưng tôi thấy ghét chiếc hộp đựng đồ ngăn giữa hai chúng tôi, nếu không Qúy đã chẳng dựa đầu trên vai tôi lúc này sao?

Tôi rùng mình trong ý nghĩ đam mê bất chợt đó. Khoảnh khắc nhớ về đã làm tôi tê dại trong thương yêu nồng thắm. Quả thật, hạnh phúc của tình yêu đôi khi thật đơn giản, nó có thể chỉ là một liếc mắt, một nụ cười, một lời nói, một cử chỉ, một điệu bộ... rất ư là bình thường nhưng lại là sức mạnh vô biên cảm xúc trong lòng, khiến tứ chi bồn chồn xao xuyến, các tế bào như bị đốt cháy, và tâm hồn chìm ngập trong vùng sâu của biển cả cảm giác thương yêu.

Và chính tôi đang ngụp lặn trong độ sâu của biển cả tình yêu, một độ sâu cả ngàn, cả vạn feet, độ sâu mà thân xác loài người không thể nào lặn xuống được, vì áp xuất dưới lòng biển quá cao, người ta chỉ có thể lặn sâu 400 feet là đã không còn chịu nổi sức ép của biển cả dù có mang dưỡng khí.

Vì thế, tôi như nghẹt thở của sức ép tình yêu lúc này khiến hai tay tôi bần thần và bất giác tôi lệch tay lái, khiến có tiếng còi đằng sau inh ỏi, làm tôi giật mình và về với thực tại. Khoảnh khắc kinh hoàng lẫn sợ hãi. Tôi chấn tĩnh chính mình. Tôi biết mình vừa lạc tay lái, một lơ đãng nguy hiểm trong lúc lái xe. Tôi nhìn kiếng chiếu hậu, chiếc xe tải lớn đang chạy sau xe tôi... Tôi lấy lại bình tĩnh, liếc mắt nhìn qua Qúy, Qúy vẫn nhắm mắt. Tôi yên tâm nhìn thẳng về phía trước, chiếc xe đang bắt đầu leo lên cầu Galveston Causeway, bắc từ đất liền ra đảo Galveston, chiếc cầu dài và có độ cao, tôi cũng không biết cầu dài bao nhiêu, nên vận tốc dần giảm đi. Tôi đạp chân ga để tăng vận tốc.

Chiếc xe vừa đi được một phần ba chiếc cầu dài, tôi hé cửa kiếng bên tôi để hưởng mùi gió biển. Tiếng gió vù vù làm Qúy tỉnh giấc, chút ngơ ngác, Qúy hỏi tôi:

- Mình tới đâu rồi hở em?

Tôi quay qua nhìn Qúy âu yếm:

- Xe đang đi qua cầu Galveton Causeway.

Qúy nhìn ra ngoài, quay cửa kính xuống vừa bảo tôi:

- Sao không đánh thức anh dậy.

Rồi không chờ tôi trả lời:

- Ôi! Mát quá. Gió biển thật trong lành.

Tôi cười đùa bảo Qúy:

- Chưa phải là gió biển, mới là gió từ vịnh thôi.

Qúy nhìn tôi:

- Tuyệt vời, vừa thức dậy có em bên cạnh lại được hưởng không khí thuần chất thế này thì anh hạnh phúc nhất trên đời rồi.

Tôi nháy mắt liếc yêu Qúy vừa hỏi:

- Anh còn mệt không?

Qúy nhanh nhẹn, vừa có ý trêu tôi:

- Lúc nãy thì mệt, bây giờ hoàn toàn sung sức.

Qúy nói xong làm bộ ngồi thẳng dậy như lấy tư thế chồm qua tôi. Tôi biết Qúy đùa nên lắc đầu nói:

- Đừng có ý nghĩ gian tà nghe. Nhớ là em đang lái xe đó.

Và cả hai chúng tôi cùng nhìn nhau bằng ánh mắt thương yêu trìu mến vô vàn...

Xe qua cầu, Qúy bảo tôi đi thẳng ra biển thay vì thường chúng tôi hay ghẹo phải trên đường 61 để xuống bãi biển phía tây đảo Galveston. Qúy nói:

- Thời tiết vào tháng này tương đối lạnh, nên chắc không đông người như mùa hè. Hai đứa mình lên phía đông, tìm một đồi cát nào đó hóng mát, sau đó mình đi tìm gì ăn em nghĩ sao?

Tôi nhìn Qúy âu yếm:

- Hay mình đi kiếm gì mang theo, mình vừa hóng mát

vừa ăn anh nhé?

Qúy bằng lòng theo đề nghị của tôi...

Đúng như lời Qúy nói, bãi biển tương đối vắng người. Qúy đã lái xe thay tôi sau khi ghé mua thức ăn.

Ngồi nhìn ra biển, tôi thấy một sức mạnh vô song, tôi cảm thấy mình thật bé nhỏ. Bất giác tôi quay qua Qúy. Qúy đang chăm chú lái xe. Qúy khác tôi, lúc nào cũng thận trọng, nhất là khi Qúy ngồi trước tay lái, nhìn Qúy như một vị linh mục đang cử hành thánh lễ. Có lần tôi chọc Qúy:

- Nếu không mất nước có lẽ bây giờ anh đỗ linh mục mất rồi chứ đâu có nghiêm trang cầm lái xe để chở em đi đây đó như thế này phải không ông linh mục hụt?

Qúy không quay qua tôi, chỉ nói khẽ:

- Anh mới thử có một năm. Nhưng chắc Chúa thấy em tội nghiệp, sợ sống một mình trên đời không có anh, em sẽ cô đơn, đành phải hy sinh vị linh mục khả kính tương lai này, nên đã để anh "xuất" mà lo cho em. Em phải cám ơn Chúa đã quan phòng nghe chưa?

Tôi trề môi liếc yêu Qúy:

- Gớm, chứ không phải là anh thiếu em không được nên đành chạy bán sống, bán chết, để bám lấy em sao.

Qúy đã cười lớn:

- Như vậy thì càng tốt, cám ơn em. Chỉ sợ tuột mất là anh ế vợ đúng không?

Nhưng rồi Qúy nghiêm nét mặt:

- Nói vậy thôi, chứ phản ứng của anh tương đối chậm chạp hơn người bình thường, nên lúc nào anh cũng phải thận trọng. Mình có bệnh, mình phải biết mình đúng không?

Thực ra tôi chỉ trêu Qúy, chứ tôi biết những gì Qúy phải kiêng, phải giữ suốt bao năm qua. Chính vì thế, lúc nào tôi cũng thông cảm và càng yêu Qúy hơn, vì chính tôi nhiều lúc cũng không thể tưởng tượng nổi làm sao một cậu thanh niên mới mười lăm tuổi, vượt biên tới hai mươi lần, cuối cùng lênh đênh trên mặt biển cả tuần lễ, được cứu sống, lên đảo Kuku, rồi Galang bên Nam Dương, và cùng với bệnh hiểm nghèo, đã lây lất sống trên đảo mười bẩy tháng, nhưng trước khi qua Mỹ còn phải chữa bệnh vì áp xuất cao do thận gây ra. Mà khổ thay, chính vì chích ngừa đã cấy mầm mống bệnh teo thận trong người cậu bé. Và chính lúc thập tử nhất sinh đó, đã được qua Mỹ, được giúp đỡ, nhưng lại bắt đầu trong bao đau thương, nhất là hơn ba năm trời, vừa lọc máu ba lần một tuần, vừa đi làm nuôi thân, và vừa đến trường, để rồi sau này trở thành một bác sĩ nhãn khoa. Thật là một hành trình kinh khủng mà ai nghe cũng phải rùng mình. Nhưng nếu là người bản xứ, một người đồng chủng cùng ngôn ngữ, có lẽ việc học hành sẽ tương đối dễ. Nhưng riêng cậu bé này, ngôn ngữ không biết, còn phải gồng mình trong bao nỗi khổ đau của một trẻ mồ côi, tất cả phải tùy thuộc vào bản thân, thì sự khó khăn quả bội phần không sao kể xiết...

Chính vì những suy nghĩ đó, luôn là nền móng và điểm tựa vững vàng cho tình yêu của tôi với Qúy. Vì thế, nhìn Qúy, tôi càng mang trong lòng sự kính phục và hãnh diện. nên tôi nói trong nước mắt vì cảm động:

- Em yêu anh.

Vì đang chăm chú lái xe, nên Qúy không quay lại. Tuy nhiên Qúy ngọt ngào:

- Lại khóc rồi phải không?

Vừa lúc Qúy ghẹo vào con đường vắng dẫn ra biển nên tôi chỉ nhìn Qúy mà không trả lời. Tôi không muốn mất đi cảm xúc đặc biệt của tình yêu giữa lúc lòng tôi ngập nặng niềm hạnh phúc.

Một lúc chiếc xe từ từ chậm lại. Qúy cho xe đậu vào sát đường, ngay gần ngọn đồi nhỏ sát bãi biển.

Tôi và Qúy xuống xe. Nhìn quanh, chung quanh hình như không có ai ngoài tôi và Qúy, cùng những ngọn cỏ thấp lè tè mọc trên cát trong giống như những cỏ chôm chôm mà tôi có dịp coi qua trong cuốn phim Việt Nam nào đó.

Qúy đến sát tôi, cầm tay dắt đi ra gần một bãi cát. Cả hai ngồi xuống. Tôi cảm giác như ngồi trên một đám bông gòn, vừa êm và vừa mịn khiến lòng tôi như ngất ngây trong không khí trong lành, và yên tĩnh của một buổi hoàng hôn đã lưng chừng sửa soạn đi vào giấc ngủ. Chính lúc đó, tôi háo hức trong lòng. Tôi chợt nghĩ phải chăng, cuộc đời Qúy như hoàng hôn trong buổi sáng mai, một cuộc đời tưởng như hoàng hôn đang chờ đợi và rồi sẽ tắt trong bóng đêm dầy đặc, nhưng bỗng hửng sáng như áng sáng ban mai gọi về. Và bất giác tôi kêu trong mơ: "Hoàng Hôn Buổi Sáng". Tôi vui với lý tưởng trong lòng, một lý tưởng gợi cho tôi can đảm, tin cậy, và chịu đựng để dù cuộc đời của Qúy, của tôi có là buổi hoàng hôn nhưng vẫn tươi đẹp như bình minh sáng mai.

Nghĩ như vậy, nên tôi bảo Qúy:

- Anh có thích hoàng hôn không anh?

Qúy trầm ngâm:

- Anh thích, nhưng là để ngắm chứ anh không thích hoàng hôn, vì nó ví như cuối đời mình. Nó sẽ mau chóng đi vào hư không, đi vào bóng tối.

Tôi lại hỏi:

- Thế anh có thích bình minh không?

Qúy lại ôn tồn trong nét hồn nhiên:

- Thích, và rất thích nên chúng mình chẳng hay thức dậy, mở cửa sổ để đón bình minh của một ngày ngay trên giường ngủ của chúng mình sao. Đấy là những kỷ niệm rất đẹp, rất chau chuốt tình cảm và rất hạnh phúc, nhất là bên em.

Tôi ngắt lời Qúy trong mơ màng:

- Có phải anh có ý chọn nhà để cửa sổ phòng ngủ mình hướng về hướng đông vì anh thích bình minh không anh?

Qúy kéo đầu tôi ngả vào vai Qúy, rồi vừa vuốt tóc tôi vừa khẽ nói trong yêu đương:

- Có lẽ là vậy, vì anh luôn ao ước điều đó trong lòng, sáng ra thức dậy, nhìn khuôn mặt em trong nắng mai, nhất là những hạt kim cương lóng lánh của nắng ấm lùa vào từ cửa số sẽ biến chúng mình trở thành những hạt kim cương tuyệt trần của hạnh phúc.

Tôi xì nhỏ rồi bảo Qúy:

- Gớm, sao chồng em lãng mạn thế.

Nhưng không chờ Qúy trả lời tôi nói tiếp:

- Em vừa mới có ý tưởng thoáng qua trong đầu, em ví anh như hoàng hôn buổi sáng. Em cũng không biết tại sao, nhưng thấy anh nói, anh thích hoàng hôn, nhưng lại sợ hoàng hôn chóng bị bóng tối nuốt đi. Em nghĩ đời anh cũng vậy, tưởng đã tận nhưng lại rực sáng như ban mai.

Và tôi nói như năn nỉ:

- Hãy nghĩ và luôn nghĩ như vậy nhé anh. Chúng mình sẽ qua khỏi sự thử thách này.

Qúy trầm ngâm, không trả lời tôi. Một lúc bảo tôi:

- Em có thích biển không? Với anh, biển vừa hãi hùng vừa thân yêu. Anh nhớ tới những ngày trên đảo Galang, những ngày anh ngồi nhìn trời, nhìn biển nhớ về quê mẹ. Lòng anh lúc đó thật sự rất sợ. Anh thấy mình như hạt cát, nhưng đồng thời một niềm kiêu hãnh nào đó trong anh lại như tràn ngập trong lòng. Anh đã sống và phải sống một quãng đời tuổi trẻ thật bi ai trên đảo. Anh đã cố tìm cho mình hướng đi, nhưng tất cả chỉ là ảo giác. Chính vì thế, có lần anh đã lội ra biển tới gần cổ, tưởng dầm mình trong biển cả. Anh không thiết sống, anh muốn chết, vì anh nghĩ cuộc đời anh đã mạt vận. Vận số anh đã tới ngày bức tử. Nhưng rồi anh vẫn sống, thật là một phép lạ, vì mỗi lần như thế, anh đều được cứu sống bởi một tiếng nói rất mạnh trong lòng anh, và rồi cùng lúc đó, một bàn tay của một người đàn bà xinh đẹp đã kéo anh lên bờ.

Qúy ngừng nói, cầm tay tôi lên hôn, tôi rùng mình trong say đắm. Lúc sau Qúy tiếp:

- Khổ đau của con người phải chăng cũng là những hồng phúc, vì từ đó cho ta hiểu biết hơn về mầu nhiệm của Thiên Chúa, để biết thế nào là giá trị của cuộc sống con người. Anh nghĩ, biết đâu sự thành quả của anh phải là từ sự khổ đau, và nếu anh có cuộc sống sung túc đầy đủ, anh chẳng rơi vào sa đọa như bao nhiêu trẻ bụi đời khác, vì sung sướng đã biến thành trụy lạc. Và nhất là, anh sẽ không có em.

Rồi Qúy bình thản, bỗng hỏi tôi:

- Em có biết hôm nay vì sao anh muốn ra đây không?

Tôi suy nghĩ, cuối cùng không nhớ ra, tôi lắc đầu:

- Hôm nay là ngày kỷ niệm, lần đầu tiên anh và em đi chơi biển, Corona Beach.

Vừa nghe, tôi ngồi thẳng dậy nhìn Qúy say đắm. Tôi hôn lên má Qúy vừa nói:

- Xin lỗi anh em quên mất.

Rồi tôi bảo Qúy:

- Em quên ngày, nhưng không quên hôm đó đâu.

Qúy cười:

- Thế em nhớ cái gì nhất?

Tôi suy nghĩ rồi trả lời:

- Không nói cho anh biết đâu:

Qúy bỗng đè tôi xuống rồi rất nhanh hôn trên trán tôi:

- Có phải cái này nhất không?

Tôi đẩy Qúy ra vừa la lớn:

- Anh hư quá, không được ăn hiếp em.

Qúy ngồi thẳng dậy, vừa lúc tôi lấy cả hai nắm tay đập nhẹ trên hai vai Qúy. Qúy để mặc tôi, ngồi yên như một niềm hạnh phúc tràn ngập.

Lúc sau, tôi nói như mơ:

- Em không quên, mà còn nhớ suốt đời.

Qúy lại ôm vai tôi:

- Cám ơn em đã nhớ. Thực ra, mỗi lúc nhớ tới ngày hôm đó anh đều thấy rộn ràng trong lòng. Anh yêu em lắm em biết không?

Tôi không trả lời, ép sát người tôi vào Qúy như muốn tôi được thẩm thấu trong da thịt Qúy.

Từ đó bao nhiêu những rộn ràng của người con gái như

tràn ngập, tôi nhớ đến buổi chiều vàng, xa xa hoàng hôn đang dần khuất sau dãy núi, ánh nắng vẫn còn cố vùng vẫy trên những ngọn sóng như không muốn rời xa. Qúy và tôi rảo bước trên bãi cát nối dài. Lúc đó, cả hai chúng tôi vẫn còn đầy ắp e lệ. Hai chúng tôi bên nhau, có lẽ cả hai cùng muốn bầy tỏ và muốn nói thật nhiều. Nhưng cuối cùng cả hai vẫn không sao mở miệng. Tôi và Qúy đều chìm trong những bước chân thật chậm trên bãi cát mà lòng như cứ nao nao. Cuối cùng, Qúy cầm tay tôi, tôi giật mình, người tôi nóng rực. Tôi chưa bao giờ có cảm giác này, nên tôi không hiểu đó là sự tuyệt vời của người con gái khi có bàn tay của một người con trai mình để ý đụng vào. Nó như một đam mê nào đó không sao tả nổi. Và bất giác tôi rút tay về.

Tôi sợ tôi hay tôi sợ Qúy coi thường tôi. Thú thật tôi hoàn toàn không biết làm sao lý giải. Chỉ biết sau khi rút tay về mà lòng tôi vẫn bấn loạn, vừa nuối tiếc, vừa bồn chồn xao xuyến..

Và chúng tôi bên nhau bước mãi, bước mãi tưởng như vô tận, thì bất thình lình có một cái đĩa bay của mấy người chơi ném đĩa ngoài bờ biển, bay về hướng tôi. Tôi hoảng hốt, nhất là lại có một con chó lớn đang chạy như bay theo cái đĩa. Tôi quýnh quáng, Qúy thấy thế kéo tôi qua một bên, nhưng không ngờ vì sức kéo hơi mạnh nên tôi té xõng xoài trên cát, khiến Qúy theo đà ngã theo nằm trên tôi. Chính lúc đó, môi Qúy chạm vào trán tôi... và tôi nhắm mắt như bị thôi miên... phải mất gần nửa phút sau tôi mới hoàn hồn. Tôi đẩy Qúy và cố gắng đứng dậy. Mặt tôi hừng hực, tôi không dám nhìn Qúy, quay ra biển, và một lãng mạn tràn ngập, bất giác tôi rờ lên trán và lâng lâng một cảm giác liêu trai chưa hề có trong đời.

Đêm đó tôi đã ngủ ngon, nhất là luôn mơ thấy mình nhìn gương soi trán mình, và lúc nào tôi cũng thấy môi Qúy hình như đã ấn một dấu rất sâu trên trán tôi và rồi lòng tôi. Bây giờ Qúy hỏi, làm sao tôi trả lời, và làm sao tôi có thể quên được kỷ niệm đó...

Càng nghĩ về dĩ vãng, lòng tôi càng xôn xao. Tôi không ngồi, mà nằm ngã trên cát, đầu của tôi gối vào lòng Qúy. Tôi nhắm mắt tưởng tượng như tôi đang sống ở một nơi nào đó hoàn toàn không chút ưu phiền, chỉ có hạnh phúc và bình an...

Bỗng Qúy hỏi tôi:

- Hồi chiều em có đi đâu không?

Tôi thành thật trả lời:

- Trang đến nhà chơi, em và Trang cùng ra ngoài vườn nói chuyện.

Qúy nói, giọng âu yếm:

- Trang mới liên lạc với em?

Tôi dạ nhỏ, rồi từ từ bảo Qúy:

- Con nhỏ Trang đang có chuyện buồn. Có lẽ mình cần liên lạc với nó nhiều hơn.

Rồi tôi kể cho Qúy nghe về Trang. Tuy nhiên tôi giấu việc Trang có bầu, vả lại chính tôi cũng chưa biết rõ, nên hay nhất là giữ im lặng..

Qúy nghe xong, chút suy nghĩ rồi nói:

- Em nghĩ Phận có đáng trách không?

Tôi trả lời Qúy:

- Em không biết nói sao, với em, đáng lẽ Phận phải tin vào cuộc sống mình hơn.

Nhưng Qúy ngắt lời tôi:

- Không dễ đâu em ạ. Con người ta rất ham sống, nhưng lại cũng dễ buông xuôi. Anh không dám có ý kiến về trường hợp của Phận, nhưng anh chắc chắn một điều, Phận đã phải trải qua một thời gian rất tuyệt vọng, chính điều này đã dẫn Phận đến chỗ bất cần, và đã tự hủy hoại ngay cả cuộc sống của mình.

Tôi ngắt lời Qúy:

- Trang nó có nói với em, nó nghĩ vì Phận không có niềm tin tôn giáo, nên khi bị khủng hoảng, Phận không có niềm tin để làm điểm tựa.

Qúy thở dài:

- Anh không biết người khác nghĩ thế nào, nhưng với anh, có lẽ lời bình phẩm của Trang đúng với trường hợp của anh. Cuộc sống con người nếu không có niềm tin và lý tưởng chắc chắn sẽ dễ bị hủy hoại. Nhưng ngoài niềm tin và lý tưởng đó, một điều rất cần cho những người bệnh, là gia đình em ạ.

Và Qúy hôn trên tóc tôi, nói như thì thầm:

-Không có em bên cạnh, biết đâu anh cũng tuyệt vọng và cũng trở nên mù quáng.

Tôi lắc đầu:

- Không, anh là người có rất nhiều nghị lực, nếu không làm sao anh có thể vượt qua được quãng thời gian trung học, rồi đại học. Em nghĩ, ngay người bình thường cũng đã khó, huống hồ là một người mang bệnh hiểm nghèo, không biết sống nay chết mai, mà vẫn kiên trì tiếp tục đổ công ra học hành đến nơi đến chốn, hơn nữa lại còn phải học gấp đôi người bản xứ, vì tiếng tăm khác biệt.

Rồi tôi nắm chặt tay Qúy:

- Em rất hãnh diện và rất mừng được làm vợ anh.

Tôi ngừng nói, và trong lòng chợt nhớ tới sự so sánh của Trang giữa Phận và Qúy. Quả thật là một khác biệt, Qúy từ sự tuyệt vọng đã vươn lên, còn Phận thì từ đã sống trong sự thành công, nhưng đã không chịu được sự thử thách của bệnh tật, khiến tự mình làm mất đi nguồn sống của mình, điều đó chẳng là nuối tiếc và đau buồn sao?

Trong niềm hạnh phúc tràn đầy đó, tôi đã ghì Qúy trong vòng tay tôi. Một sức mạnh tình yêu như cuốn lấy Qúy và tôi. Tôi thấy thân xác mình như bay bổng hoà loãng trong tình yêu của Qúy. Và hơi thở của hai chúng tôi cùng với gió biển hoà nhịp, một khúc nhạc du dương thánh thót tuyệt vời, khiến bầu trời của ban đêm như ngừng lại lắng nghe, một thần tiên cảnh giới. Và tôi thấy tôi, thấy Qúy say đắm trong vòng tay bình yên của Thượng-đế, cùng với lời chúc phúc vì niềm tin và lý tưởng, cả hai chúng tôi sẽ bình an, sẽ sống và sẽ tiếp tục con đường mà Thượng-đế đã an bài.

Trên đường về, lúc đó đã khuya, khuya lắm, Qúy lái xe, còn tôi bâng khuâng nhìn màn đêm rồi lại nhìn Qúy, một thiết tha tràn ngập lòng tôi, chất ngất ngàn xao xuyến bồi hồi, và trong tình yêu lửa cháy đó, đúng lúc, giọng Từ Công Phụng, bài hát Mãi Mãi Bên Em như rót vào lòng. Tôi như nghe chính Qúy thỏ thẻ cùng tôi, lời say đắm của một tình yêu lãng mạn cao sang nhưng thuần chất. Và tiếng Qúy nhè nhẹ hát theo như dỗ dành và trìu mến tôi:

Nếu có điều gì vĩnh cửu được,
Thì em ơi đó là tình yêu chúng ta.
Bờ môi ngoan hương tóc rũ vai mềm
Từng ngày dài hồn anh mãi tương tư
Gọi tên em lòng nao nức đêm mơ
Anh mơ thấy bên em cho đến trọn cuộc đời...

Nước mắt tôi bỗng tràn ra, một nhung mềm của tình yêu mà Qúy cho tôi như hòa trong lời ca, hay chính nỗi lòng của Qúy và của tôi mãi mãi... Và tôi hát theo: *"Em sẽ mãi yêu anh cho đến trọn cuộc đời."*

Qúy nhìn tôi, bốn mắt gặp nhau ân ái, và cả hai cùng lập lại.. *Ta sẽ mãi yêu nhau cho đến trọn cuộc đời... Ta giữ mãi lời nguyền cùng bên nhau.......*

Khoảnh khắc một luồng gió nhè nhẹ đam mê như sẵn sàng chờ đợi ru chúng tôi trong giấc ngủ ái tình. Qúy vươn cánh thay phải vòng qua vai tôi. Hơi ấm tình yêu như cuốn hút tôi, tôi ngả đầu trên bàn tay Qúy. Và trong tôi, một cảm xúc tràn ngập như vỡ bờ....

CHƯƠNG MƯỜI HAI

Hai Năm Sau..

Người công giáo hầu như hơn chín mươi phần trăm là những người được rửa tội ngay khi còn thơ trẻ mới sinh ra, do đó, không phải ai lớn lên cũng được hướng dẫn giáo lý kỹ càng, nên sự thấu hiểu về tín lý công giáo thật lu mờ, có khi hoàn toàn không biết chút gì về phúc âm, cũng như tân ước, cựu ước.

Sự thiếu thốn về căn bản giáo lý, cũng như không được học hỏi phúc âm, cũng là những thiếu xót rất lớn, và là mối lo âu không ít cho giáo hội công giáo. Chính vì thế những khoá học bồi bổ và giúp ích cho tinh thần sống đạo quả là cần thiết. Hơn nữa, than mà không được đốt sáng thường xuyên sẽ nguội và trở thành tro, khi gặp gió sẽ tan biến vào không khí như không hiện hữu.

Trong tinh thần đó, tôi phải cám ơn những người đã nâng đỡ và cho tôi cơ hội để tìm hiểu và sẵn sàng cho khoá ba ngày Cursillo.

Tôi biết về phong trào Cursillo qua bác Kha, người đã hơn một lần nói cho tôi biết những suy nghĩ của bác qua phong trào, nhất là bác còn là người đã khuyên tôi tham dự khoá Cursillo.

Thú thật, lúc đầu tôi cũng chỉ gật cho qua, vì tôi đoán lại cũng là những khoá tĩnh huấn, đến nghe thuyết giảng về một đề tài nào đó, sau khi nghe về, mọi việc lại cũng sẽ đâu vào đó, vì không phải ai cũng có tài diễn thuyết khiến người nghe thay đổi cách sống, hay tối tiểu tâm trạng sống của mình.

Tôi nhớ, hôm tôi nhận lời đi học khoá ba ngày do phong trào Cursillo tổ chức tại Houston, bác Kha đã nói với tôi:

- Cháu nên đi, không phải chỉ là dự khoá, mà là còn để cám ơn Chúa đã cho cháu và Qúy trải qua được khúc ghẹo rất gắt trong cuộc đời. Khúc ghẹo này nếu không khéo tay lái có thể cả hai đã không thoát nạn được.

Tuy nhiên, lúc đó tôi cũng chỉ mơ hồ, nên nói với bác Kha:

- Cháu nghe lời bác. Cháu sẽ đi dự khoá ba ngày, cháu hy vọng cháu sẽ học hỏi được điều gì để rút kinh nghiệm sống cho cháu.

Bác Kha trầm ngâm:

- Thực ra, đôi khi cháu sẽ rất ngạc nhiên, vì những bài hướng dẫn, hay thuyết trình của phong trào sửa soạn sẵn cho khóa, có thể cháu đã nghe và cảm thấy rất thường, giống như đã nhai đi, nhai lại nhiều lần trong đời. Nhưng cháu ạ, cảm xúc của con người là một đặc ân mà Chúa đã ban cho ta, đó là những chiếc lò xo tạo ra lực đẩy niềm tin tôn giáo của ta, hầu ta có cơ hội thăng tiến đức tin. Bác hy vọng cháu sẽ tìm được cảm xúc thực sự từ những chiếc lò xo ấy.

Rồi bác Kha chút do dự:

- Nhưng bác sẽ ngừng ở đây, khi nào tham dự khoá ba ngày của phong trào chắc cháu sẽ cảm nghiệm được những giá trị toát ra từ chính cháu. Người ta thường bảo, con người ta có một sức mạnh tiềm ẩn vô biên, nhưng sức mạnh tiềm ẩn đó chỉ xuất hiện khi nào con người rơi vào chỗ cùng cực. Chính vì thế con người luôn bỏ quên, và luôn tưởng mình sẽ không bao giờ làm được cái mà người khác làm. Nhưng nghĩ như vậy quả tiêu cực, nếu thực sự chúng ta muốn bắt giữ, và lôi kéo khả năng mình, thì hãy cho mình cơ hội để hâm nóng, và bốc hơi khả năng của mình, chắc chắn chúng ta sẽ khai triển và thành công điều chúng ta mong ước. Và đấy cũng là một trong những lý do khiến phong trào Cursillo thành công, là nấu chín những khả năng và niềm tin sẵn có trong chúng ta để bốc hơi, hầu toát ra dưỡng khí phúc âm, đức tin, đức cậy và đức mến, để loãng vào không khí, hầu là hơi thở cho đời sống đức tin, không chỉ cho mình, mà cho cả những người anh em mình.

Rồi bác Kha trầm ngâm:

- Bác vẫn luôn có khái niệm rất tốt về đường lối của phong trào nên mới hy vọng cháu có cơ hội tham dự. Mà không chỉ cháu, nếu có thể cháu nên chia sẻ những điều cháu cảm nghiệm được sau khi dự khoá cùng với chồng cháu, biết đâu chồng cháu chả lãnh nhận được sức mạnh nào khác giúp ích cho bản thân, và xã hội không hay. Hơn nữa, khả năng và điều kiện của chồng cháu đúng là mẫu người rất cần cho phong trào, vì không chỉ kinh nghiệm sống, những truân chuyên trong đời đã trải qua, mà kể cả khả năng và công việc, đây là môi trường thích hợp đối với suy nghĩ của bác.

Tôi chút do dự, rồi hỏi bác Kha:

- Nhưng có lần cháu nghe bác nói lượng và phẩm của phong trào Cursillo, ý bác là gì cháu không rõ?

Bác Kha nhã nhặn.

_ Trên nguyên tắc và cũng là mục tiêu rất cẩn trọng của phong trào Cursillo đòi hỏi những khoá sinh tham dự khá kỹ lưỡng về nhân cách cũng như khả năng lãnh đạo. Nhưng nói thế không có nghĩa là phong trào chỉ dành cho những người giỏi, mà ngược lại, phong trào nhắm vào tất cả mọi thành phần. Nhưng ngoài khả năng lãnh đạo, lòng đạo đức, còn phải có chút hiểu biết về đời sống xã hội, cũng như tín lý.

Ngừng một chút bác Kha tiếp:

- Vì thế, bác nghĩ phong trào nên đặt nặng về phẩm hơn là chỉ nghĩ tới lượng. Bác ví dụ như quần áo hay dụng cụ trong gia đình, nếu các nhà sản xuất chỉ nghĩ tới lượng, sản xuất ra cho thật nhiều, mà quên phẩm chất của hàng hoá sản xuất ra. Cháu nghĩ là việc gì sẽ sẩy ra, có phải là hàng bị ế ẩm vì không ai muốn tiêu dùng. Và như vậy có phải là tất cả hàng hoá đó phải trả về hay bán đổ đi, thì sự thiệt hại sẽ do nhà sản xuất gánh chịu đúng không. Hơn nữa sự thiệt hại còn nặng nề gấp bội, là tiếng tăm, người ta sẽ rỉ tai nhau mà dèm pha, chê bôi sản phẩm, và khi có ai nhắc tới sản phẩm đó, hẳn người người không chỉ chối từ tiêu dùng, mà còn bửu môi và dục bỏ. Cũng cùng thí dụ đó, nếu phong trào không biết trân quý giá trị của phong trào, thì phong trào có phải là sẽ rơi vào cùng hoàn cảnh với các nhà sản xuất kia không? Hay nói khác đi, nếu chỉ chú ý tới mở khoá, càng nhiều càng tốt, mà quên phẩm chất của những cursillitas sau này, thì cháu nghĩ có nên không? Hơn nữa, mình phải cân nhắc và điều nghiên trước và sau, hãy lắng nghe và khéo léo đón nhận những ý kiến, không chỉ người trong phong trào, mà ngay cả những người ngoài phong trào.

Nhưng rồi bác Kha thở dài:

- Tuy nhiên cũng khó lắm. Do đó, bác hy vọng những người trẻ như cháu sau này sẽ khéo hơn, thuần chất hơn. Bác không bao giờ muốn một ngày nào đó, khi nghe tới phong trào Cursillo, người ta lại lầm là một đoàn thể công giáo tiến hành, thì quả sẽ là một việc đáng buồn cho phong trào.

Những lời bác Kha nói không phải không có lý, tuy nhiên, tôi vẫn hy vọng những người trong ban lãnh đạo phong trào cũng cảm nhận những điều đó. Còn riêng tôi, sau khi tôi đi dự khoá về, tôi vẫn một mực sống theo tinh thần học hỏi mà tôi đã lãnh nhận được. Nhất là cố gắng theo đường lối của phong trào, là làm việc theo tinh thần phong trào với sự âm thầm và lặng lẽ nhất.

Tôi cũng nhận ra rằng, không phải ai tham dự khoá ba ngày của phong trào Cursillo cũng cảm nhận được ơn đặc biệt. Sự đón nhận ơn đó từ sự xúc cảm, hay cảm nghiệm của từng người khác nhau. Sự xúc cảm và cảm nghiệm đến với từng người giống như những làn gió thổi qua những khe núi, qua những hàng cây, hoặc những lỗ thông hơi... Và tiếng kêu lớn nhỏ sẽ tùy thuộc vào những khe, những kẽ, những lỗ lớn nhỏ khác nhau. Người đi dự khoá ba ngày Cursillo về, sự ân hưởng tùy theo mỗi người. Có những người nhận ơn nhãn tiền, nhưng có những người không cảm nhận được điều đó cho tới khi về sinh hoạt với nhóm, và cũng có những người hoàn toàn không tác động, dù chỉ là cảm nghiệm cỏn con nhất...

Riêng tôi, không biết những người cùng khoá thế nào, nhưng sau khi tham dự khóa ba ngày về, tôi đã cảm nghiệm được sự huyền diệu của đời sống đức tin trong mầu nhiệm cứu chuộc, đặc biệt đã biến tâm hồn tôi từ nghèo nàn trong đời sống Kitô hữu trước đây, trở thành biết siêng năng cầu nguyện và phó thác hơn. Trong chiều hướng đó, tôi đã thực hành cách học đạo, hành đạo và sống đạo theo tinh thần của phong trào, để triển nở đời sống đức tin hàng ngày, mà vô tình hay hữu ý tôi thường lãng quên.

Đời sống một Kitô hữu là một hồng ân, nhưng nếu không biết nắm giữ thì sẽ mất đi, đôi khi còn biến mình thành những ma đói trong chính đời sống đức tin của mình.

Hơn nữa đời sống Kitô hữu không chỉ là một đời sống thụ động, nhưng phải triển nở và năng động trong tinh thần phúc âm. Tuy nhiên, chính vì hăng say thái quá, đôi khi dễ gây ra những hiểu lầm không cần thiết khiến sự dị nghị có thể làm phương hại đến sinh hoạt của phong trào. Nên, tôi cố tạo cho mình cân bằng trong suy nghĩ cũng như hành động. Tôi chỉ là một thành viên vẫn còn thô sơ trên mọi khía cạnh, cũng may, nhờ tinh thần của những người bạn cùng nhóm đã khuyến khích và nâng đỡ, trong đó phải kể tới Hảo, tới Tươi, những người rất gần và thân với tôi.

Chúng tôi họp nhóm hàng tuần để cùng nhau chia sẻ những ưu tư, những muộn phiền, và ngay cả những khó khăn sảy ra hàng ngày của mỗi người, từ đó, khuyên nhủ và hướng dẫn lẫn nhau để thăng tiến đời sống Kitô hữu thiết thực hơn. Sự âm thầm, nhất là lời cầu nguyện đã nâng đỡ và tăng thêm sức mạnh để cùng Qúy tiếp tục phó thác mọi biến chuyển của cuộc đời chúng tôi cho Chúa. Nhất là Qúy, vì ghép thận, nên những biến đổi hàng ngày trong cơ thể là một điều hiển nhiên mà lúc nào chúng tôi cũng canh cánh lo sợ.

Và cũng nhờ đó, nhờ vào lời cậu nguyện của nhóm, và nhờ vào tình thương mà chúng tôi dành cho nhau trong chân thật, đã tạo cho tôi một đời sống mới, một tinh thần mới trong cộng đồng cũng như giáo xứ.

Qúy rất mừng, mừng lắm khi thấy tôi triển nở tinh thần sống đạo, có ý nghĩa và sốt sáng hơn. Do đó lúc nào Qúy cũng tươi cười trong niềm vui mà cả hai chúng tôi đã cùng được lãnh nhận. Chính vì những lý do đó, Qúy luôn trân qúy và tìm cách cho tôi có cơ hội sinh hoạt, nhất là còn khuyên nhủ tôi kinh nghiệm sống, cũng như khai nở những ân phúc và niềm tin, để tìm hạnh phúc ngay trong sự tầm thường thương yêu nhất. Qúy có lần e dè nói cùng tôi:

- Sống đạo đức nhưng đừng cho mình là người đạo đức, em phải luôn nhớ điều đó.

Tôi nhìn Qúy do dự rồi hỏi, có lẽ lúc đầu tôi chưa hiểu hẳn ý Qúy, nhưng sau đó tôi mới thấm hiểu nên cười bảo Qúy:

- Em sống đạo đức nhưng không "nghĩ" mình đạo đức được không anh?

Qúy khẽ gõ trên đầu tôi:

- Em dùng chữ khéo lắm, nhưng chỉ tội, đây không phải ý tốt đúng không? Có phải em muốn chạy tội nên mới tìm cách dùng chữ với anh phải không?

Nhưng rồi Qúy cười và tiếp:

- Theo anh nghĩ, không nên thay bằng chữ "nghĩ" , vì nghĩ vẫn chưa xác định và mới chỉ còn ở trong trạng thái mơ hồ, nhưng chữ "cho" thì đã là một xác nhận rồi đúng không em?

Tôi lại mỉm cười, rồi nghiêm trang nói với Qúy:

- Em hiểu ý anh, anh muốn rằng em sống theo tinh thần phong trào, tức là thẩm thấu đời sống đức tin vào cộng đồng xã hội, nhưng đừng để lộ ra mình là người của phong trào như một chứng tỏ đúng không?

Qúy giọng hơi đắn đo:

- Anh chỉ nghĩ sao nói vậy thôi. Vì anh không muốn sự lộ liễu thái quá sẽ là trở ngại cho em, và nhất là phong trào.

Nghe Qúy nói, lòng tôi thật an tâm, vì tôi biết Qúy rất săn sóc và lo cho tôi. Tuy nhiên tôi cũng thấy lạ, vì sao Qúy hiểu đường lối của phong trào để nhắc nhở tôi. Nhưng rồi tôi chợt nhớ, tôi đã đưa cuốn sách phong trào về, và có lẽ Qúy đã tò mò đọc qua.

Thời gian này không thể phủ nhận, nếu không nhờ lời cầu nguyện liên tục, nhất là tinh thần học đạo, sống đạo và hành đạo của phong trào, có lẽ tôi rất khó lòng tránh khỏi những hoang mang lo lắng vì những thay đổi thường xuyên của sức khoẻ Qúy sau khi ghép thận. Những nỗi lo đó triền miên từng giây đã khiến Qúy và tôi bị áp lực không ít. Tuy nhiên, tôi đã phó thác và đã biết dùng kinh thánh suy gẫm để trấn an mình.

Quả thật, không gì hiệu lực bằng lời cầu nguyện, nhất là suy gẫm lời Chúa. Tôi đã lấy lại sự bình yên, hay đúng hơn tôi đã được ân phúc từ niềm tin. Và chính nhờ đó, tôi và Qúy đã cùng nhau trải qua một đoạn đường bình an vì biết trông cậy trong sự phó thác......

Nhưng giữa lúc tôi đang cùng nhau cố gắng trong tinh thần sống đạo, dựa vào sự chân thật khuyến khích của bạn bè trong nhóm, cũng như ngoài nhóm, mà tôi mới quen biết qua phong trào, thì một chuyện đã không may sẩy ra cho giáo xứ chúng tôi. Một sự kiện kinh hoàng đã làm không biết bao nhiêu người rơi nước mắt, nhất là những người công giáo, mà không chỉ tại Hoa Kỳ, còn cả khắp năm châu. Đó là tai nạn chiếc xe bus chở người đi hành hương từ giáo xứ Các Thánh Tử Đạo tại Houston, Texas đến dòng Đồng Công ở Carthage Missouri, để hành hương kính Đức Mẹ, nơi mà hàng năm, năm nào cũng trên dưới sáu mươi ngàn người từ các nơi kéo về tham dự. Sự kinh hoàng hơn nữa là người bạn thân cùng nhóm của tôi cùng chồng và anh chị em đã có mặt trên chuyến xe bus đó.

Tôi còn nhớ, khi tôi được điện thoại của người bạn trong nhóm, cho hay tin Hảo qua đời trong chuyến xe bus đó, tôi đã bàng hoàng như không hiện hữu. Tôi cứng đơ như cây trồng, và mọi mạch máu trong người hình như đông lại.

Tin hãi hùng đó quả thật đã khiến tôi không thể nào biện minh cho sự sùng kính. Tôi bị lạc trong mơ hồ của niềm cậy trông và phó thác. Một câu hỏi như tràn ngập sự tuyệt vọng trước sự quan phòng của Thiên Chúa. Và khoảnh khắc đó tôi như mất tôi.

Và phải lâu lắm, tôi mới hoàn hồn trong vũng lầy nước mắt khi Qúy đến bên tôi hỏi nhỏ, giọng lo lắng:

- Có gì không sao em chết trân như vậy?

Tôi giật mình nhìn Qúy. Tôi xoay người để tìm một động tác hồi sinh thân xác, hay tìm cho tôi một ý nghĩ khả dĩ để tôi vực dậy trước tin người bạn thân cùng nhóm sinh hoạt Cursillo, ra đi trong hoàn cảnh bất ngờ và thảm khốc này.

Vì thế cả phút sau tôi mới trả lời Qúy trong tiếng nấc:

- Hảo chết rồi.

Có lẽ Qúy nghĩ tôi điên, hay tôi đang nói nhảm điều gì, nên Qúy hỏi lại:

- Em nói gì?

Tôi lại nấc lớn hơn:

- Hảo chết rồi.

Qúy nhìn tôi, và rồi hình như Qúy nhận ra trên tay tôi

vẫn cầm điện thoại. Qúy gỡ điện thoại trên tay tôi bỏ lên tai vừa "hello".

Rồi Qúy lắng nghe. Mãi sau Qúy mới thở dài, tiếng thở dài nghe thật thảm sầu và tuyệt vọng:

- Có chắc không? Còn những ai nữa?

Rồi không hiểu bạn tôi nói gì. Qúy lại thở dài rồi cúp điện thoại. Qúy không nói gì. Dang cả hai cánh tay ôm tôi vào lòng. Và nước mắt tôi chan hoà trên bờ vai Qúy.

Trong đời con người, sự sống chết hẳn là chuyện bình thường và hiển nhiên. Sinh lão bệnh tử chẳng là định luật bất di bất dịch sao? Nhưng khi nghe tin chết từ một người bệnh già, hay một nan y lâu ngày nào đó, có lẽ đỡ sững sờ và kinh hoàng hơn là phải nghe tin một người vẫn còn trẻ, nhất là người bạn chí thân, hôm qua vẫn còn vui vẻ, vẫn còn đùa vui trong những sinh hoạt thường xuyên, nhất là vẫn còn chia sẻ từng những cảm xúc, cũng như những vui buồn của đời sống hàng ngày. Nhưng điểm làm tôi khủng hoảng hơn cả là khi nghĩ tới sự sống và sự chết như sợi chỉ treo mành khiến tôi nghĩ tới Qúy, nghĩ tới sự sống hàng giây của Qúy. làm tim tôi như ngừng thở. Một so sánh, rồi một lo lắng như bóp nghẹt tôi. Tôi càng tội nghiệp cho Hảo càng lo cho Qúy... Và cứ thế.

Từ nỗi kinh hoàng khi nghe Hảo qua đời, tôi đã sống những ngày như hoang dại vô tri. Có lẽ, một lúc nào đó, trong ta hình như trống rỗng. Có sự sẩy ra trong đời đã biến đổi ta mà ta không ngờ. Tôi thấy mình bắt đầu suy nghĩ về sự chết nhiều hơn, dù trước giờ tôi vẫn nghĩ, nhưng hầu như tôi chỉ nghĩ theo tâm trạng của người vợ đối với người chồng đang mang bệnh hiểm nghèo, mà ít nghĩ tới chính tôi, vì biết đâu, tôi lại chả là người đi trước. Quả khi Chúa phán: "Không biết giờ nào chàng rể đến", đã chẳng nhắc nhở người tín hữu hãy luôn tỉnh thức sao?

Tôi còn nhớ, ngày tiễn đưa Hảo, nhìn năm chiếc quan tài xếp hàng trước cung thánh mà tôi không thể nào cầm được nước mắt vì xúc động. Qúy cầm tay tôi như an ủi, nhưng thật ra tôi nghĩ Qúy cũng đang mang tâm trạng như tôi khi nhìn thấy chồng và các con của Hảo với khăn tang trên đầu, cùng những hoang mang đầy trên nét mặt, một sững sờ mà có lẽ, ngay lúc đó vẫn chưa có thể tin là người vợ, người mẹ của mình đang nằm trong chiếc quan tài trước mặt, để rồi một tiếng sau, người ta sẽ cùng nhau hát những bài tiễn đưa, sẽ vĩnh viễn chôn vùi dưới lòng đất.

"Khi Chúa thương gọi con về lòng con hân hoan, như trong một giấc mơ...". Lời của thánh vịnh mồn một và rõ ràng, nhưng người ta hát đó, cầu đó, và có lẽ cố tin đó... Nhưng có ai không ngậm ngùi đau xót khi người thân ra đi. Chính vì thế, người ta mới tự mất, hay nói khác là tự mâu thuẫn niềm tin và tín lý của mình trong những lời phân ưu vô nghĩa: "Chúng tôi vô cùng thương tiếc và đau buồn khi được tin ông bà... đã được Chúa gọi về". Tại sao lại thương tiếc và đau buồn khi được Chúa gọi về? Đã trong niềm tin và tín lý công giáo thì phải hân hoan vui mừng khi được Chúa gọi về mới đúng.

Dẫu sao, tôi vẫn bị hụt hẫng khi nghĩ tới sự chết, nhất là khi nghĩ tới trường hợp của mình...

Tôi còn nhớ bài thơ tôi đã đọc trên tờ Dũng Lạc, bản tin của cộng đồng công giáo Houston:

Trên chuyến xe đò định mệnh ấy
Đoàn con đi ánh mắt hân hoan
Sân giáo đường nụ cười hoa nở
Cùng hân hoan tha thiết nhiệm mầu

Trên chuyến xe đò định mệnh ấy
Đường về quê có Mẹ ủi an
Bánh xe đưa đàn con rời bến
Niềm tin như rộn rã linh hồn

Trên chuyến xe đò định mệnh ấy
Hoàng hôn dần khuất bóng chân mây

Mắt ngắn dần đêm về che phủ
Lời kinh hôm rộn rã không gian

Trên chuyến xe đò định mệnh ấy
Bao thương yêu nồng ấm thiết tha
Tiếng ca ngân linh hồn sáng lạn
Chờ nắng mai đến bến an lành

Trên chuyến xe đò định mệnh ấy
Đường hành hường chào đón phúc-âm
Lời thánh kinh niềm tin bất tận
Lâng lâng lòng hạnh phúc dâng trào

Nhưng chuyến xe đò định mệnh ấy
Trời đổi mầu nghiệt ngã tối tăm
Đoàn người đi hành hương không tới
Tai nạn đầy thảm khốc thương đau

Ôi ai ngờ cuộc đời dâu bể
Ngày người người tưởng sẽ mắn may
Con số tám ai ngờ mang vận
May mắn đâu chỉ thấy u hoài

Khiến vùng trời muôn mầu tang tóc
Kẻ thương vong người cõi thiên thu
Giờ Chúa gọi niềm tin sâu nặng
Đường về quê xin Mẹ ủi an.

Tôi bần thần trong những ưu tư nhỏ lệ trong lòng ấy, bài thơ như đưa tôi vào từng đoạn đường lòng tôn kính Đức Mẹ cũng như niềm hân hoan của những người hành hương. Nhưng tại sao và tại sao? Quả là chiếc xe đò định mệnh, nhất là Hảo đáng lẽ không phải là người đi chuyến xe đò đó, nhưng những giây phút cuối cùng vì có người trả lại vé, nên đã thế chỗ cho đủ. Qủa ai biết được giờ nào chàng rể đến để thức mà chờ?

Ngày đưa đám, trời mưa, Houston như dãi buồn cho thân phận con người, hay từ trời, cơn mưa móc đang tràn ngập tâm hồn của từng người lầm lũi theo năm cỗ quan tài. Riêng tôi, những bước đi như co lại, và lòng tràn ngập những hoang vắng lạnh người. Tôi trong tay Qúy, nhưng hình như hơi ấm của Qúy không đủ sưởi ấm tâm hồn tôi lúc này, lúc mà tôi đang hoàn toàn bị khủng hoảng giữa sự sống và sự chết như cơn gió thoảng.. Rồi nó cuốn đi... Và vô tận... Giữa lúc đó, tôi thấy bác Kha lặng lẽ nhìn từ cuối sân giáo đường với chiếc dù mầu đen che đầu. Nhưng hình như tôi thấy bác không còn biết trời mưa hay tạnh, mà ánh mắt bác chỉ sâu thẳm nhìn những chiếc quan tài đang đội những hạt mưa cuối cùng trong đời, để rồi sẽ mãi mãi không còn cảm nhận, và không còn tồn tại trong tiếng mưa rơi. Và bỗng tôi thấy bác cúi đầu trong im lặng.

Tôi chợt nhớ bác Kha đã nói với tôi một lần:

- Mỗi lần đi đám ma là mỗi lần bác thấy đời sống con người có ý nghĩa hơn.

Tôi đã hỏi bác:

- Vì sao vậy bác?

Bác Kha suy tư trả lời:

- Vì cho chúng ta một gợi nhớ, cuộc đời ngắn ngủi nên hãy trân qúy và sống cho ý nghĩa, nếu không mình sẽ uổng phí đời mình.

Rồi bác Kha tiếp:

- Cuộc đời con người luôn có những lý lẽ riêng của nó, và ngay khi ta chết, hiển nhiên cũng có lý riêng. Do đó, đừng ngại, nếu một ngày nào đó mình ra đi, hãy bình thản và coi như một lời mời.

Khi nghe bác Kha nói vậy, lúc đó tôi chỉ nghĩ bác cố an ủi tôi để tránh khỏi những lo lắng thường xuyên trong lòng. nhưng hôm nay, trước năm chiếc quan tài, tôi nhìn bác, bỗng dưng tôi nhận ra một điều gì đó, nên tôi thấy vơi đi phần nào khắc khoải.

Và bỗng dưng tôi dựa vào vai Qúy. Tôi bắt đầu bước những bước vững hơn, có lẽ vì lòng tôi vừa nhận ra, lời mời gọi nào cũng có lý riêng, nên biết đâu, bạn tôi là người sung sướng nhất, vì đang hưởng nhan Thánh Chúa...

Nghĩ như vậy, tôi nhìn bác Kha. Tôi thấy bác đã rời chỗ, và hình như bác ngồi trong xe đang cúi đầu tìm vật gì.

Tôi bảo Qúy:

- Anh chờ em.

Rồi tôi không đợi Qúy trả lời, tôi đi về hướng xe bác Kha đang đậu. Bác thấy tôi, vừa ngạc nhiên vừa trầm giọng:

- Cháu cũng đi đưa đám ma?

Tôi nói trong cảm xúc:

- Dạ, cháu có cô bạn thân trong số những người này.

Bác Kha thở dài đăm chiêu rồi vừa đưa tờ giấy trên tay cho tôi vừa nói:

- Bác viết bậy vài dòng. Đây là cảm xúc đến rất nhanh. Hy vọng cháu cùng cảm xúc với bác.

Tôi nhận tờ giấy từ tay bác Kha. Tôi lẩm bẩm cám ơn, nhưng tôi không đọc ngay. Tôi vừa nấc vừa nói:

- Thật tội nghiệp

Tôi chỉ nói được thế, rồi chào bác Kha và xoay người như chạy trốn. Tôi đi vội đến bên Qúy. Có lẽ tôi sợ tôi sẽ khóc lớn nên đã vô lễ không nói chuyện thêm với bác Kha. Nhưng tôi đã không thể đứng thêm, tôi cần một điểm dựa, mà Qúy có lẽ là điểm dựa duy nhất của đời tôi trong hoàn cảnh hoang mang thế này.

Thật sự, khi nói tội nghiệp, tôi không biết nói mình hay nói với Hảo và những người đã chết... Vì biết đâu tôi lại chả đang tội nghiệp cho chính tôi, hay cho những người còn ở lại.

Thật là một ngày u ám. Đứng giữa nghĩa trang với đầy sầu não. Một ngậm ngùi tang thương tràn gập... Và tôi đã nức nở với sầu thương cuồng độ... Qúy ghì tôi trong vòng tay Qúy. Tiếng nấc của tôi tiếp nối và tiếp nối... Những mộ phần của những người đã nằm xuống như xếp hàng từng lớp và từng lớp... Đời người như giấc chiêm bao và tôi đang đứng giữa giấc chiêm bao để nhận thấy rằng, thân xác này sẽ thoáng qua, và sẽ xếp hàng trên một mảnh đất hoang nào đó của cuộc đời... Tôi rùng mình, cảm giác lành lạnh trong tôi trổi sinh, và tôi bám lấy Qúy...

Thật lâu, lâu lắm, Qúy bảo tôi:

- Người chết đã chết, hãy tin vào mầu nhiệm phục sinh.

Tôi gật đầu và cố tạo một niềm tin... Nhưng lòng tôi vẫn như chong chóng.

Cuối cùng, trong hoang dại, tôi mở tờ giấy của bác Kha:

Tôi bỏ lại tôi, bỏ lại anh, bỏ lại cuộc đời...
Bỏ vầng trăng sáng ánh nắng mai
Bỏ muôn tinh tú thời hoa nở
Bỏ cả thu sang tưới nắng vàng

Tôi bỏ lại tôi, bỏ lại anh, bỏ lại cuộc đời...
Bỏ tình yêu với trái tim thơ
Bỏ bao hoan hỉ đời say đắm
Bỏ cả duyên tơ thuở ban đầu.

Tôi bỏ lại tôi, bỏ lại anh, bỏ lại cuộc đời...
Bỏ ngày yêu dấu sống bên nhau
Bỏ bao tha thiết tình xuân nở
Bỏ những tâm tư lúc rộn lòng

Tôi bỏ lại tôi, bỏ lại anh, bỏ lại cuộc đời...
Bỏ niềm cay đắng những gian truân
Bỏ cơn ác mộng đời dâu bể
Bỏ khúc oan cơ nỗi chán chường

Tôi bỏ lại tôi, bỏ lại anh, bỏ lại cuộc đời...
Bỏ mầu tăm tối phút chia phôi

Bỏ bao thế sự đầy gian dối
Bỏ chốn gian lao với đoạn trường

Tôi bỏ lại tôi, bỏ lại anh, bỏ lại cuộc đời...
Mỉm cười hoan nở lúc ra đi
Hành trang gói trọn lời Kinh Thánh
Niềm tin ân phúc chốn vĩnh hằng

Tôi bỏ lại tôi, bỏ lại anh, bỏ lại cuộc đời...
Đường về quê Mẹ chốn thiên cung
Nguy nga tráng lệ muôn mầu sắc
Dang tay có Mẹ ẵm vào lòng

Tôi bỏ lại tôi, bỏ lại anh, bỏ lại cuộc đời...
Không lời từ giã lúc lâm chung
Nhưng thôi hãy nhận lời xin gởi
Trần gian mới thật chốn không chờ

Tôi bỏ lại tôi, bỏ lại anh, bỏ lại cuộc đời...
Hoàng hôn đâu đó tiếng hoan ca
Cung nghinh tiếng hát hoà trong gió
Hồng ân Thiên Chúa phúc chan hoà.

Tôi lặng người nhẩm: *"Nhưng thôi hãy nhận lời xin gởi; Trần gian mới thật chốn không chờ"*.

Phải không Hảo? Phải Hảo đi rồi đã bỏ lại cho tôi và tất cả mọi người những buồn phiền, những gẫy đoạn, và tất cả những trần gian vô nghĩa, vì trần gian quả thật chốn không chờ sao?

Bất giác lòng tôi chao đao, và một khởi sự. Tôi thấy thấm thía và hiểu rằng, sự sống và sự chết đều là mầu nhiệm, nên hãy sống và sống như sự bình yên và hạnh phúc...

Từ hôm đưa đám ma Hảo về, tôi đã suy gẫm và đã trân qúy cuộc sống hơn. Tôi đi dự thánh lễ Misa thường

xuyên và đã tìm cho tôi sự bình an bên Qúy như một mầu
nhiệm...

Thế rồi ngày qua ngày, công chuyện làm ăn cũng như
sức khoẻ của Qúy và tôi dù không bình thường, nhưng
cũng cố gắng bình thường tạo cho mình sức mạnh để tiếp
tục đường sống, dù phải đương đầu với bao khó khăn từ
tinh thần tới thể xác do sức khoẻ của Qúy thiếu chất miễn
nhiễm cũng như phản ứng của thuốc. Cũng may nhờ thuốc
chữa trị, tương đối chưa có gì đáng lo lúc này, nên nhân
có ngày nghỉ, Qúy đã đề nghị đưa tôi và các con tôi đi
San Antonio cho thư dãn, để tránh bớt ưu phiền vì lo lắng.

Lúc đầu tôi từ chối, vì sợ sức khoẻ của Qúy không
được tốt lắm. Nhưng cả các con tôi và Qúy đều rất thành
khẩn, thiếu điều muốn năn nỉ tôi, nên chiều Qúy, tôi bằng
lòng, và chính tôi đã đặt khách sạn nằm ngay sát riverwalk.
Nào ngờ đâu, một bất ngờ mà tôi không khi nào nghĩ tới,
khiến tôi ngạc nhiệm vô cùng....

Chúng tôi lấy phòng khách sạn khoảng hai giờ chiều.
Vừa vào phòng, Qúy đã nằm vật ra giường coi bộ rất mệt
mỏi. Có lẽ vì đường xa, sau gần bốn tiếng lái xe từ Houston
đến San Antonio, nên tôi bảo Qúy hãy nằm nghỉ đôi phút.
Qúy gật đầu rồi nhắm mắt nằm yên như cố dỗ giấc ngủ.

Tôi thấy thế bảo hai con tôi cùng theo tôi xuống nhà,
tôi định coi quanh đây xem có nhà hàng nào gần đây, để
khi Qúy tỉnh dậy chúng tôi dùng bữa chiều. Nhưng ngờ
đâu, vừa bước ra khỏi cầu thang tôi gặp Trang. Tôi há hốc
miệng nhìn Trang như nhìn một con quái vật nào đó, vì
đã lâu nay không có tin tức gì của Trang. Hơn nữa tôi lại
nghe phong phanh Trang đã về Việt Nam.

Tôi không suy nghĩ, ôm chầm lấy Trang mà quên
Trang đang bồng một đứa bé. Mãi khi Trang kêu lớn:

- Mày định làm con tao nghẹt thở sao?

Lúc đó tôi mới bàng hoàng buông hẳn Trang ra nhìn

đứa nhỏ rồi nhìn Trang. Trang bình thản:

- Ngạc nhiên hả? Con hàng xóm đó.

Nhưng tôi nhìn kỹ đứa bé rồi hỏi Trang:

- Mấy tháng rồi?

Trang thản nhiên:

- Già một năm.

Tôi hơi cao giọng:

- Đi đâu mà biệt tăm, không sao tìm được mày.

Nhưng Trang thở dài:

- Tao chưa chết đâu, tao còn phải sống để nhìn mày và anh Qúy hạnh phúc.

Tôi lắc đầu:

- Bỏ đi đâu mất không nói một lời, chồng tao và tao phải trải qua cuộc giải phẫu nguy hiểm mà mày không thăm, không hỏi. Con này bạc với bạn quá.

Trang ngắt lời tôi:

- Tao biết mày và Qúy sẽ bình an, vì mày có niềm tin thép làm sao ông trời bỏ mày được.

Tôi đánh nhẹ vào tay Trang:

- Mày chỉ khéo đùa. Tao lo muốn chết, thiếu điều mấy ngày hôm đó tao như người mất trí, vừa đau vừa lo. Bây giờ nghĩ tới những giây phút tao và Qúy đến bệnh viện, hai đứa mỗi đứa một giường đưa vào phòng mổ mà toát mồ hôi.

Trang nhìn tôi, lúc sau Trang bảo tôi:

- Mày có rảnh không, hai đứa mình tìm chỗ nào ngồi nói chuyện được không?

Trang ngừng nói phân vân:

- Cũng may, khoảng ba tiếng nữa tao mới phải ra phi trường. Nếu trễ một chút là hai đứa mình không có dịp gặp nhau thế này.

Và Trang như đùa:

- Đúng vận hai đứa mình vẫn còn may.

Tôi không để Trang nói tiếp. Tôi hỏi ngay:

- Gần đây có nhà hàng Ý nào ăn được không?

Trang lắc đầu:

- Đến San Antonio là phải ăn đồ Mễ chứ ai lại kén quán Ý. Mày lạ thật.

Tôi lắc đầu rồi nói:

- Tao chịu mày, nhưng Qúy không thích đồ Mễ mấy, toàn đậu với cheese..... chóng ngán lắm.

Trang cười:

- Tao đùa thôi, chứ tao thấy phần ăn của Mễ là đã no tới tận cổ rồi, chứ đừng có nói là ăn.

Rồi Trang bảo tôi:

- Theo tao, chúng mình ăn trước, thấy ngon, mày hãy lên dẫn ông xã mày xuống ăn tối.

Rồi Trang cúi xuống vuốt tóc hai con tôi vừa nói:

- Hai đứa lớn quá, lại đẹp trai giống bố.

Hai con tôi đều nhìn tôi, tôi cũng bảo con tôi chào Trang rồi cùng nắm tay theo Trang đẩy chiếc xe baby.

Chúng tôi đi không xa, thì đến một nhà hàng ý trang hoàng như những nhà hàng Ý bên Âu Châu. Chắc hẳn Trang đã ăn ở đây, tôi nghĩ hẳn nhiên Trang biết món nào ngon, món nào không ngon, nên tôi đã không ngần ngại bán cái cho Trang chọn luôn phần ăn cho tôi và cả hai con tôi. Trang lắc đầu:

- Con này gian tà quá chừng. Điệu này tao sợ mắc bẫy mày đây.

Tôi ngắt lời Trang:

- Sao mà mắc bẫy?

- Thì thức ăn mà dở thì mày cứ đổ lên đầu tao chứ gì?

- Mày chỉ đổ vạ thôi. Ai mà thế, có chăng tao chỉ trách nhẹ là mày không biết khẩu vị của bạn thôi.

Vừa lúc đó, người bồi bàn ra. Trang nhìn người bồi bàn, rồi nhìn tôi Trang nói khẽ:

- Sao đi đâu cũng gặp bồi bàn con trai vậy. Nhưng thằng này không bảnh, đáng bốn mươi điểm là cao.

Tôi lắc đầu và nhớ lần tôi và Trang ăn ở Ruth Chris, nhìn Trang mỉm cười. Có lẽ Trang hiểu ý tôi nên cười theo...

Và khi người bồi bàn rời bàn ăn sau khi ghi những món thức ăn chúng tôi đặt, Trang đã như nhớ ra điều gì hỏi ngay:

- Mày phải kể cho tao nghe chuyện hiến thận của mày và ghép thận Qúy. Bác Kha có nói qua cho tao, nhưng rất ngắn gọn nên tao nghe câu được câu không, chẳng hiểu gì hết.

Tôi trầm ngâm, vừa rót nước vào ly cho hai con tôi, vừa nhìn đứa trẻ nằm trong xe baby đang ngủ say. Tôi trách Trang:

- Mày quên tao rồi hả?

Trang nhìn tôi thở dài:

- Tao xin lỗi mày. Nhưng vì hoàn cảnh. Mày đừng giận tao.

Tôi định ngắt lời Trang để trách Trang thêm, nhưng tôi ngừng kịp, vì nếu Trang không muốn nói, hoặc không muốn gặp mọi người hẳn phải có lý do nào đó rất quan trọng. Nên tôi phải tôn trọng Trang, nếu thật sự Trang là bạn tôi. Nghĩ vậy nên tôi trầm tĩnh:

- Tao trách vậy thôi chứ tao hoàn toàn hiểu ý mày. Xin lỗi mày.

Rồi tôi bảo Trang:

- Chắc mày biết tao đã hiến thận cho Qúy, và ca mổ đã thành công.

Tôi ngừng một chút rồi như nhớ lại, bảo Trang:

- Nói là thành công chứ thật ra chúng tao đã trải qua một cuộc thử thách rất hãi hùng, tưởng Qúy đã không qua nổi vì biến chứng ngay những ngày còn trong bệnh viện.

Tôi chút thẫn thờ khi nhớ lại, nhất là những ngày sau khi giải phẫu, một tháng trời trong bệnh viện, rồi khi về nhà biết bao nhiêu thay đổi từ tâm trạng tới bệnh trạng của Qúy và của tôi. Qúy đã phải cố gắng từng giây như sợ sao lãng sẽ bị rút ngắn ngày hạnh phúc lại. Tôi biết Qúy rất trân trọng và rất lo lắng cho sức khoẻ của tôi, nhất là luôn chiều chuộng và tìm đủ cách để làm cho tôi, và các con tôi an tâm vui hưởng sự đầm ấm của gia đình. Vì thế Qúy đã cố gắng che giấu tất cả muộn phiền và lúc nào cũng tươi cười còn tìm cách sống thật vui.

Qúy không bày tỏ nhưng tôi biết Qúy muốn cho chúng tôi được sống như những gia đình bình thường khác không trong hoàn cảnh như chúng tôi, nhất là vật chất, Qúy khéo léo để đời sống không thiếu thốn, còn gầy dựng cơ sở thương mại cho tương lai nếu vì một lý do nào đó Qúy không còn trên thế gian này, chúng tôi có thể cáng đáng và lo cho nhau, mặc dầu sau khi lấy thận cũ ra, ghép thận mới vào sức khoẻ của Qúy hoàn toàn thay đổi, và yếu đi rất nhiều so với lần trước, nên mỗi tuần Qúy chỉ ra khám mắt ở văn phòng cho bệnh nhân duy nhất một ngày, còn những ngày kia do bác sĩ nhãn khoa khác. Điều đó chứng tỏ tâm trạng cũng như sức khoẻ của Qúy không được bình thường như trước đây.

Nhưng thật ra, dù tôi có nói thế nào cũng không thể cảm thấy được những bồn chồn lo lắng của Qúy, nhất là mỗi khi đi tái khám về, lần nào cũng thế, cả hai chúng tôi đều hoang mang lo sợ khi có điện thoại từ phòng bác sĩ gọi về. Vì lần nào cũng vậy, nào là nhiễm trùng, nào là phản ứng thuốc, nào là thận làm việc không khả quan.... Ai trong hoàn cảnh của Qúy có lẽ mới hiểu phần nào những sợ hãi và hoang mang mà Qúy đang phải trải qua.

Chính vì thế Qúy đã sống từng phút, từng giây, phần sợ khi ra đi ai sẽ là người lo lắng và bảo bọc cho chúng tôi, phần sợ không sống vui sống khoẻ lúc ra đi chúng tôi sẽ nuối tiếc những ngày bên nhau.

Tư tưởng chỉ còn sống từng ngày trong đời bên gia đình làm sao tránh khỏi muộn phiền đau đớn. Tôi thông cảm và cố gắng để Qúy không lo lắng, và hãy sống bình an. Nhưng thú thật, chính tôi cũng đầy hoang mang lo sợ trong lòng. Một gia đình đang bình thản trong xum họp bỗng dưng thiếu vắng một người, mà người đó lại là cột trụ của gia đình thì mấy ai không hụt hẫng, không xót thương và đau khổ. Sự ra đi đó không phải là một mất mát kinh hoàng và khiếp sợ nhất trên thế gian này sao?

Vì những ưu tư dằn vặt đó, tôi đã quyết định sống và làm tất cả những gì có thể để Qúy và các con tôi được sống đầy đủ và hạnh phúc.

Người xưa thường lan man lo lắng khi thấy con cái tiêu dùng thái quá, nên thường răn đe đừng "vung tay quá trán". Vì e, tiêu sài quá sức mình sẽ mang đến tình trạng thiếu hụt. Nhưng trong hoàn cảnh này, dù tôi phải vung tay quá trán, tôi cũng phải làm, vì Qúy đã qúa vất vả, không chỉ thể xác dằn vật trong bao năm trường thi cử, đỗ đạt, mà nhất là tinh thần của Qúy đã không ngừng truân chuyên gấp bội, thì tại sao tôi tiếc, hay căn cơ những vật chất mà chính do tay Qúy đã gầy dựng, để rồi lỡ Qúy có mệnh hệ gì, tôi sẽ trở nên kẻ phụ bạc vì đã tần tiện, để Qúy phải ra đi trong thiếu thốn trần gian...

Tôi không sợ người đời chê bôi, nhưng thật sự lòng tôi rất sợ khiếm khuyết điều gì với Qúy, nhất là sau khi chúng tôi mổ về. Sự mặc cảm của con người hiển nhiên ai cũng có, nên sống với người đang mang tâm trạng bệnh tật, thì có ai sống mới có thể hiểu và thông cảm được. Ngoài ra, ai cũng có thể trách, có thể phê bình, nhưng những điều đó ngoài sức của tôi, hiện tại, tất cả nỗ lực đều quy về Qúy, và chỉ có thế.

Dẫu sao tôi cũng yên tâm, vì tôi vung tay quá trán không vì tôi, không vì những đòi hỏi ganh đua hay tiếng tăm, mà tôi sống theo tâm trạng của Qúy, tâm trạng sống một ngày, vui một ngày, và hãy sống như những người bình thường sống, mặc dù trong thâm tâm đầy biến đổi và ưu phiền. Qúy thường bảo tôi, hãy nhấc mình lên trong trạng thái bình an với công việc hàng ngày, hãy lo lắng và săn sóc cho nhau, và hãy sống trong niềm tin.

Nhưng khó thay, vì những gì Qúy nói quả lý tưởng, không những cho tôi mà cả cho Qúy, nhưng thực tế cả hai chúng tôi đã phải trầy da tróc vảy trong từng giây, để cùng nhau vươn lên và tìm sống, hầu giúp đỡ lẫn nhau, nhất là sự tuyệt vọng không lúc nào xa lánh chúng tôi, dù chỉ một giây ngắn ngủi.

Tôi đang mông lung nghĩ về, nên khoảnh khắc quên hiện tại, khiến Trang lên tiếng như thúc dục:

- Kể tiếp đi.

Tôi thở dài rồi tiếp:

- Tao sẽ bắt đầu từ lúc tao gặp bác sĩ để xét nghiệm và quyết định lần cuối cùng.

Tôi lại ngừng nói, giọng như trầm xuống, tôi tiếp:

- Tới ngày gần thay thận, thế mà người bác sĩ vẫn muốn tao gặp một nhóm bác sĩ, hay hội đồng gì đó, họ lại giải nghĩa và tiếp tục nói, vì tao quá nhỏ con, lại yếu đuối nên việc hiến thận của tao sẽ không có cơ hội thành công. Tao hơi khó chịu nên đã hỏi lại họ, nếu tao không hiến thận cho chồng tao, thì các bác sĩ có chịu hiến thận mình để hiến cho chồng tao không? Do đó, tao sẽ chấp nhận và nhất định không thay đổi ý định, tao sẽ hiến thận cho chồng tao dù có bất kỳ bất trắc gì sẩy ra cho tao.

Tôi vẫn còn xúc động khi nói tới lần gặp hội đồng bác sĩ hôm đó. Nên ngừng một chút tôi tiếp:

- Có lẽ bác sĩ thấy tao lên cơn điên hay sao đó, mọi người đều im lặng, và cuối cùng đã chiều ý tao. Và rồi sau lần hội kiến cùng các bác sĩ hôm đó, Bác sĩ trực tiếp đã chọn thứ Năm ngày 07 tháng 12 năm 2006, là ngày tao hiến thận và anh Qúy ghép thận. Tao thật vui mừng, nhưng khi về nhà nói với anh Qúy, nét mặt anh Qúy đầy hoang mang và lo lắng. Tao hiểu tâm trạng anh Qúy nên cố bình thản. Nhưng thú thật tâm trạng tao cũng lo muốn chết.

Rồi tôi ngừng một chút lại tiếp:

- Tâm trạng tao nói với bác sĩ thì cứng vậy đó, nhưng trên đường lái xe về tao phân vân vô vàn, vì nếu là một bác sĩ thì còn có thể nói là họ chỉ lo xa, đằng này cả một nhóm bác sĩ, mà ai cũng đồng lòng khuyên tao không nên hiến thận. Trường hợp như thế, hỏi mày làm sao mà tao không lo được. Hơn nữa lúc đó tao lại có những ý tưởng không mấy hay trong đầu, hay các bác sĩ đã biết trước việc hiến thận của tao có vấn đề. Vừa nghĩ vậy, lòng tao đã như núi lửa, trí tao như sôi sục, khiến đầu óc tao hoang mang vô cùng. Vì thế khi về nhà tao đâu có dám nhìn anh Qúy, vì sợ anh Qúy đọc được suy nghĩ của tao. Vợ chồng có cái hay đó, nhiều lúc không cần nói, nhưng chỉ nhìn ánh mắt, hay điệu bộ có thể đoán ra phần nào những ưu tư trong lòng.

Nói tới đây, tôi cầm ly nước uống một hơi, rồi nhìn hai con tôi. Hai đứa thật ngoan, ngồi yên như cũng đang nghe tôi nói. Thấy thế tôi vuốt đầu Theodore nói nhỏ:

- Các con đói chưa?

Daniel trả lời thay cho em, chút e dè:

- Mẹ, con muốn bố.

Tôi nhìn Trang chút nghĩ ngợi. Trang thấy thế bảo tôi:

- Hay kêu anh Qúy xuống ăn luôn, sau đó, nhờ anh Qúy dẫn mấy đứa nhỏ xuống đi dạo, mày và tao ngồi đây nói chuyện.

Tôi mỉm cười:

- Cũng là mày tính toán hết trọi.

Nói rồi tôi lấy điện thoại kêu lên phòng.

Tôi không phải chờ lâu, chỉ hai tiếng reng là đã nghe giọng Qúy. Qúy vừa dậy, cũng đang tính gọi cho tôi. Tôi bảo Qúy xuống dưới nhà, chúng tôi chờ tại quán ăn. Và khi cúp điện thoại, tôi gọi người bồi bàn, thêm một đĩa giống của tôi. Trang mỉm cười:

- Gớm, ăn mà cũng ăn cùng món. Mày làm tao ghen đấy.

Tôi cười:

- Sống với nhau lâu rồi thành thói quen.

Rồi tôi không để Trang hỏi thêm, tôi tiếp:

- Tao phải sống trong hồi hộp và lo lắng như vậy, nên trong tao lúc nào cũng có một sức sứ ép kinh hoàng, giống như những cơn giông lớn đang xô tao vào chỗ tuyệt vọng. Mà không phải chỉ tao, anh Qúy cũng thế, nhưng vì anh Qúy tế nhị đã không muốn cho tao lo lắng muộn phiền thêm, nên đã chịu đựng, cũng như tao chịu đựng. Thế là cả hai chúng tao cùng vì đối phương, cùng giấu kín âu lo tuyệt vọng trong lòng. Mày thấy không, lúc đó nếu có mày bên cạnh, tao chẳng có người tâm sự, có người để đổ tất cả những muộn phiền trong lòng. Bây giờ mày thấy mày đáng trách chưa?

Trang rơm rớm nước mắt, có lẽ Trang thương tôi. Thấy vậy tôi ân cần:

- Nói thế thôi chứ làm sao tao trách mày được, vả lại nếu có mày bên cạnh, tao cũng sẽ không nói cho mày biết đâu, vì tao không muốn mày lo lắng một phần, nhưng thực ra tao muốn một mình lặng chịu để cùng anh Qúy chia sẻ những lo lắng cho nhau.

Tôi thở dài rồi tiếp:

- Chỉ có người trong cuộc mới cảm nhận được cái sợ hãi và lo lắng đó. Nhất là cả hai vợ chồng tao cùng một tâm trạng, nên mỗi tối khi chúng tao nhìn hai con, chúng tao đều quay đi để tránh đối phương thấy những ưu tư tràn trên khuôn mặt và khoé mắt. Nhưng nếu mày đã từng nuốt nước mắt vì đau khổ và tuyệt vọng, mày sẽ hiểu nó kinh hoàng thế nào. Thời gian đó, chúng tao lại cố tạo cho bố mẹ anh Qúy và gia đình anh Qúy luôn nghĩ chúng tao bình yên, nên càng khó khăn hơn nữa, vì nếu chúng tao lộ ra sự muộn phiền lo lắng hẳn sẽ tạo ra không khí ảm đạm trong gia đình, điều đó đối với bố mẹ anh Qúy thật không nên.

Tôi chút do dự rồi nói tiếp:

- Khó khăn lắm, nhưng biết nói sao cho mọi người thông cảm, thôi thì đành lẳng lặng phải không mày?

Vừa lúc đó người bồi bàn bưng đĩa Calamari Fritte và đĩa Mussels khai vị đặt giữa bàn. Tôi nhìn hai con tôi, cả hai đều thích mực "deep fried" nên coi vẻ rất thích thú. Tôi nhìn Trang:

- Mày như đọc được sở thích của con tao.

Trang cười:

- Thực ra tao gọi theo sở thích của tao, ngờ đâu lại đúng ý thích của hai cháu.

Trang đang nói, thì Qúy đến đứng sau tôi, nhìn Trang vui mừng:

- Trang, sao lại có mặt ở đây, bộ hai người tính hẹn hò rồi làm ngạc nhiên anh hay sao?

Trang cười:

- Coi anh kỳ này hồng hào và đẹp trai ra. Huyền nó giấu anh kỹ quá, sức mấy mà nó thèm hẹn em, nhất là lại có anh cùng đi bên cạnh.

Tôi ngắt lời Trang:

- Anh coi đấy, lâu ngày gặp nó, nó đã phá em rồi.

Rồi tôi chỉ ghế bên cạnh bảo Qúy ngồi vừa nói:

- Tình cờ không anh, tìm nó bao năm không được, bỗng dưng xuất hiện trước mặt tại một thành phố mà cả hai cùng không nghĩ tới. Thật là diệu kỳ.

Qúy ngơ ngác nhìn Trang và tôi với đầy ngạc nhiên. Vừa lúc đó có tiếng trẻ thơ khóc nhỏ. Trang nhanh nhẹn đưa tay vỗ rất nhẹ trên bụng đứa bé như chuyền hơi ấm và tình thương cho đứa nhỏ. Qúy nhìn theo và có lẽ bây giờ mới nhận ra Trang đã có con. Qúy định lên tiếng, nhưng tôi đã tế nhị cầm tay Qúy rồi lắc đầu rất nhẹ. Qúy hiểu ý tôi, vì tôi sợ Qúy hỏi Trang chuyện chồng con, e sẽ làm Trang ngại ngẫm không đâu.

Và vì nghĩ như vậy nên tôi lên tiếng:

- Mấy con tao đứa nào cũng thích baby. Nếu con bé không ngủ có lẽ chúng nó đã đòi bế từ nãy tới giờ.

Trang nhìn hai con tôi, cả hai đều rất hân hoan. Ánh mắt con tôi đều nhìn baby một cách âu yếm và thân thương, khiến Trang vò đầu Daniel vừa nói:

- Chút nữa em gái dậy, cô cho hai con bồng nghe chưa.

Cả hai cùng gật đầu. Tôi cũng cười theo rồi nhìn Qúy. Qúy như hiểu ý tôi mỉm cười trong yêu thương nồng ấm.

Có lẽ Qúy cũng giống hai con tôi, thích baby, nên một âu yếm nồng nàn bất chợt vừa đến trong lòng, bất giác cả hai chúng tôi tìm nhau trong ánh mắt bối rối thương yêu.

Có lẽ đúng lúc Trang bắt gặp nên kêu tôi:

- Con nhỏ này mày không chờ được sao? Sao lại lộ liễu chìm đắm trong ái tình giữa lúc thanh thiên bạch nhật thế này.

Tôi giật mình nhìn Trang, có lẽ mặt tôi đỏ thật vì câu nói nửa thật nửa đùa của Trang. Tôi xì một tiếng lớn rồi nói như đe Trang:

- Mày liệu hỗn, lúc nào cũng đoán mò.

Nhưng Trang bình thản nhìn Qúy hỏi:

- Có đúng không anh Qúy?

Qúy ranh mãnh trả lời Trang, có lẽ trêu tôi:

- Đáng lẽ Trang không nên làm mất cảm giác của Huyền.

Tôi đập vai Qúy:

- Anh chết với em.

Qúy lé cái đánh của tôi vừa tiếp:

- Trang phải hiểu bạn chứ. Lúc mà cảm giác tới hồi sung mãn ai lại lấy dao mà cắt nó đi như vậy.

Tôi không để Qúy nói tiếp đổi để tài. Có lẽ tôi bắt đầu xấu hổ thật, dù ở đây chỉ có Qúy và Trang cùng các con tôi. Tôi bảo Trang:

- Con bé ngủ chưa?

Trang lắc đầu định nói tiếp để chọc tôi, nhưng nghĩ sao Trang cúi xuống hôn trán con bé vừa nói:

- Yêu quá, mẹ thương con.

Rồi ngẩng lên nhìn tôi:

- Nó ham ăn, ham ngủ và ham làm việc giống y như tao.

Tôi cười:

- Chưa chi đã đóng đinh con nhỏ vào ý muốn của mẹ rồi. Chỉ tiếc trong ba thứ đó chỉ được một thứ, còn hai thứ ham ăn ham ngủ hoàn toàn không được chút nào.

Trang bình thản:

- Như vậy là mày lạc hậu rồi, thời nay phải ăn tốt, ngủ tốt mới phát triển được nghe chưa. Nhưng không phải chỉ ăn tốt mà còn phải ăn ngon nữa mới đúng căn bản sống, mày cố học đi để mà lo cho chồng.

Qúy nghe thế xen vào:

- Trang yên tâm, Huyền ngủ ngon lắm, tối 7 giờ vào giường, sáng 11 giờ sáng mới dậy.

Tôi lại đánh Qúy, lần này Qúy để tôi đánh vào vai không lé tránh. Tôi nói:

- Anh chỉ đổ gian cho em. Có bao giờ em được đi ngủ trước mười một giờ đâu, và có bao giờ em thức sau 6 giờ sáng không.

Và tôi nói yêu với Qúy:

- Lác nữa lên phòng anh ăn đòn với em.

Qúy tủm tỉm cười:

- Em đâu dám đánh anh, vì có hai con đang tò tò theo mình.

Trang cười lớn cùng hạnh phúc của hai tôi.

Bữa ăn thật ngon miệng, Qúy và tôi đều kêu Fillet Mignon, hai con tôi ăn chung một phần Fettuccine Alfredo, Broccoli. Còn Trang thích Veal, nên Trang kêu Veal Marsala. Nhưng quả thật nhiều khi không khí nhà hàng, đặc biệt tình bạn hữu đã như lấn át và tăng thêm khẩu vị của chúng tôi rất nhiều. Đúng là rượu ngon phải có bạn hiền, thức ăn cũng không khác. Lòng con người hạnh phúc hiển nhiên thức ăn phải ngon miệng cũng đúng thôi.

Chúng tôi thật bình an, thật hạnh phúc và nhất là thật thân thương trong khung cảnh hoàn mỹ của một bữa ăn, một ngạc nhiên rất lớn mà từ lâu tôi được nhận, vì Trang quả là người rất khéo léo đã đưa chúng tôi từ niềm vui, qua niềm vui nơi những mẫu chuyện hàng ngày, vừa tươi mát, thực tế, thành thật và bạn bè...

CHƯƠNG KẾT

Nhìn ra ngoài trời, mầu nắng như nhạt dần. Nhìn những người tấp nập trong niềm vui rạo rực của một buổi chiều khiến lòng tôi chơi vơi trong hân hoan vời vợi. Một cặp trai gái tuổi ngoài đôi mươi đang ôm nhau quyện lấy môi hôn trên chiếc cầu bắc qua sông, khiến tôi canh cánh trong lòng một xôn xao thắm thiết liếc qua nhìn Qúy. Ngờ đâu, đúng lúc Qúy cũng đang nhìn tôi, khiến tôi thẹn thùng quay qua hai con tôi vỗ về âu yếm, mà tưởng như một dại khờ nào đó đang nở hoa.

Qúy có lẽ đồng lòng nên quay đi cố gắng bình thản. Nhưng tôi biết cả hai chúng tôi đang cùng khắng khít hương thơm ái tình chất ngất....

Sau khi hai con tôi đã ăn Child's Ice Cream, Qúy và tôi cùng ăn chung Creme brulee, còn Trang vẫn thích Tiramisu. Qúy và hai con tôi đi dạo dọc theo riverwalk. Tôi ở lại với Trang. Trang và tôi cùng uống cà phê. Lúc sau Trang mới hỏi tôi:

- Sao thức ăn vừa miệng không?

Và không chờ tôi trả lời Trang tiếp:

- Tao cũng mới dùng bữa với bác Kha cách đây không lâu, hôm đó bác đãi tao ở nhà hàng Ý trên đường Post Oak

Tôi ngắt lời Trang:

- Tiệm Maggiano's

Trang gật đầu rồi thong thả:

- Tao cần gặp bác để xin ý kiến bác.

Và Trang thành khẩn:

- Tao cũng đang có ý định gặp mày.

Tôi hỏi Trang:

- Mày có điều gì lo lắng đúng không?

Trang lắc đầu:

- Không phải là lo lắng, mà là một phân vân.

- Tại sao?

Trang nhìn tôi rất chân thành, khác với Trang trong những phút vui vẻ trong bữa ăn vừa qua. Trang nói:

- Có lẽ tao sẽ nhận bác Kha làm bố đỡ đầu cho tao.

Tôi ngạc nhiên, nhưng không hỏi Trang. Lúc sau Trang như vui mừng:

- Tao đang học giáo lý và kinh thánh, tao sẽ xin rửa tội ngày gần đây.

Tôi đăm đăm nhìn Trang. Một ngạc nhiên và một sung sướng tràn ngập tâm hồn tôi. Tôi hỏi lòng và tự trả lời: "Trang rửa tội." Và tôi bỗng kêu lớn:

- Cám ơn Chúa, Ôi tao vui mừng quá.

Trang bỗng gọi tôi, lúc này tôi mới biết mình đã nói quá lớn nên vài người khách bàn bên cạnh đang nhìn qua tôi. Tôi xấu hổ, cúi đầu như xin lỗi mọi người rồi nhìn Trang, lần này tôi nói nhỏ hơn, giọng vẫn tràn ngập niềm vui:

- Tao mừng quá, từ lâu tao vẫn ao ước có ngày mày sẽ rửa tội, không ngờ lại đến sớm thế này. Ôi! Đúng là Chúa quan phòng.

Trang ngắt lời tôi:

- Thực ra phải nói thật là nhờ mày. Niềm tin tôn giáo của mày, nhất là Qúy, đã là sức mạnh, một động lực rất lớn cho tao. Tao đã sống những ngày gần đây theo tinh thần của mày và Qúy, nên tao đã tìm được an ủi và hạnh phúc rất nhiều, dù tao phải đơn độc nuôi con. Nhưng chính sự đơn độc đó lại khiến tao kiên cường và tạo cho tao một niềm tin vững mạnh ở ngày mai.

Trang lại thành thật:

- Bác Kha bảo tao: "Đời sống chân thật và thánh thiện của người Kitô giáo là một thành quả thiết thực nhất trong việc giảng đạo, hay nói khác hơn là làm rộng mở phúc âm hoá môi trường. Chính đời sống chân thành và niềm tin của Qúy và Huyền là sức mạnh cho cháu tìm đến Chúa. Cháu phải luôn trân quý và noi gương nếu thực sự cháu muốn trở nên một người Kitô giáo. Vì học đạo để rửa tội thì quá dễ, nhưng sống đời sống Kitô hữu là một điều rất khó, vì nó đòi hỏi ở ta rất nhiều lòng trung kiên, nhẫn nại, khiêm nhường và chân thật. Bác mừng, nhưng cũng lo, nên bác thành thật khuyên cháu là phải đắn đo và suy nghĩ rất chín chắn, chứ không thể trở thành những người "đi đạo lấy gạo mà ăn". Khi bác nói với cháu điều này là cũng nói với chính bác, vì thế hãy suy nghĩ và tìm cho mình câu trả lời tự sâu trong lý chí bằng tất cả cảm nghiệm và sự hiểu biết của cháu, ngay cả trong đời sống của mình."

Trang lại tiếp:

- Nhưng bác Kha còn trầm ngâm bảo tao, lần này coi vẻ bác xúc động và rất thận trọng, có lẽ vì tao chưa rửa tội, nhưng cũng có thể bác không muốn giấu giếm sự gì, nhất là điều đó có thể nguy hại tới đời sống Kitô giáo của tao sau này. Bác nói: "Bác xác định với cháu bác rất tôn trọng và hãnh diện mình là người công giáo, nhưng bác không muốn trốn tránh khi phải nói đến điều sai lầm, vì cháu biết rằng, người bạn quý của ta không phải là những người lúc nào cũng khen ta, mà là những người dám chia sẻ và phê bình sự sai lầm của ta. Vì có lẽ là thói quen, người công giáo luôn e dè và không dám phê bình, hay chấp nhận những điều không đúng của mình, ngay cả đối với các chủ chăn hay những người chức tước. Thực ra thì không nên như vậy, mà phải nghĩ, khi chúng ta nói tới điều sai để cải tiến, thì đó mới là thiết thực và đúng đường Đức Kitô dậy. Vì thế, nếu cháu cần phê bình, cần thắc mắc bất kỳ điều gì, kể cả tín lý cũng như sự sai lầm của giáo hội hay các chủ chăn, đừng ngại. Hãy nói, hãy hỏi và hãy tin vào niềm tin thật sự chứ không phải chỉ là những ngôn từ bánh vẽ.

Trang chút đăm chiêu:

- Bác Kha còn nói: "Nên cháu phải tin vào mình, tin vào ơn kêu gọi chứ nhất định không thể lầm lẫn. Cháu phải suy đẫn và xác nhận lòng tin của mình nơi Thiên Chúa bằng sự hiểu biết và cảm nghiệm của mình. Và cháu nhớ, đi đạo nhưng không theo người có đạo. Ngoài ra, cháu cố gắng đọc sách về công giáo, nhất là những bài viết về các chủ chăn, và tìm hiểu kỹ càng, đừng chỉ nghe một chiều".

Trang ngừng, rồi lại tiếp:

- Bác Kha cũng nhắc tao: "Ngoài ra, biết đâu cháu chả nhìn thấy ngay bên cạnh cháu những người công giáo môi miệng thì rất đạo hạnh. Nhưng đời sống thật của họ thì đủ mánh khoé, từ trốn thuế tới gian dối mua bán thương mại hay cả những khai báo bảo hiểm, họ làm việc nhà thờ đấy nhưng đời sống xã hội thì hoàn toàn khác... Họ còn biện minh bằng những công phúc không đâu để che mắt thế gian, nhưng cháu ạ, sự công bằng và chân chính luôn là mấu chốt của đức tin của người công giáo, mình không có thể bào chữa một cách hèn hạ như thế, không có thể lợi dụng việc công làm việc tư, dù điều lợi ngay trước mặt. Do đó, nếu sau này cháu có thấy những việc tương tự, cháu đừng coi đấy là lỗi lầm của tôn giáo mà hãy lập lại trong lòng cháu, đi đạo nhưng không theo người có đạo, và cháu tin Chúa chứ không tin những kẻ đạo hành giả dối đó nghe không".

Tôi thấy Trang chút suy tư, nhưng rồi trang lại bình thản nói:

- Tao còn được nghe bác Kha tâm sự ngay cả chuyện tình cảm của bạn bác. Bác hỏi tao: "Nếu ai nói dối, hoặc dấu diếm điều gì, sau này cháu còn tin người đó không?" Tao thành thật trả lời: "Dĩ nhiên là cháu sẽ mất niềm tin".

Bác Kha bảo tao: "Đúng vậy vì thế nếu cháu có thắc mắc gì cần hỏi, cháu cứ hỏi bác bây giờ, đừng để sau này, nhất là sau khi cháu rửa tội lại hối hận. Bác không muốn việc đó sẩy ra."

Trang lại trầm ngâm bình thản nhìn tôi nói như tâm sự:

- Chính hôm đó, bác Kha đã nói cho tao biết, ba người bạn trong số các bạn cùng lớp với bác trong nhà dòng, sau năm 1975, cả ba đều chịu chức linh mục và đã đi coi xứ. Và cả ba người, sau một thời gian, đều đã vì xa ngã, không còn tiếp tục đời sống linh mục. Một người vì có tình cảm với một cô gái trong hội đoàn, nên đã có con. Còn một người thì ra vì bất bình với bề trên, cũng vì dính níu tới tình cảm trai gái. Còn người thứ ba thì vì tham lam tiền bạc và danh vọng. Nếu bình thường, cả ba trường hợp đều đã khiến bác mất niềm tin tôn giáo, nhất là lại là bạn của bác, hơn nữa bác nghĩ, khi đã khấn dòng, thì đã chấp nhận khó nghèo và khiết tịnh cũng như vâng lời, nên không có lý do gì có thể tha thứ, vì các chủ chăn mà như thế thì giáo hội sẽ ra sao?

Trang ngừng nói, uống ngụm nước rồi tiếp:

- Nhưng bác Kha đã đắn đo suy nghĩ và bác đã nói: "Tuy nhiên, khi nghĩ lại, bác vẫn không thể nào vì bạn bác mà mất niềm tin tôn giáo của mình. Vả lại, biết đâu họ đều có những lý do nào đó đã khiến họ không thể tiếp tục con đường mà họ đã chọn. Nên bác đã rất bình tĩnh chia sẻ và vẫn tiếp tục tìm tới họ như những người bạn cũ. Hơn nữa trong số bạn linh mục của bác cũng có nhiều người rất thánh thiện. Và nhờ bác tiếp tục liên lạc, bác học hỏi rất nhiều trong chính những lỗi phạm mà các bạn bác đã phải trải qua. Vì họ cũng là con người, và khoảnh khắc tội lỗi thì thật bất ngờ, nên đã sa ngã, và đã đưa dần họ vào những lỗi phạm mà họ không thể nào tránh được. Điều mà bác rất phục, là khi lỗi phạm, hoặc thấy mình không còn xứng đáng để tiếp tục cuộc sống linh mục, hãy cởi áo, và chấp nhận rời bỏ chức linh mục, nhưng đừng lợi dụng chức linh mục để làm mất nhân phẩm và chức năng cao cả này. Người công giáo nói chung, nhất là người công giáo Việt Nam, cũng có thể vì kính nể các linh mục, nên đôi khi không dám bàn tới những sai quấy, hoặc những điều không phải của các linh mục, bác thấy điều đó cũng có một phần có thể thông cảm, nhưng phần lớn thì không nên, vì như vậy, không phải là bảo vệ đạo mà là làm mất uy tín của đạo, vì khiến các linh mục có cơ hội, hoặc đôi khi vô tình lỗi phạm mà không hay. Bác thấy, đạo công giáo là đạo được coi là đạo rất trung thực, nên không nên ngại điều xấu mà phải từ điều xấu để trưởng thành và nhân đức hơn."

Rồi Trang lại tiếp:

- Bác Kha còn nhấn mạnh: "Mà nói đâu xa, hãy đọc báo, từ Los Angeles tới Boston và từ Mỹ qua Canada, biết bao nhiêu những trường hợp sẩy ra và đã được báo chí khai thác, nào là lạm dụng tình dục người lớn, rồi trẻ em vị thành niên. Những chuyện tình sẩy ra ngay tại chính giáo xứ, nhà thờ nơi tôn nghiêm... Các toà giám mục phải ra toà và tiền đòi bồi thường rất là khủng khiếp. Những linh mục đã không giữ được phẩm hạnh để rồi thiệt hại không nhỏ về vật chất lẫn tinh thần cho giáo hội. Bác kể cháu nghe là vì cháu đừng bao giờ bị sa mù vào những ý nghĩ tiêu cực khi gặp những trường hợp như vậy."

Trang phân vân rồi lại tiếp:

- Bác kể cho tao câu chuyện trong sáng thế ký, chắc mày thuộc lòng rồi, khi tổ phụ Abraham xin Thiên Chúa thay đổi ý định của Ngài về chương trình của Thiên Chúa đã định trước, để không hủy diệt hai thành Sodome và Gormorrhe sa đoạ truỵ lạc. Thiên Chúa đã phán cùng Abraham, nếu kiếm được 50 người công chính thì Ngài sẽ tha không hủy phá hai thành này. Nhưng cuối cùng, Abraham phải nài nỉ và mặc cả cùng Thiên Chúa từ 50 xuống 40, rồi 30... và dù 10 người công chính trong thành cũng không làm sao kiếm ra". Và bác đã hỏi tao, thế nào là người công chính? Tao đã do dự. Nên bác đã nói: "Cả hai thành mà không kiếm nổi 10 người công chính, cháu thấy có khó không? Thế thì cháu cũng đừng quá lạc quan khi nhập đạo, mà nghĩ rằng tất cả các linh mục, hay những người công giáo đều sống theo tín lý Chúa dậy, vì nghe thì dễ, nhưng giữ rất khó. Nhất là giáo dân không phải ai cũng học hỏi và suy gẫm lời Chúa, nên đôi khi còn tệ hơn cả những người mới trở lại. Hơn nữa, rất nhiều người giữ đạo theo thói quen, hay nói khác hơn là sợ các linh mục hơn sợ Chúa, nên có thể cháu sẽ không quen cách kính nể thái quá của một số giáo dân đối với chủ chăn. Nhưng cũng khổ, đó lại là việc rất khó cải tiến vì đã tiêm nhiễm từ hồi xa xưa, thuở mà các cố đạo tây sang truyền giáo, nên có lẽ đã ăn sâu vào lòng giáo dân hết đời này qua đời kia, nhiều khi giáo dân còn tôn kính các linh mục hơn cả thần thánh. Mea culpa..mea culpa... mea máxima culpa".

Tôi ngắt lời Trang:

- Con này nhớ hay thật, mày chưa theo công giáo mà cũng biết "mea culpa"

Trang trề môi:

- Bác Kha giải nghĩa, hơn nữa tao có nghe mấy con bạn công giáo, đụng chút là đấm ngực rầm rầm vừa đọc "mae culpa...", lúc đầu tao tưởng tụi nó đọc thần trú, ngờ đâu là sám hối "lỗi tại tôi, lỗi tại tôi, lỗi tại tôi mọi đàng". Bác Kha mà không giải nghĩa tao vẫn tưởng là chúng mày đọc thần chú hay bùa mê gì đó.

Nhưng rồi Trang lại tiếp:

- Nhưng bác Kha bảo tao, sở dĩ bác muốn đi sâu và giải nghĩa đời sống của các linh mục, vì với ý bác, tao cần phải hiểu rõ về đời sống linh mục, để giúp đỡ cũng như không bị ảnh hưởng và mất thăng bằng trong tín lý Kitô, nhất là đề tài này rất tế nhị. Chính vì thế, bác đã dẫn chứng sự quan trong của chức linh mục qua tông huấn Pastores dabo vobis đã khẳng định về căn tính của linh mục: "Người linh mục tìm được chân lý tròn đầy về căn tính của mình trong sự kiện tham dự các loại biệt vào Chúa Kitô và tiếp nối chính Ngài, vị Tư Tế tối cao và độc nhất của giao ước mới: Ngài là hình ảnh sống động và trong suốt của Chúa Kitô linh mục, do đó, quy chiếu về Chúa Kitô là chìa khóa tuyệt đối cần thiết để hiểu thực tại linh mục. Căn tính linh mục được đặt nền tảng trên mầu nhiệm Chúa Ba Ngôi và mầu nhiệm Chúa Kitô, trên sự đồng hình đồng dạng với Ngài. Linh mục là thừa tác viên, là bí tích của Chúa Kitô, đại diện và đón nhận sứ mệnh từ Ngài, hành động "in persona Christi". *Cắt đứt khỏi nguồn mạch này, người linh mục chỉ còn đóng vai một công viên chức ăn lương, một hoạt náo viên, mà đánh mất đi chiều kích thiêng liêng của cuộc sống của mình được thể hiện qua các ân huệ và cũng là nhiệm vụ thánh hóa, giảng dạy và mục tử".* Và bác còn nhấn mạnh: "Cháu phải nhớ rất kỹ điều này, cắt đứt khỏi nguồn mạch một tư tế tối cao và độc nhất, cũng như căn tính nền tảng trên mầu nhiệm Chúa Ba Ngôi và mầu nhiệm Chúa Kitô thì người linh mục không khác chi một công chức ăn lương, một hoạt náo viên bình thường, nên chúng ta không thể kính cẩn vô lý như một vị thánh".

Trang ngừng nói, có lẽ Trang đang đọc cho tôi từ một bài báo hay email nào đó chứ làm sao Trang biết rành rẽ, và dù có biết cũng không thể nào nhớ từng chi tiết. Tuy nhiên tôi vẫn không ngắt lời Trang. Lúc sau Trang tự đính chính và tiếp:

- Bác Kha gửi cho tao tài liệu này. Tao cũng đã được bác giải nghĩa, mày đừng ngạc nhiên, sao tao lại rành mạch thế. Nãy giờ tất cả dẫn chứng đều nằm ngay trước mặt tao trong một email mà bác viết cách đây không lâu. Bác bảo tao, bác không muốn tao hiểu sai về chức năng linh mục, một chức năng cao cả mà Chúa đã đặt ra, nhất là thời buổi này, bác nói, một số linh mục đang rơi trong hoàn cảnh mất dần sự thánh thiện, cũng như nhân đức tối thiểu của đời sống linh mục. Bác muốn tao đọc và đọc kỹ, cũng như chia sẻ với bạn bè công giáo mà tao quen, để thảo luận và đi sâu vào nhiều hơn, hầu sau này tao không bỡ ngỡ về những chướng tai gai mắt mà tao có thể sẽ nhìn, hoặc nghe.

Ngừng một chút Trang tiếp:

- Tao xác nhận, sở dĩ tao nhớ được những điều bác Kha nói, thú thật là vì tao đã đọc đi đọc lại nhiều lần bài viết mà bác Kha cho tao. Chứ mày nghĩ xem, với những người mới tìm hiểu đạo như tao làm sao mà thuộc và nhớ được. May là tao cố gắng học hỏi và cố gắng thảo luận và tìm hiểu đạo qua bác Kha nên tao mới thấm nhuần và tìm cho mình sự hăng say. Hy vọng không phải múa rừu qua mắt thợ.

Tôi ngắt lời Trang:

- Mày biết hơn tao nhiều. Mày thật may mắn quen bác Kha. Tao thực xấu hổ, là người công giáo mà thiếu nhận định hơn một người đang tìm hiểu đạo.

Nhưng Trang bảo tôi:

- Đừng nghĩ như vậy tội tao lắm.

Và Trang lại tiếp:

- Tuy nhiên bác vẫn lập lại: "Đi đạo nhưng nhớ đừng theo người có đạo".

Rồi Trang thở dài:

- Mày thấy bác Kha không ngại nói những điều mà nhiều người không dám nói. Bác còn email và gửi cho tao những bài viết về đời sống đạo. Chính vì thế, lời bác Kha quả đã khiến tao đắn đo. Nhưng cuối cùng tao đã tìm được câu trả lời thiết thực. Vì tao nhận thấy bác Kha đã cho tao sự can đảm và nhận xét xác đáng chứ không che giấu, biết đâu còn tai hại cho tao gấp ngàn lần sau này. Chính vì thế tao đã tâm niệm và luôn nhắc nhở tao lời bác Kha : "Đi đạo nhưng không theo người có đạo."

Trang ngừng nói, cầm tay tôi:

- Cám ơn mày, cám ơn Qúy đã giúp tao tìm ra câu trả lời. Và tao đã gọi bác Kha và xác nhận với bác Kha, tao xin trở lại đạo. Bác Kha thật vui mừng và hãnh diện về những người biết sống chân thành trong tín lý Kitô, nhất là biết tìm hiểu ơn gọi của mình. Bác còn nhấn mạnh với tao, bác nói, bác rất hãnh diện có những bổn đạo mới, nhưng phải là thật tâm, chứ bác không thích kiểu theo đạo 'tình yêu", tức là theo đạo cho qua để dựng vợ gả chồng, vì như thế niềm tin sẽ rất dễ bị suy thoái, nhất là nếu sau này vì một lý do gì đó họ không còn niềm tin vào bí tích rửa tội, thì hoá ra ta đã đưa họ vào chỗ án phạt đời đời sao? Bác mừng cho tao đã biết tìm hiểu và đắn đo.

Nói tới đây, bỗng Trang như cảm động, giọng nhỏ nhẹ nhưng đầy xúc cảm:

- Nhưng tao cũng phải cám ơn Phận đã để lại cho tao kỷ niệm quý giá thế này. Cũng nhờ nó, tao đã chín chắn và cố gắng hơn. Vì thế lỗi lầm đôi khi chưa hẳn là cái xấu, nhưng cái mà đáng thất vọng là vì lỗi lầm mà ta làm mất đi niềm tin và sức sống của mình, hay nói khác hơn là không biết từ đó mà sửa đổi để vươn lên. Như tao, vì yêu, tao đã vùi trong đam mê ái tình, để rồi mang đến bao đắng cay ê chề, nhất là đối với bố mẹ tao, nhưng cũng may, tao đã đứng dậy và sẵn sàng chấp nhận để từ đó tìm cho tao cơ hội mới. Âu đây cũng là một bài học quý giá và một ơn gọi rất đặc biệt.

Vừa nói Trang vừa cúi xuống hôn đứa bé:

- Nhưng bố mẹ tao vẫn không cùng lòng với tao, khi nghe tao nói tao xin rửa tội. Có lẽ vẫn còn nghĩ tới chuyện cũ của tao. Vì tao và gia đình đã không ngừng có những bất hoà. Bố tao không chấp nhận có đứa con gái không chồng mà có con. Bố tao bảo là phúc cho tao, vì nếu là ngày xưa thì tao đã bị cạo đầu bôi vôi, và dắt đi khắp làng để bêu xấu. Nhưng tao vẫn bình thản giữ đứa bé, thế là bố tao đòi từ tao. Bố mẹ tao khăng khăng oán hận tao. Nhưng chính Phật Thích ca cũng có nói: *"Oán không bao giờ diệt được oán, chỉ có tình thương mới diệt nó được thôi"*. Nhưng Bố mẹ tao theo Phật, nhưng lại không nghe lời Phật dậy. Không dùng tình thương mà bảo vệ tao, mày thấy có buồn không?

Trang thở dài nhìn tôi:

- Tuy nhiên, suy nghĩ lại, bố mẹ tao cũng có lý chứ không phải là không. Dẫu sao, tao nghĩ, tư tưởng hủ lậu quá cũng không được, vì đôi khi làm bố mẹ thì phải dừng lại mà suy nghĩ một chút trước khi trách cứ con cái. Theo quan niệm của tao, nhiều lúc con cái làm lỗi, chúng nó cũng đâu muốn vậy, hơn nữa, có những hoàn cảnh chẳng đặng đừng thì sao.

Trang suy tư rồi tiếp:

- Hơn nữa về phương diện tình yêu vẫn là rất khó để xét đoán hay buộc tội, nếu không thì làm gì có những người dám bỏ ngai vàng theo người yêu như vua Edward VIII.

Trang lại ngừng nói, nhìn Huyền Như, vừa hôn con bé vừa nói:

- Nhưng cũng may, sau khi tao sanh, ông bà nhìn thấy cháu là hình như quên hết. Bố mẹ tao đã không còn kết tội tao nữa. Tất cả nhờ con khỉ con này đây bố mẹ mới tha thứ cho tao về chuyện không chồng mà có con.

Và Trang tiếp:

- Nhưng việc rửa tội, tao hy vọng bố mẹ tao sẽ không phản đối như chuyện của tao và Phận

Tôi cảm động với lời nói và cử chỉ của Trang. Tôi lên tiếng:

- Tất cả rồi sẽ ổn, vì đây là ơn gọi. Chúa sẽ an bài.

Rồi tôi trong vui mừng:

- Hơn nữa, nếu mày không có ơn gọi của Chúa, chắc chắn tâm ý mày sẽ biến chuyển khác dù mày là bạn của tao. Vì tao và Qúy thật tầm thường, chúng tao đâu có làm gì khác người đâu. Kinh nghiệm sống của hai chúng tao là nương tựa vào nhau trong tình yêu, chỉ có thế. Hơn nữa tao nghĩ, tao cũng chỉ sống đạo rất bình dị so với mọi người công giáo khác, nên mày đừng nghĩ chúng tao là những gương sáng, vừa tội cho tao lại tội cho Qúy. Ai mà nghe được sẽ không hay đâu.

Nhưng Trang lắc đầu bình thản:

- Mày đừng phủ nhận điều đó. Đức tin của người công giáo không chỉ là thuần chất đọc kinh hay xem lễ, mà thực sự sống theo tín lý công. Vì chính đời sống trong niềm tin tôn giáo của mày và Qúy đã cho tao khái niệm, để từ đó, tao đã suy nghĩ và muốn được sống trong cùng niềm tin với mày. Hơn nữa tao cũng không ngại ai nói ra nói vào, vì tao cảm nghiệm điều này từ tâm hồn của tao chứ đâu phải từ tâm hồn người khác. Mỗi người đều có nhân sinh quan khác nhau, thì không nên lấy nhân sinh quan mình để phê bình, hay so sánh với nhân sinh quan người khác, mày nghĩ đúng không? Do đó, hãy sống và sống thật với mình, đừng lo chuyện người ta nghĩ gì.

Rồi Trang lại nhìn tôi nói:

- Nhưng sở dĩ tao muốn gặp mày và Qúy, là tao muốn nhờ mày và Qúy làm bố mẹ đỡ đầu cho con tao.

Tôi không để Trang nói hết câu đã trả lời:

- Bằng lòng vô điều kiện.

Rồi tôi cầm cả hai bàn tay của Trang vừa nói:

- Cám ơn mày đã nghĩ đến chúng tao.

Trang nhìn tôi, hai giọt lệ như đang rỉ ra từ khoé mắt, có lẽ Trang đang hạnh phúc. Trang bảo tôi:

- Bác Kha cũng nói như mày. Bác bảo tao là cần gì bác đều sẵn sàng. Bác cũng nhắc tao liên lạc với mày, nhưng vì chưa tới lúc. Không ngờ gặp mày hôm nay.

Rồi Trang như lại chợt nhớ ra truyện của tôi nên đổi đề tài:

- Hồi nãy mày kể đến hội đồng bác sĩ đã họp và khuyên mày không nên hiến thận, sau đó thì sao?

Tôi ngồi thẳng dậy rồi từ từ:

- Như tao đã nói, Ngày mổ đã được ấn định thứ Năm ngày 07 tháng 12 năm 2006, sau ngày sinh nhật của Qúy mấy ngày. Lúc đầu thì tao tưởng như vậy cũng tốt, để tao có thể tổ chức sinh nhật cho Qúy trước khi mổ. Vì biết đâu đây chả là sinh nhật cuối cùng của Qúy hoặc của tao.

Sự lo lắng luôn khiến mình có những tư tưởng điên cuồng mà nhiều lúc người ngoài không hiểu nổi.

Và tôi xúc động:

- Tao đã phải dằn vật không biết bao lâu, cuối cùng như một phép lạ. Tự nhiên tao nghĩ tới việc yêu cầu bác sĩ dời ngày mổ của tao và Qúy đúng vào ngày sinh nhật của Qúy tức ngày 25 tháng 11. Hôm đó tao vui hết sức, vì như vậy tao có thể sẽ có món quà rất đặc biệt để tặng Qúy mà không phải vất vả tìm kiếm đâu xa.

Tôi cảm động, nước mắt hình như bắt đầu lăn tăn trên má tôi. Tôi cố gắng tiếp:

- Vì thú thật, mấy ngày trước khi bác sĩ bằng lòng dời ngày mổ, tao đã phải mất biết bao công suy nghĩ chọn món quà gì cho Qúy. Thú thật, tao đã đi không biết bao nhiêu cửa tiệm, nào là Dillard's, Macy's, Saks Fifth Avenue, Neiman Marcus... Nhưng nơi nào tao cũng phân vân không biết chọn gì. Bình thường chọn quà sinh nhật cho Qúy rất dễ, mày biết mà, đàn ông thì chung quy rất dễ chọn đúng không? Nhưng lần này tao cứ chọn đi chọn lại, nhưng cuối cùng đều phải trả lại vì hình như có một sự lạc lõng nào trong tâm hồn khiến tất cả những món quà tao chọn, cảm thấy đều không có ý nghĩa.

Tôi ngừng nói, Trang xen vào:

- Tại mày suy nghĩ quá đáng không?

Tôi bình thản:

- Cũng không hẳn như thế. Tao chỉ thấy có gì là lạ không diễn tả nổi.

- Thế cuối cùng thế nào?

Tôi suy nghĩ, rồi bảo Trang:

- Mày muốn biết hả. Nhưng nhớ không được có ý kiến nhé, nếu không là tao không kể tiếp đâu.

Trang nhanh nhẹn gật đầu. Tôi thở dài:

- Vì tao đã nghĩ ra một món quà đặc biệt không phải mua. Vả lại cũng không ở đâu có, một món quà mà tao nghĩ rất đặc biệt. Với món quà này, tao chỉ cần mua một tấm thiệp viết những lời thương yêu trên đó là sẽ trở nên một món quà đặc biệt hiếm có trên thế gian này.

Trang ngắt lời tôi:

- Món quà gì mà thần bí qúa vậy?

Tôi cảm động:

- Đó chính là trái thận bên trái của tao. Tao viết trên tấm thiệp: *"Ngày 11/25/2006. Anh Thương; Mỗi năm sinh nhật đến em đều muốn mang đến cho anh thật nhiều niềm vui và hạnh phúc. Đặc biệt năm nay, em sẽ tặng anh một món quà, đó là một tình yêu chân thật, một hy sinh nhỏ bé lấy ra từ chính con người thật của em. Anh ơi! Em cảm thấy hạnh phúc và vui mừng thật nhiều, là vì một phần cơ thể em đã được ở trong anh. Nguyện xin Thiên Chúa luôn chúc lành cho tình yêu của chúng mình. Vĩnh viễn yêu anh; Vợ Anh, B.T.H."*

Vừa nghe tôi tới đây Trang đã oà lên khóc như một đứa trẻ. Cũng may Trang bịt miệng kịp, nên không ai chung quanh bàn chúng tôi ngồi nghe thấy. Tôi nhìn Trang thở dài:

- Cảm động lắm phải không mày?

Trang gật đầu liên tục, vừa nghẹn ngào:

- Mày làm tao khóc đây này, mày không thấy sao? Con khỉ này nghĩ ra món quà này chắc chắn là anh Qúy phải chết sững ra, chứ là tao, chắc tao xỉu mất.

Trang ngừng nói, vì Trang phải lấy khăn thấm nước mắt. Lúc sau Trang thành thật:

- Mày phải yêu anh Qúy lắm mới nghĩ ra cách hiến thận cho anh Qúy thế này, chắc là vô tiền khoáng hậu trên thế gian này, món quà sinh nhật được cắt ra từ ngũ tạng của mình để ghép vào người của chồng, của người yêu. Tao nghe mà vẫn chưa thể nào tưởng tượng nổi làm sao mày có thể nghĩ ra món quà này. Nếu tao nghe qua ai nói cho tao, tao chỉ nghĩ là tiểu thuyết, hay cải lương gì đó, chứ không thể ngờ là chuyện thật, nếu không chính do mày nói cho tao, và không chính mày là người đã hy sinh thận mình cho chồng mình, và cũng chính mày là người đã nghĩ ra món quà sinh nhật đặc biệt này.

Rồi Trang lắc đầu nhìn tôi:

- Mày cũng vừa thông minh vừa đáo để. Thông minh vì đã nghĩ ra, còn đáo để là mày đã thực sự nhốt chồng mày trong trái tim mày, cũng như chồng mày nhốt mày trong trái tim chồng mày, mà không còn cách gì có thể gỡ ra.

Tôi ngắt lời Trang:

- Mày đúng là đứa thợ bàn ma lanh. Ai mà nghĩ tới điều đó, tao chỉ nghĩ tới thương anh Qúy, và làm chút gì cho anh Qúy để đáp lại tình yêu anh Qúy dành cho tao. Ai mà nhốt anh Qúy như mày nói, ra vậy hoá ra tao đã vì ghen tuông hay vì sợ sệt mà làm như vậy sao? Con khỉ, từ nay nhớ đừng đoán mò.

Rồi tôi bảo Trang, giọng thân mật:

- Hay tâm địa xấu thì làm sao nghĩ được điều thiện đây, phải không cô ả?

Trang lườm tôi:

- Mày đừng nghĩ gian cho tao. Tao chỉ bàn thôi, nhưng thật tình tao rất hãnh diện có người bạn như mày.

Rồi Trang nắm chặt tay tôi:

- Nhưng hứa là đừng bao giờ mất niềm tin và lý tưởng của mày nghe không con nhỏ. Không là tao là người đầu tiên cạo tóc mày, bôi vôi thả xuống sông đấy.

Tôi gật đầu, tuy nhiên cũng hơi ái ngại, vì ai biết chuyện gì sẩy ra trong đời, cho Qúy và tôi. Vì cưới nhau thì dễ, nhưng giữ được lòng chung kiên, đức nhẫn nại, sự thông cảm và nhất là phải biết nhịn nhục và hy sinh cho nhau trong hôn nhân không dễ chút nào, nhất là tình trạng sức khoẻ của Qúy và sự yếu đuối của tôi.

Tuy nhiên tôi nói với Trang:

- Tao không để mày thất vọng. Nhưng mày cũng phải hứa, ngày nào rửa tội, dù ở đâu cũng phải cho tao biết, tao và anh Qúy sẽ đích thân đến dự.

Trang gật đầu, rồi hỏi tôi:

- Sau ngày sinh nhật của anh Qúy, sự chờ đợi chắc là làm mày và anh Qúy khủng hoảng trong lo lắng lắm phải không?

Tôi suy nghĩ. Và chuyện những ngày trước khi mổ như mồn một. Tôi từ từ kể cho Trang:

- Hiển nhiên, vì người ngoài làm sao thấu được những lo lắng của tao và anh Qúy, may ra cũng chỉ có thể một phần nào, nhưng đấy cũng chỉ là những suy nghĩ tình cảm thông thường, ngay cả những người thân nhất của anh Qúy cũng khó lòng nhìn thấy những sự bồn chồn tới dại khờ của hai chúng tao. Sự lo âu như những cơn sóng thật lớn, lớn lắm, nó cao như tới tầng mây mày biết không? Tao và anh Qúy thao thức, nhiều lúc chúng tao ôm nhau trong nước mắt, mặc dù chúng tao cả hai đã cố gắng cùng tận để nước mắt không chảy ra, tối thiểu trước mặt nhau. Nhưng rồi vai áo anh Qúy vẫn ướt sũng với vị mặn đắng cay vì lo lắng, và thương anh Qúy từ những giọt nước mắt của tao. Sự lo âu trong tình yêu lúc nào cũng ướt sũng vì sự dồn dập của khắc khoải. Tao thương anh Qúy và lo cho anh Qúy cũng như lo cho sự bất trắc nào đó đang chờ chúng tao. Nhất là những lúc tao nhớ tới lời khuyên bác sĩ không muốn tao hiến thận, đã càng làm tao hoang mang vì một việc nào đó không lành đã khiến các bác sĩ đều quả quyết một lòng. Những lúc đó, tao cắn răng, lắc đầu và bất chấp. Mà cũng chỉ có thế tao mới đè được sự lo sợ.

Tôi ngừng nói rồi nghẹn ngào:

- Hoang mang và tuyệt vọng trong lòng tao càng ngày càng tăng theo thời gian dần tới ngày mổ. Nên trước ngày mổ một ngày, tao và anh Qúy đã không ai bảo ai, đến nhà nguyện tại nhà thờ Saint Helen gần nhà. Thật là lạ kỳ, cả hai chúng tao đều cố tình tránh nhau, nhưng không ngờ lại cùng chung một điểm. Hai chúng tao đã chưng hửng nhìn nhau không sao nói lên lời, nhất là khi cùng quỳ trước tượng Chúa, thì lệ tao như một dòng thác chảy ra không sao ngăn nổi.

Nói tới đây, có lẽ vì cảm động khi nhớ lại, hai hàng lệ tôi từ nhiên chảy ra. Tôi thấm nước mắt bảo Trang:

- Tao vẫn vậy, dễ khóc lắm.

Trang nhìn tôi:

- Sao mà không khóc được, tao cũng không cầm được nước mắt đâu.

Tôi trầm tĩnh rồi tiếp:

- Tao kêu Chúa, kêu tên Mẹ cùng với tiếng nấc. Giây phút đó thật là một bâng khuâng không sao kể siết, vì phải là một mầu nhiệm nào đó mới đúng lúc để cả hai chúng tao đều có cơ hội cầu nguyện chung như thế này. Một không hẹn mà làm sao từ không gian tới thời gian đều đúng như đã hẹn sẵn, mày nghĩ không phải là một lạ lùng lắm sao? Chính vì thế tao đã luôn nghĩ, Chúa xếp đặt cho chúng tao.

Tôi xụt xùi rồi tiếp:

- Và chính khoảng khắc đó, tao nhớ lại sự đau khổ còn kinh hoàng gấp bội phần của Đức Chúa Giêsu xưa kia trước giờ chịu nạn, Ngài đã phủ phục trong vườm Giệtsimani trên núi cây dầu để cầu nguyện cùng Đức Chúa Cha. Ngài đã phải trong cùng cực đau khổ, và muộn phiền khi Ngài thốt lên: "Lạy Cha xin Cha cất chén đắng này, nhưng đừng theo ý con, mà theo ý Cha." Một lời cầu khẩn thống thiết với đầy nước mắt của Ngài trước khi chịu tử nạn đó đã làm cho tao thức tỉnh, và khoảnh khắc tao như tìm được nguồn sống trong tao, từ một tiếng la thất thanh trong lòng tao như nhắc nhở khiến tao hồi tỉnh. Và khoảnh khắc, tao không còn nghĩ tới mổ, và tao cảm nghiệm rõ ràng, vết mổ và sự lo buồn của tao ngày mai chỉ là hạt cát so với đại dương đối với xưa kia Chúa đã xuống thế trần chịu nạn. Và chính giây phút ấy, trong tao như mồn một hiện về cảnh Chúa khóc than trong vườn Giệtsimani, và cảnh Chúa chịu nạn. Tao xấu hổ và ngượng ngùng với tâm trạng thiếu can đảm và lòng tin nơi Thiên Chúa của tao.

Tôi ngừng nói, một xúc cảm tràn ngập. Tôi nức nở

trong lòng rồi tiếp:

- Mày thấy không, xin thì sẽ được, Chúa đã đánh động lòng tao, đã cho tao niềm tin, chính vì thế tao đã cầm tay Qúy, và cả hai chúng tao cùng cầu nguyện. Và trong lúc âm thầm đó, tao như nghe được tiếng phát ra từ tâm hồn tao, một dấu hiệu bình an, và một lời chúc hằng sống.

Trang không ngắt lời tôi, nhưng tôi biết Trang như đang muốn chia sẻ điều gì cùng tôi. Tuy nhiên, tôi đã không để Trang ngắt lời tôi mà tiếp tục:

- Bây giờ nghĩ lại diễn tiến ngày hôm đó, tao vẫn chỉ có thể nói, đó là một mầu nhiệm, một mầu nhiệm có lẽ từ lòng tin và sức sống mãnh liệt trong tình yêu của tao với Qúy, trong ơn phúc và từ ân phúc,

Trang ngắt lời tôi. Giọng nói như mơ:

- Chính vì thế, vì mầu nhiệm mà mày hay nói với tao, nhất là niềm tin của mày và Qúy, mà tao đã hưởng được hạnh phúc của tình yêu trong đời sống đức tin, nên tao mới xin theo đạo công giáo.

Và Trang chút trầm ngâm tính nói tiếp rồi lại bỏ lửng, khiến tôi lên tiếng:

- Quả mày nói không sai, đây phải là một ân phúc, vì tại sao ngay phút mà chúng tao chìm trong khổ lụy của lo lắng thì một động cơ thúc đẩy để rồi cả hai chúng tao cùng đến nhà thờ trong cùng một thời khắc, mà đáng lẽ cả hai chúng tao đang có những việc riêng bận rộn khác cũng không kém cần thiết.

Và tôi tiếp:

- Hôm đó về, quả là một đêm mãi nhớ trong đời, và có lẽ không biết chúng tao có còn tìm lại được nữa không, vì nó thật thiêng liêng, mà ngay cả ngày cưới chúng tao cũng không thể nào có giây phút hạnh phúc tuyệt trần đó. Qúy như nhìn thấu tao và ngược lại. Hai chúng tao đã trao cho nhau hết tất cả những gì của hai chúng tao, kể cả những tư tưởng thầm kín nhất. Mày biết không, chỉ có tình yêu trong đức tin mới có thể tạo cho mình những cảm xúc đầy thiêng liêng đó.

Tôi thật sự xúc cảm khi nghĩ tới đêm hôm tôi và Qúy trước ngày mổ. Và lòng tôi như hực nóng, một tình yêu hay một sức mạnh kỳ diệu vừa khuấy động thân xác tôi. Tôi mím môi, một nỗi nhớ quay cuồng của hạnh phúc dồn dập. Tôi cúi mặt, một giấu kín. Tôi không thể để Trang nhìn thấy xúc cảm của tôi. Tôi cầm ly nước lạnh. Nước lạnh làm tôi về với thực tại. Tôi nhún vai, một cử chỉ trấn tĩnh lòng mình và tôi nói tiếp:

- Ngáy 24 Tháng 11, Qúy phải đi lọc máu và trong lúc lọc máu bác sĩ khám phá ra chất miễn nhiễm trong cơ thể của Qúy quá cao, Qúy phải uống thuốc rapamune, một loại thuốc chống lại sự từ chối chấp nhận (anti-rejection) những bộ phận lạ trong cơ thể trong vòng 10 ngày trước khi Qúy có thể ghép thận. Thế là ca mổ bị trì hoãn đến ngày 7 tháng 12 năm 2006.

Ngừng một chút, tôi uống ngụm nước trước khi tiếp:

- Lúc tao nghe điện thoại của Qúy từ nhà thương gọi, thông báo cho tao biết tin tức này, là lúc tao đang lái xe từ phi trường về, vì tao phải đón chị dâu tao, từ Cali sang, định giúp tao hai ngày trong khi tao nằm bệnh viện hiến thận cho Qúy. Tao nghe điện thoại của Qúy mà lòng hoang mang lại càng hoang mang. Hơn nữa, chị tao đã phải bỏ công ăn việc làm để bay qua giúp tao, bây giờ ngày mổ dời lại, chị tao lại phải trở về. Mày thấy không? Lạ một điều, là ngày mổ của Qúy đáng lẽ ra là ngày 7 tháng 12 năm 2006, nhưng tao đã xin dời sớm hơn để mổ đúng vào ngày sinh nhật của Qúy là ngày 25 tháng 11, ai ngờ, bây giờ lại phải dời lại đúng ngày mà bác sĩ đã ấn định trước.

Trang ngắt lời tôi:

- Tao cũng thấy lạ, nghe chuyện của mày cứ như tiểu thuyết ấy.

Rồi Trang chép miệng:

- Đúng là mình tính không bằng trời tính.

Tôi nghe Trang nói cũng nói theo:

- Đúng là như vậy, nên từ hôm đó, tao và Qúy càng phân vân lo sợ, vì hoãn một lần có thể hoãn thêm và hoãn thêm lần khác thì không biết chúng tao phải tính toán ra sao. Vả lại, sự chờ đợi nó kinh hoàng lắm. Xưa tao nghe, một ngày tù bằng thiên thu tại ngoại, tao nghĩ chỉ là ví von, nhưng trong hoàn cảnh của hai đứa tao, có lẽ thật mày ạ. Nó đúng là thiên thu. Tao thấy lâu và càng thấy lâu khi nhìn anh Qúy đang bị khủng hoảng nội tâm, dù anh Qúy cố tình giấu giếm mẹ con tao. Thú thật với mày, tuần lễ đó tao cầu nguyện và khẩn vái liên tục. Tao như người mất hồn, vừa trống rỗng vừa vô tâm, làm gì cũng sai, đi đâu cũng lạc và vật gì bỏ vào miệng cũng cảm thấy đắng vô cùng. Tuy thế, tao phải tận lực cố gắng và vận dụng hết sức mình để chống lại cơn bệnh muộn phiền và lo lắng vì chờ đợi. Vì khổ, là nếu tao không giữ gìn sức khoẻ, thì chính tao lại sẽ là kẻ trì hoãn ngày mổ, vì chắc chắn bác sĩ sẽ không chịu cho tao hiến thận. Nên tao cứ nhai, cứ nuốt và cứ cười dù là vô tri. mày thấy có kinh hoàng cho tao không?

Tôi uống ngụm cà phê, mùi cà phê không còn thơm vì đã nguội, nên tôi chỉ hớp dính môi rồi bỏ xuống tôi tiếp:

- May có Vân, vợ Thi, em trai của anh Qúy đã giúp coi con của tao. Còn Thi và bố anh Qúy đã đưa tao và anh Qúy đến bệnh viện ngày 7 tháng 12. Và lần này tình trạng anh Qúy và tao đều không bị từ chối, sức khoẻ tương đối. Tao hú hồn chỉ sợ lại có gì sẩy ra.

Và tôi cảm động khi nghĩ tới ngày mổ. Tôi nói trong nghẹn ngào:

- Nhưng cao điểm vẫn là lúc hai đứa tao đến nhà thương khi vào phòng riêng của hai đứa trước ngày mổ để kiểm tra, thì lúc đó tao thực sự mới run. Mặc dầu tao luôn tâm niệm và bảo lòng mình, bên kia anh Qúy đang chờ tao, sự sống của anh Quý tất cả tùy thuộc vào tao, nhưng tao vẫn run. Do đó, khi thay đổ nhà thương, thân xác tao và tâm hồn tao thật trống rỗng, tất cả trần truồng hoang mang đến lạnh người, chính lúc đó một phát hiện lạ lùng trong tao như cuồn cuộn của một cơn giông kéo về, tao thấy như người ta lột tao ra để sửa soạn chở vào nhà xác. Cảm giác đó làm tao toát mồ hôi. Tao đọc kinh liên tục. Tao nhắm mắt và cố gắng cầu nguyện hết kinh này, tới kinh kia. Cuối cùng, tao phải hô hấp, tao theo phương pháp thở, người nam bẩy lần, người nữ chín lần trong mỗi chu kỳ thở, mỗi lần phải hít vào bằng mũi, nín thở khoảng bẩy giây, rồi thở ra bằng miệng, lại giữ bẩy giây trước khi hít vào... Nhưng tao không làm sao kiểm soát được hơi thở của tao. Mày biết không, người y tá đã phải giữ tay tao để tao không bị run... Nhưng người ta có thể kìm giữ thân xác tao, nhưng làm sao đè nén những cái run bần bật trong tâm hồn tao phải không?

Tôi không còn nói tiếp được khi nghĩ tới lúc tôi sửa soạn trước khi gây mê. Những thủ tục, nào hỏi tên tuổi, tên chồng tên con và địa chỉ... Thôi thì đủ mọi câu hỏi để họ chứng minh tôi đúng là người sẽ đưa tới phòng mổ, chứ không lầm là một người nào khác, như có những ca mổ, thay vì bệnh nhân A lại mổ bệnh nhân B, có khi còn cưa chân phải, thay vì chân trái.... Nhưng thú thật, tôi hoàn toàn không chút kiểm soát tôi trong những câu trả lời. May sao, tất cả đều đúng, và họ đã chích thuốc mê và từ đó tôi không còn biết gì,,,

Vừa lúc Trang hỏi tôi:

- Thế còn Qúy ra sao?

Tôi nhìn Trang thong thả trả lời:

- Lúc đó tao hoàn toàn không biết gì về anh Qúy. Chúng tao chia tay nhau sau khi gặp bác sĩ, sau đó y tá đưa chúng tao mỗi người đi mỗi ngả, mãi tới khi tao tỉnh dậy, lúc đó đã năm giờ chiều. Mày thấy không, tao đã phải ở trong phòng mổ từ tám giờ sáng tới năm giờ chiều.

Trang ngắt lời tôi:

- Mày mổ theo phương pháp nào sao lâu vậy? Thường nội soi rất nhanh đúng không?

Tôi nhìn Trang:

- Mày nói đúng, thường không lâu thế đâu. Hơn nữa tao may mắn là các bác sĩ của tao đều là những bác sĩ giỏi và có khả năng mổ theo kỹ thuật nội soi, tức là chỉ đục trước bụng hai lỗ nhỏ, và rạch một đường chừng mấy inches ở dưới rốn, sau đó dùng kỹ thuật nội soi lấy một trái thận của tao ra qua đường rạch ở dưới rốn. Phương pháp này rất tốt cho đàn bà con gái chúng mình, vì sẽ không để lại vết mổ lớn, họa chăng chỉ là một đường rạch dưới rốn, không dài như phương pháp mổ bình thường.

Tôi uống nước vì thấy cổ hơi khô, lúc sau tôi tiếp:

- Nhưng sở dĩ kéo dài như thế là vì ngay lúc sửa soạn mổ bụng của anh Qúy, các bác sĩ phát hiện chất K (potassium) của anh Qúy lên quá cao, có thể làm tim ngừng hoạt động trong lúc giải phẫu, nên không thể nào mổ được. Do đó, các bác sĩ đã phải họp khẩn để quyết định có nên trì hoãn thêm một lần nữa hay không. Cuộc họp theo như anh Thanh, bác sĩ bạn của anh Qúy, cho biết rất là căng thẳng. Cuối cùng mọi người đều đồng ý là nếu tao chưa rạch bụng thì sẽ hoãn lại, còn nếu tao đã rạch bụng sẵn sàng cắt thận của tao cho anh Qúy, thì sẽ tiếp tục, nhưng phải đưa anh Qúy đi lọc máu. Nhưng không may, là tao đã mổ và sẵn sàng chờ để cắt thận trái của tao, nên bác sĩ đành phải đưa anh Qúy đi lọc máu, để giảm chất potassium xuống bình thường, trước khi ghép thận cho anh Qúy. Mà mày biết mỗi lần lọc máu phải kéo dài tới cả bốn tiếng đồng hồ. Chính vì thế sau khi đã mổ bụng tao, đã tính lấy thận ra, thì phải ngừng lại. Nên họ đã phải đẩy tao vào phòng lạnh chờ tới khi Qúy lọc máu xong, và tình trạng của Qúy thế nào, có thuận tiện hay không, rồi mới đưa tao lại phòng mổ, hoặc là khâu lại, hoặc là lấy thận tao ra đưa ghép qua cho Qúy.

Trang lè lưỡi:

- Cũng may lúc đó mày không biết, nếu không chắc mày xỉu mất đúng không?

Tôi thở dài:

- Đúng như vậy. Tuy nhiên, bố Qúy cùng em Qúy là Thi cũng như bác sĩ Thanh bạn Qúy quả đã trải qua sự bồn chồn và lo lắng không ít.

Tôi lại ngừng nói, nhìn ra cửa sổ nhà hàng, hai bên con sông nhỏ người người tấp nập. Tôi bỗng nhìn thấy Qúy cùng hai con tôi đang dắt tay nhau đi bộ. Hình ảnh thật hạnh phúc và bình an, nhìn Qúy lúc này, với nét cười vui tươi trên khuôn mặt bình an không ai có thể nói, Qúy là người thay thận hai lần, và vẫn đang phải chịu áp lực liên miên của những lần nhiễm trùng trong cơ thể. Dẫu sao, nhìn Qúy và các con, lòng tôi như rộn một tình yêu vô bờ, tình yêu mà Qúy đã dành cho tôi.

Vừa lúc Trang nhìn theo tôi, và Trang mỉm cười bảo tôi:

- Hai con của mày dễ thương quá. Trông Qúy và hai con mày tao rất thèm.

Nói xong Trang thở dài. Tôi thấy thế quay lại bảo Trang:

- Mỗi người một hoàn cảnh. Mày hãy sống theo hoàn cảnh của mày. Thực ra, khi mình không biết trân quý cuộc sống và điều kiện sống của mình, mình sẽ dễ bị lạc vào tuyệt vọng lắm.

Trang thở dài:

- Tao biết chứ, nhưng làm sao không thể không nghĩ tới.

Tôi suy nghĩ rồi bảo Trang:

- Mày có tin là mày hạnh phúc hơn cả triệu triệu người không?

Trang không suy nghĩ bảo tôi:

- Tao biết. Nhưng vì là con người nên mâu thuẫn vẫn là viên thuốc độc trong mình, khiến tao cứ uống lầm hoài.

Vừa lúc, tiếng o oe của baby. Lần này nó ngóc đầu lên như tìm mẹ. Trang cúi xuống đỡ đứa bé lên lòng hôn rối rít. Quả thật lúc này tôi thấy Trang hoàn toàn khác lạ. Tình mẫu tử quả là huyền diệu, nó có thể thay đổi hoàn toàn cá tính của con người.

Tôi bảo Trang:

- Con bé xinh quá, có lẽ hơn mẹ.

Trang đùa:

- Mày khen con tao đẹp hơn tao thì được, chứ khen con ai mà đẹp hơn tao là mày ốm đòn.

Tôi cười theo:

- Ai mà dám so sánh mày với ai, trừ Chung Vô Diệm.

Trang hỏi tôi:

- Chung Vô Diệm có đẹp không?

Tôi cười:

- Mày thật không biết Chung Vô Diệm là ai sao?

Trang nhìn tôi thành thật:

- Không? Nhưng mày ví tao như Chung Vô Diệm tao nghĩ phải đẹp chứ đúng không?

Tôi biết Trang thật sự không biết Chung Vô Diệm nên vừa múm mím cười vừa nói:

- Chung Vô Diệm là người Sơn Đông bên Trung Hoa. Thường gọi là Chung Li Vô Diệm, Vương Hậu của Tuyên Vương Điền Tích Cương nước Tề.

Trang ngắt lời:

- Tao hỏi có đẹp không thôi sao mày nói dài dòng văn tự thế

Tôi lại cười:

- Thì phải để tao tả mày mới biết đẹp xấu chứ. Lỡ ra tao bảo đẹp mày lại bảo xấu thì sao.

Rồi tôi tiếp:

- Con khỉ, Chung Vô Diệm mà cũng không biết. Chữ "vô diệm" nghĩa là không đẹp mày biết không? Còn Chung Vô Diệm trán cao, mắt sâu, bụng dài, chân thô, mũi xếch, cổ to, tóc thưa, lưng gù, lại đen đủi...

Trang lấy tay đập mạnh trên tay tôi:

- Đồ quỷ dám cả gan chê bà xấu. Chết với bà.

Tôi tránh Trang vừa nói tiếp:

- Nhưng Chung Vô Diệm lại rất giỏi chính trị, Chính

vì thế Tuyên Vương nước Tề mới lập Chung Vô Diệm làm Vương hậu.

Trang xua tay:

- Kệ, với tao, không cần giỏi chính trị, nhưng nếu giỏi thiết kế thì tao còn chịu nổi, chứ sắc đẹp đó không thể nào chấp nhận dưới con mắt thẩm mỹ của Trang này.

Tôi ngắt lời Trang:

- Người xấu làm gì có mắt thẩm mỹ, vì ai cũng đẹp đúng không?

Nhưng rồi tôi cười huề:

- Thôi tao chỉ phá mày cho mày đói thôi, chứ ăn như vừa rồi chắc hai đứa mình thành thùng phi mất.

Rồi tôi đứng dậy đến bên Trang, vừa dơ tay nói với Trang:

- Cho tao bồng chút. Anh Qúy và tao đều thèm đứa con gái.

Trang không trả lời tôi, giao đứa bé cho tôi, tôi vừa bồng vừa ôm sát vào ngực. Hơi ấm của em bé làm tôi ngây ngất. Tôi hôn trán bé vừa hỏi:

- Tên nó là gì?

Trang trả lời:

- Bùi Nữ Huyền Như.

Tôi cau mày rồi như chợt nhớ ra, tôi nói ngay:

- Bùi Như Phận và Lê Nữ Huyền Trang.

Trang gật đầu. Tôi lẩm bẩm:

- Bùi Nữ Huyền Như. Hay và ý nghĩa, nhất là lại có tên tao nữa. Mày cũng biết đặt tên đấy.

Trang cười:

- Cũng vì Huyền Trang nên tao mới chơi thân với mày, mày không biết sao?

Tôi vui vui bảo Trang:

- Mày cho tao nhận nó làm con nuôi được không?

Trang vừa nghe trả lời ngay:

- Không được, lỡ mai mốt có duyên với con mày, lúc đó, sao nó làm dâu mày được.

Tôi nhìn Trang:

- Con này nhiều lúc đùa mà cũng có lý ra phết. Vậy được rồi, làm con thiêng liêng rồi mai mốt làm dâu nhé.

Trang mỉm cười:

- Tao đồng ý. Nhưng phải có điều kiện, là từ ngay bây giờ mày phải đặt cơ trầu nghe không?

Tôi vui vẻ:

- Được tao sẽ đưa cho mày một đồng danh dự.

Trang trợn mắt duyên dáng:

- Con này, mày làm như vậy rẻ quá, chả lẽ con bé đẹp hơn mẹ nó này chỉ đáng thế sao?

Tình bạn đã cho tôi một buổi chiều thật hạnh phúc. Tôi bế Huyền Như vừa ngồi xuống ghế. Tôi vuốt tóc và tiếp tục hôn trán con bé. Vừa lúc đó Huyền Như mếu, Trang thấy thế bảo tôi:

_ Chắc nó đói, để tao nhờ người bồi bàn cho ly nước nóng ngâm sữa cho con bé.

Rồi không chờ tôi trả lời, Trang đứng dậy tới gặp một người bồi bàn đứng gần đấy. Sau đó trở lại loay hoay mở túi lấy ra chai sữa đã pha sẵn. Lúc sau, người bồi bàn bưng ly nước nóng lớn ra. Trang đổ vào ly của Trang ở trên bàn một nửa, rồi lấy chai sữa bỏ vào ngâm. Tôi nhìn từng cử chỉ của Trang mà lòng thật vui, nhất là nhớ những ngày tôi và Qúy cùng tranh nhau pha sữa cho con tôi. Một kỷ niệm thật hạnh phúc, bất giác tôi bảo Trang:

- Tao thèm baby quá.

Trang nhìn tôi:

- Thì còn chần chờ gì nữa.

Nhưng bỗng tôi buột miệng:

- Tình cảnh của hai chúng tao không tiện lắm, nếu mày trong hoàn cảnh tao mày sẽ hiểu. Trên đời này đâu phải muốn gì là được đấy đâu, có những thứ muốn đứt ruột ra mà cũng không thể nào làm được.

Nói tới đây, tôi thở dài rồi đổi đề tài, tôi không muốn xúc động bây giờ, nhất là trước Trang. Nhưng nghĩ sao tôi lại hỏi Trang:

- Chắc mày vất vả lắm, phải cáng đáng đủ điều. Mày có khi nào so sánh bây giờ và trước kia không?

Trang bình thản:

- Tao không hề so sánh, hơn nữa tao cũng không có giờ để so sánh. Nhưng giả như nếu có so sánh thì cũng không thể nào so sánh được, vì cả hai đều có hạnh phúc riêng của nó. Nhưng có một điều tao có thể nói chắc với mày, là sau khi có con, tao rất hạnh phúc. Tình mẫu tử thật là kỳ diệu, hình như tao không bao giờ nghĩ tới mệt khi phải vất vả vì con tao, mà trái lại tao rất vui. Chính vì thế, tao đã tìm cách ở bên con tao nên đã xin nghỉ công việc bình thường mà chỉ còn làm mỗi tuần hai ba ngày. Cũng may công việc của tao có thể làm được ở nhà, đấy là một may mắn cho tao.

Trang ngừng nói đưa chai sữa cho tôi. Tôi hiểu ý Trang nên cầm cho Huyền Như bú. Con bé đói thật, nên bú rất ngon, nhìn miệng con bé tự nhiên tôi vui nên mỉm cười bảo Trang:

- Đúng là mẹ nào con ấy.

Trang cười theo, vừa nhìn Huyền Như:

- Mày cứ nói xấu tao đi, mai mốt con trai mày mà mò đến cửa nhà tao là tao vác chổi đuổi đi. Nếu nó thắc mắc tao sẽ bảo nó về hỏi mày nghe chưa.

Tôi càng vui với cách suy nghĩ của Trang nên mỉm cười nhìn Trang trong tình thân và qúy mến.

Nhưng bỗng Trang hỏi tôi thật nhanh:

- À quên, nãy giờ mải chuyện đâu đâu, tao quên chưa hỏi kỹ mày sau khi ghép thận Qúy thế nào.

Tôi chút suy tư rồi bảo Trang:

- Truân chuyên lắm.

Tôi ngừng nói như cố nhớ ra những gì đã sẩy ra ngay sau khi tôi tỉnh dậy, và tôi nói tiếp:

- Khi tao tỉnh dậy, việc đầu tiên tao hỏi y tá là anh Qúy ra sao? Anh Qúy có gì trở ngại không? Người y tá trả lời tao và bảo anh Qúy đã đưa về phòng ICU (Intensive care unit). Thế là tao tìm cách đến khu ICU tìm anh Qúy. Nhưng mày biết không, bác sĩ cấm tao xuống khỏi giường vì tao còn quá yếu, sợ đau động tới vết thương sẽ lâu khỏi, hơn nữa lỡ ra tao bị nhiễm trùng sẽ gây ra rất nhiều phiền phúc... Nhưng tao đã không chịu nghe lời bác sĩ, một sống một chết tao cũng đi cho bằng được. Thật tâm lúc bấy giờ tao hoàn toàn không nghĩ gì tới tao mà chỉ nghĩ tới anh Qúy. Nên tao chờ bác sĩ và y tá ra khỏi phòng, tao cố gắng lựa mình ngồi dậy, vì vết mổ còn đau lắm, mà chỉ sái thế một chút thôi là cơn đau có thể vô tận.

Tôi ngừng một giây rồi tiếp:

- Mãi tao mới tìm thế bước xuống khỏi giường được. Và ngay sau đó, tao đã lần mò ra khỏi phòng. Mày biết không, vì mới mổ được mấy tiếng, nên vết mổ đau tới xương, tới tủy, tao tưởng như đứt cả ruột ra. Nhưng tao nhất định đi tìm anh Qúy, xem anh Qúy ra sao bằng chính mắt tao, tao mới chịu. Không phải là tao không tin bác sĩ, nhưng biết đâu họ dối tao và không muốn tao biết rõ tin tức của anh Qúy, vì sợ tao chịu không nổi sẽ tổn hại tới vết mổ của tao. Mày biết mà, các bác sĩ thường làm thế cho bệnh nhân khỏi lo, âu đây cũng là lòng nhân ái. Nhưng lúc này tao không thích lòng nhân ái đó. Tao muốn biết và biết rõ tình trạng chồng tao.

Tôi cảm động khi nghĩ tới hôm đó, nhưng rồi tôi tiếp:

- Phải nói là đau lắm, tao ôm bụng, rồi gò cả người trông giống như các cụ già cả trăm tuổi, lại còn bước những bước thật chậm, mỗi bước là một cực hình, tao phải cắn răng chịu đựng, thế mà vẫn không sao tránh khỏi tiếng rên vì động tới vết mổ, cũng như sức tao còn quá yếu.

Rồi tôi tạo cử chỉ khiếp sợ, tôi rùng mình bảo Trang:

- Đau lắm Trang ạ, thế mà tao đã lần mò từ tầng 16 xuống tới mãi khu ICU Qúy nằm tận lầu 2

Và tôi giải thích:

- Nhưng không phải là dễ dàng thế đâu, vì người bình

thường chẳng nữa, và dù có đi theo bảng chỉ dẫn, thì từ lầu tao nằm xuống khu ICU cũng phải mất từ mười lăm tới hai mươi phút, huống hồ là tao, vừa gò người, vừa phải bước theo thế, vừa phải đọc hướng dẫn theo các mẫu của từng khu vực khác nhau, để đến cho đúng khu mà Qúy nằm, nếu không sẽ phải đi đi, lại lại thì có lẽ tao sẽ chết xỉu mất. Mày nghĩ xem khó khăn và đau đớn chừng nào. Thế mà tao đã tìm đến chỗ nằm của anh Qúy. Nhưng khi tới được, y tá lại không cho vào, vì anh Qúy đang trong tình trạng theo dõi đặc biệt, tao phải khó khăn lắm người y tá mới dẫn tao vào, có lẽ thấy tao khóc xướt mướt lại bệnh hoạn nên thương tâm.

Nói tới đây, tôi rơm rớm nước mắt rồi tiếp:

- Và khi bước chân vào phòng, lúc này anh Qúy vẫn còn nửa mê, nửa tỉnh vì vẫn còn đang trong phòng hồi phục. Tao thấy người anh Qúy trông thật thảm thương với dây nhợ chằng chịt nằm nép xẹp trên giường trông vô cùng thương cảm. Mắt tao nhoà lệ, đúng lúc đôi mắt của anh Qúy hé mở, và anh Qúy nhìn tao như thần giao cách cảm. Và tao thấy hai hàng lệ của anh Qúy từ từ chảy ra từ hai khoé mắt. Tao quá cảm động vì biết anh Qúy còn sống, nhất là anh Qúy đã tỉnh, điều đó chứng tỏ ca mổ đã rất thành công nên anh Qúy mới tỉnh lại sớm như vậy. Nên tao không chần chờ, bước vội đến giường anh Qúy, nhưng vì vô tình, hay vì quá mừng rỡ, tao quên vết thương đang đau trước bụng, đã khiến tao ngã quỵ xuống đất. Nước mắt tao trào ra vì đau và vì vui mừng lẫn lộn. Và phải cả mấy phút sau tao mới đứng dậy nổi, đến bên anh Qúy, tao gục trên ngực anh Qúy và tao khóc như mưa.

Tôi ngừng nói, sự xúc động làm tôi lúc này cũng không sao kìm nổi, nên tôi nghẹn lời. Tôi nhìn Huyền Như rồi lại nhìn Trang. Trang thấy thế vỗ về tôi. Nhưng tôi đã từ từ chấn an và nói tiếp:

- Nhưng niềm vui không được bao lâu thì nỗi thất vọng lại tràn ngập. Vì trái thận của tao ghép vào làm việc được

3 tiếng thì ngưng không còn hoạt động được nữa. Tao nghe mà rụng rời toàn thân, lòng tao quả thật đau còn hơn trăm ngàn vết mổ, nhất là từ lúc đó người ta đưa anh Qúy đi thử nghiệm hết chỗ này, tới chỗ khác, hầu tìm ra nguyên nhân vì sao thận của tao ghép vào bị biến chứng. Thế là, anh Qúy phải đi lọc máu, phải làm biopsy, rồi thay đổi huyết tương (plasmapheresis), với phương pháp thymoglobulin, áp xuất có lúc rất cao, nên rất khó kiểm soát....

Tôi ngừng một chút rồi lại tiếp:

- Mày biết tình trạng lần này rất là nguy kịch. Từ hôm đó, đội bác sĩ làm việc liên tục để tìm ra phương pháp hầu cứu vãn trái thận của tao trong người anh Qúy. Và sau ba ngày theo dõi, nước trong người anh Qúy vẫn không thoát được. Cuối cùng, bác sĩ quyết định đưa anh Qúy lên phòng bình thường để theo dõi. Nhưng sau một tuần, vẫn không khả quan. Các bác sĩ lại quyết định cho anh Qúy tăng lượng thuốc để giảm chất miễn nhiễm tối đa hầu có thể giữ được trái thận mới ghép vào. Nhưng khổ thay, khi hạ chất miễn nhiễm tối đa được vài ngày để hy vọng giữ lại trái thận thì biến chứng trong cơ thể anh Qúy xuất hiện những triệu chứng nhiễm trùng, anh Qúy bị ho, rồi khó thở, sau đó lên cơn sốt thường xuyên. Các bác sĩ khám nghiệm tìm ra và biết anh Qúy vì thiếu chất miễn nhiễm trong cơ thể nên phổi không giữ được sự công phá từ chính cơ thể của anh Qúy, nên phổi bị hư và bao tử thì bị loét, đang diễn tới tình trạng nguy cập và có thể mất mạng. Do đó, bác sĩ quyết định phải mổ để lấy thận ghép ra, và chỉ còn cách đó mới cứu sống anh Qúy, vì mọi người đều quả quyết thận của tao không hợp và không làm việc được khi ghép vào cơ thể anh Qúy.

Tôi như nghẹn lời, một kinh hoàng như vẫn còn lẩn quẩn bên tôi. Tôi cố gắng tiếp:

- Sau một tháng trời anh Qúy nằm trong bệnh viện để tìm cách điều trị, mày biết tao phải cực thế nào không? Tao đã không còn nghĩ tới tao, tao đã nín nhịn tất cả mọi khó khăn, nhất là những cơn đau từ vết mổ hoành hành. Hơn nữa, tao đã từ chối sự săn sóc của mọi người để chính tao được săn sóc anh Qúy, dù sức khoẻ của tao cũng không khá gì. Mọi người ai cũng lắc đầu với ý định táo bạo của tao. Nhưng tao đã không nghe lời, nhất quyết được chính tao săn sóc anh Qúy, vì trong tao, biết đâu đây chả là những phút giây cuối cùng của tao và anh Qúy.

Tôi lại ngừng nói. Lúc sau mới chậm chậm:

- Những ngày trong bệnh viện nhìn anh Qúy nằm thoi thóp trên chiếc giường bệnh quả tao không thể nào cầm được nước mắt. Lòng tao lúc nào cũng như trăm ngàn vết kim châm khiến tao như hoàn toàn quên vết mổ của tao, và hoàn toàn quên tao đã vừa lấy ra một phần trong thân thể. Tình yêu của tao với anh Qúy lúc bấy giờ thiêng liêng và trân qúy vô cùng. Tao đã cầu nguyện và hứa sẽ làm tất cả, sẽ hy sinh tất cả nếu anh Qúy lành bệnh, dù tao phải chịu hình phạt và nỗi bất hạnh nào. Những ngày đó, gia đình, bạn bè và ngay cả những người trong cộng đồng, trong giáo xứ đến thăm, ai cũng nghĩ anh Qúy khó lòng qua khỏi, và ai cũng nhìn tao thương tâm .

Tôi xúc động, lúc sau mới tiếp:

- Nhưng tao không cho phép tao ngã qụy trước những sự lo lắng của mọi người, vì tao còn hy vọng và một niềm tin trong sâu thẳm vẫn vực tao dậy, để rồi tao vẫn cố gắng, vẫn kiên trì và vẫn trông cậy và phó thác.

Trang ngắt lời tôi chút e dè:

- Ngày nào mày cũng phải ở trong bệnh viện thật sao?

Tôi nhìn Trang, mắt tôi chắc vẫn nặng u sầu, tôi thở dài tiếp:

- Đúng như mày nói, ngay sau khi tao mổ lấy thận ra được ít ngày, tao về nghỉ hai ngày tại nhà, vì bác sĩ ép tao phải nghỉ ngơi để cho lành vết mổ, nếu tao muốn săn sóc anh Qúy, bằng không thì vết mổ sẽ không lành, lúc đó tao sẽ không thể nào có cơ hội để lo cho anh Qúy. Tao nghe có lý, nhưng cũng về được hai ngày là tao phải nhờ em của anh Qúy trông coi và săn sóc con tao. Và từ đó, tao đã ăn dầm, ở dề trong bệnh viện. Vì mấy ngày về nhà lúc nào tao cũng đứng ngồi không yên, tao như người ngồi trên đống lửa. Tao vừa đau, vừa lo và vừa bực tức chính mình, vì tại sao tao không khoẻ nhanh để vào bệnh viện. Từ đó tao trách tao, và lúc nào cũng muốn lấy chìa khóa ra xe lái lên bệnh viện với anh Qúy. Nhưng vì vừa mổ xong, lái xe là một sự rất nguy hiểm, và đặc biệt cấm kỵ, vì khi gặp nguy hiểm sẽ không cách chi phản ứng kịp, thế mà tao vẫn lỳ và đã định lên anh Qúy không biết bao nhiêu lần. Cũng may tao luôn được sự giúp đỡ và an ủi của anh em và bố mẹ của anh Qúy nên an lòng hơn. Vả lại tao cũng không làm khác được vì tao phải nghe lời bố mẹ anh Qúy. Hoàn cảnh lúc đó thật nhiều nhương Trang ạ.

Và tôi thở dài tiếp:

- Đâu ai săn sóc chồng mình tốt bằng mình. Chính ý nghĩ đó đã khiến tao bất cần. Hơn nữa có tao bên cạnh có lẽ sẽ vơi đi sự lo lắng và đau khổ trong lòng anh Qúy hơn. Thời gian đó, chúng tao rỉ rả nhắc lại không biết bao nhiêu kỷ niệm, từ ngày chúng tao quen nhau. Những kỷ niệm mà lâu nay cả hai chúng tao đều thầm giấu trong lòng như một hồng ân. Anh Quý và tao còn nói cho nhau biết, và hiểu rõ hơn về niềm tin tôn giáo. Tao cũng xác nhận với mày, thời gian này tao chưa đi khoá tĩnh tâm ba ngày, nên tinh thần sống đạo của tao không nhậy cảm như bây giờ. Tuy thế, nhờ Quý, và nhờ ôn lại những giáo lý, những phúc-âm mà Quý đã học hỏi, cũng như mầu nhiệm cứu chuộc và ơn gọi của Quý, dù chỉ tròn một năm tại Don Bosco, và cũng chính những ngày này đã cho tao có khái niệm về thánh Don Bosco cũng như thánh Savio, một vị thánh rất trẻ do thánh Don Bosco nhận hướng dẫn.

Trang như do dự:

- Tao chỉ sống và lo cho Phận mấy ngày mà tao đã như người điên, huống hồ là mày đã trải qua cả một quá trình như thế. Bác Kha nói đúng, đối với những trường hợp như vậy chỉ còn biết cậy trông và phó thác đúng không mày?

Tôi trầm tĩnh hơn:

- Nhưng mình là con người, nên sự đau khổ không thể nào tránh được. Tao như tấm mền rách, không chỉ thể xác mà còn cả tinh thần. Tuy thế, tao vẫn luôn phải câm chịu và tránh để lộ cho anh Qúy thấy tao yếu đuối. Nhưng mày không thể tưởng tượng nổi những hãi hùng khi nhìn nét mặt anh Qúy nhăn nhó ngay trong giấc ngủ. Nhất là những đêm trong bệnh viện, lúc đó mọi người ra về hết. Người ta bảo nằm trong bệnh viện cảm giác ban ngày cũng như đêm, vì không có ánh sáng mặt trời, mà lúc nào cũng bị bao trùm bởi ánh sáng đèn điện. Nhưng với tao, thì khác, càng về đêm tao càng cảm thấy kinh sợ và rõ ràng, vì lúc đó, hầu như không có thân nhân, không có tấp lập của những người thăm nuôi, nên nó có sự yên tĩnh ma quái, giống như là thời gian này, các oan hồn lũ lượt trở về tìm lại những thân thương, những gĩa từ của họ trước khi họ rời thế gian. Nên tao luôn cảm thấy gai lạnh và bàng hoàng lo lắng trong tao. Tao đã gục đầu khóc trong nỗi lo sợ bàng hoàng đó. Và từng đêm, từng những chua xót và thương cảm. Tao bấu níu và rờ tay anh Qúy, rờ ngực anh Qúy như sợ không dám nhắm mắt vì e khi tỉnh dậy, anh Qúy không còn và xác anh Qúy lạnh ngắt.

Nói tới đây, tôi thấy mồ hôi tôi toát ra, mặc dầu máy điều hoà và hơi lạnh trong nhà hàng rất đầy đủ. Tôi thở dài nói tiếp:

- Làm sao tao dám nói những cảm nghiệm đó cho bố mẹ và gia đình anh Qúy, nên ngày ngày, lúc nào tao cũng phải lựa lời và xin mọi người làm tuần khấn cũng như cầu nguyện cho anh Qúy.

Vừa nói tới đây, Huyền Như khóc. Trang nhanh nhẹn bế Huyền Như thay cho tôi vừa ân cần:

- Nó nghe mà còn cảm động huống hồ mẹ nó.

Tôi ngắt lời Trang:

- Hy vọng đời của nó không khổ như tao.

Nhưng Trang nói ngay:

- Đấy không phải là khổ, mà là sự thử thách nhớ chưa con nhỏ. Đừng đánh mất niềm tin, mày không nói với tao điều đó sao?

Tôi thành thật:

- Xin lỗi mày. Tao đã nói, đâu phải lúc nào tao cũng bình thường đâu. Đôi lúc cũng điên điên chút đỉnh liệu có ngày tao cắn mày đó.

Trang cười, vừa ép Huyền Như vào lòng:

- Con nhớ đừng gần cô Huyền nghe không, liệu cô cắn con đấy.

Tôi lại vui ngay với nụ cười và sự hạnh phúc của Trang.

Ngay lúc đó, Qúy và hai con tôi xuất hiện. Nét mặt Qúy thật tươi và đầy nhựa sống. Tôi tò mò hỏi hai con tôi:

- Bố dẫn hai con đi đâu?

Qúy làm bộ nháy mắt với hai con tôi vừa như trả lời thế cho hai con tôi:

- Bí mật phải không con.

Hai đứa không hiểu đã được Qúy dặn trước hay sao, nhưng cả hai cùng gật đầu theo Qúy.

Tôi nhìn Qúy rồi nhìn hai con vừa bảo Trang:

- Mày thấy không, anh Qúy chiều tụi nó hơn cả tao.

Nhưng Qúy ngắt lời tôi:

- Em không công bằng, ai lại so sánh mình với con.

Nhưng tôi nói yêu:

- Anh luôn hùa với hai con bắt nạt em.

Trang nói nhanh:

- Thì phải tự biết mình không được chồng yêu bằng con nên mới ra nông nỗi này.

Nhưng Qúy đã lắc đầu:

- Trang này thật nguy hiểm quá, đổ dầu vào lửa thế này chắc tối anh phải xuống salon phòng khách khách sạn ngủ quá.

Trang nghe Qúy nói thế nên nói luôn:

- Thế thì anh cho Trang biết cảm xúc của anh khi thoát

khỏi cơn nguy hiểm thập tử nhất sinh vừa rồi đi. Nãy giờ em chỉ nghe con này nó nói, nhưng em muốn nghe chính anh nói về giây phút mà anh biết mình được cứu sống, rồi em sẽ cùng phe với anh.

Qúy thở dài rồi nhìn tôi. Lúc sau Qúy mới nói trong xúc cảm:

- Không diễn tả được đâu Trang ạ.

Rồi Qúy lại ngừng nói nhìn tôi như do dự. Tôi thấy thế bảo Trang:

- Thôi trước khi anh Qúy nói qua cảm xúc của anh Qúy, để tao kể thêm cho mày nghe.

Tôi tiếp:

- Mày biết rồi, lúc mà phổi anh Qúy bị hư và bao tử thì bị lở loét vì thiếu chất miễn nhiễm, và bác sĩ quyết định mổ anh Qúy. Tao buồn và thất vọng vô cùng. Mày thử tưởng tượng nếu là mày, mày có đau buồn khi nghe tin thận của mày bị lấy ra khỏi bụng người yêu mày sau khi ghép thận vì không hợp, mày có ngất đi không? Nên tao đã tuyệt vọng và đau xót vô cùng. Tao đã như người bị dìm xuống chín tầng địa ngục. Nỗi tuyệt vọng đó nó kinh hoàng và đau xót không thể nào diễn tả nổi. Tao như người trên mây, tất cả quanh tao đều là những đổ vỡ đau lòng cùng tận. Tao nhìn bác sĩ, y tá và tất cả những người đến thăm nuôi, họ đều như những người từ một thế giới lạnh lùng và vô tâm. Cuộc đời tao chưa bao giờ bị tuyệt vọng và dằn vặt đến thế. Tao đã đứng ngoài hành lang, rồi trong nhà vệ sinh để chảy những giọt lệ đau lòng ấy. Vì tao không muốn cho anh Qúy biết tao khóc, nên càng làm tao ngậm đắng nuốt cay nỗi bồn chồn và đau xót từng giây. Tao bấn loạn và không còn thiết sống, không còn muốn bất kỳ sự gì trên thế gian này.

Tôi ngừng nói, nhìn Qúy. Qúy rớm nước mắt vừa nhìn tôi đắm đuối như biết ơn. Tôi tiếp:

- Nhưng cuối cùng, một tia hy vọng cuối cùng, không biết từ đâu vực dậy trong tao. Tự nhiên tao nghĩ tới linh mục Chu Ngọc Thành. Tao nhớ bác Kha hay ai đó đã nói cho tao, là linh mục Chu Ngọc Thành khấn thánh cả Giuse, hay được Ngài ban ơn lắm. Và ngay lúc đó, tao đã phone ngay. Tao nhờ linh mục Chu Ngọc Thành làm tuần cửu nhật. Thực ra từ bé, tao luôn nghe làm tuần chín ngày, nhưng lúc đó, chỉ nghe như là một sự bình thường, vì nói là niềm tin tôn giáo, nhưng thực ra có mấy người thực sự tin, mà nhiều khi chỉ là thói quen. Nhưng hôm nay không hiểu sao tao tin một cách rất chân thành, tao tin tới độ tao nghĩ chắc chắn là nhờ tuần chín ngày anh Qúy sẽ được cứu sống. Và chính vì nghĩ như thế mà tâm trạng tao bỗng nhẹ nhàng và lý tưởng sống như dạt dào trong tao. Quả thật không thể nào diễn tả được, một niềm tin nào đó như một sức mạnh vô biên khiến tâm hồn tao tràn ngập niềm tự tin và khuây khỏa vô cùng. Và cũng chính vì điều này, mà khi vừa bắt đầu tuần cửu nhật, bác sĩ đã kêu tao vào, không biết có phải trùng hợp không, nhưng bác sĩ nói với tao là hai ngày nữa họ quyết định mổ để lấy thận mới ghép của anh Qúy ra, vì nếu không chắc chắn là Qúy sẽ không qua được. Và ngay cả là lấy thận ra, cũng rất khó giữ được Qúy, tuy nhiên phần trăm cứu sống Qúy nếu lấy thận ra còn khả dĩ kéo dài đời sống hơn. Tao đã gào lên, và nước mắt tao tràn ra. Phải lâu lắm tao mới lấy lại bình tĩnh và một quyết định trong đầu. Tao nhẩm trong miệng và nói với bác sĩ, tao xin bác sĩ hãy hoãn ngày mổ, chờ sau 9 ngày hãy mổ để lấy thận của tao trong anh Qúy ra. Lúc đầu bác sĩ nói với tao là nhất định không thể trì hoãn, vì mổ trễ ngày nào, anh Qúy sẽ nguy hiểm thêm ngày đó. Nhưng tao năn nỉ như đứa trẻ, khiến bác sĩ động lòng và quyết định theo ý nguyện của tao là rời ngày mổ lại. Thế là họ quyết định ngày mổ lại, đúng ngày khấn cuối cùng của tuần cửu nhật chấm dứt.

Tôi lại phải ngừng nói vì xúc động, mãi sau tôi lên tiếng:

- Sống mà như chết, tao chỉ có thể diễn tả được thế

thôi. Thực vậy, những ngày sau đó, dù lúc nào cũng cầu nguyện hiệp theo ý chỉ tuần chín ngày, nhưng tao sống cũng như chết. Nó ai oán, nó tuyệt vọng, nó bi ai và bao nhiêu ngôn từ thương đau đều không thể diễn tả.

Nhưng tôi chợt nhớ ra, nên hỏi Trang:

- Nhưng mày có hiểu tuần cửu nhật là gì không? Nãy giờ tao nói tới tuần cửu nhật mà quên mày không cùng tôn giáo sao hiểu tuần cửu nhật là gì.

Nhưng Trang ngắt lời tôi, giọng cảm động:

- Thực ra, tao có được bác Kha giải nghĩa chút ít. Bác Kha nói cho tao là trong công giáo ngoài lễ Misa, là một thánh lễ vô giá, còn có những giờ chầu hay giờ kinh nguyện. Những giờ chầu hay đọc kinh này không do lề luật nào hết mà do niềm tin của từng vùng, từng địa phương và từng hoàn cảnh. Người ta thường họp nhau để làm các giờ chầu hay đọc kinh để cầu nguyện cùng Đức Mẹ, Thánh Cả Giuse hay các Thánh.. Để xin các Ngài cầu bầu và xin cùng Đức Chúa Cha theo ý chỉ, vì không ai có quyền ban ơn ngoài Thiên Chúa, các Thánh và ngay cả Đức Mẹ cũng chỉ cầu bầu và xin cùng Đức Chúa Cha. Và những giờ kinh này có thể diễn ra ba ngày, bốn ngày, năm ngày... hay chín ngày tùy theo nhu cầu và niềm tin của người xin. Vì thế tuần cửu nhật theo tao biết là sẽ do linh mục Thành khấn hoặc nhờ một nhà dòng, một nhóm người, hay giáo xứ nào đó, cầu nguyện chín ngày liên tục cho anh Qúy, xin ơn được lành bệnh đúng không? Tao cũng biết rằng, vì không phải là luật lệ nên tùy theo kinh nguyện, cũng như cách thức của từng nhóm người, miễn là theo ý chỉ và phải liên tục chín ngày với một niềm tin chung. Bác Kha còn giải nghĩa thêm cho tao, cũng chính vì thế, tất cả lời cầu nguyện đều tại tâm và thiện nguyện nên không được định giá và trả giá, dù là một đồng nhỏ, vì như thế tự nó sẽ đánh mất giá trị của lời khấn. Tuy nhiên, người được ơn có thể âm thầm phúng điếu chung, có nghĩa là bỏ tiền vào nhà thờ, hay giúp đỡ người nghèo...

Trang ngừng nói nhìn Qúy rồi nói:

- Em nói đúng không?

Qúy gật đầu định lên tiếng, nhưng Trang nói tiếp:

- Bác Kha cũng còn nói rõ cho tao, bác rất kỹ và không muốn tao hiểu lầm về những điều mà sau này tao không hiểu. Bác còn nói, ngay cả lễ Misa cũng vậy. Thánh lễ là phải có giáo dân cùng hiệp thông mới hoàn hảo và đúng nghĩa, do đó, giáo hội thời nay đã không còn nói là đi xem lễ như xưa kia, mà đi hiệp dâng thánh lễ, vì giáo dân cũng là một phần tử quan trọng để hoàn thành thánh lễ. Do đó, vấn đề bổng lộc của thánh lễ phải hoàn toàn là một sự trong sạch và đúng theo đường lối giáo hội chứ không theo sự định giá cá nhân. Nhất là luôn phải thông công và xung vào tiền công đức, vì không phải chỉ của chủ tế mà cũng của giáo dân.

Tôi nghe Trang nói, e ngại bảo Trang:

- Mày bạo quá.

Nhưng Trang ngắt lời tôi:

- Bác Kha nói chứ đâu phải tao nói. Bác Kha là người dám nói, vì bác sợ điều trái, chứ không ngại sự thật, nhất là kiểu giả mù sa mưa, hay nghe rõ mà cứ làm bộ như mình là người điếc nặng, có hại cho tín lý và đức tin đã vậy, mà ngay cả sự trung thực của người Kitô.

Nhưng tôi lại ngăn Trang:

- Tao sợ nói ra sẽ mất lòng nhiều người, nhất là các cha.

Trang thở dài:

- Tao nghĩ khác, tao trở lại đạo là vì nghĩ tới con đường thực của Chúa đã dậy chứ không vì sự cọ sát của các linh mục hay giáo dân không đúng.

Rồi Trang nhìn Qúy, và nhìn tôi:

- Nhưng thôi, bây giờ anh Qúy nói đi.

Và Trang cầm tay tôi:

- Xin lỗi đã cắt ngang lời tâm sự của mày, nhưng ai trong hoàn cảnh bi ai như mày mà chả thế, mày đã can đảm lắm rồi, chịu bao nhiêu lo lắng và đau đớn như vậy mà vẫn không nề quản, điều đó chẳng đã chứng minh sự kiên nhẫn của mày sao?

Qúy nhìn tôi như đồng tình với Trang, rồi từ từ lên tiếng, giọng chút xúc động:

- Riêng anh, ngày mà chất miễn nhiễm không còn đủ để bảo vệ cơ thể khiến phổi bị yếu, và bao tử bị loét, bác sĩ đã đẩy anh đến phòng cấp cứu, anh đã chắc chắn là khó lòng cứu được, nên tâm trạng của anh tự bảo mình, hôm nay có lẽ là những ngày cuối cùng của cuộc đời anh, nhất là khi nghe linh mục Chu Ngọc Thành bắt đầu nguyện kinh theo bí tích sức dầu cho người sắp qua đời của người Kitô hữu trước khi Chúa gọi về, anh càng tâm niệm và cầm lòng mình không được tỏ ra đuối hèn, nhất là trước mặt Huyền. Hơn nữa, Chúa gọi anh về hôm nay cũng đã là trễ quá rồi, vì đáng lý anh đã chết từ hơn hai mươi năm về trước. Tuy nhiên, điều anh tuyệt vọng và chua xót, là khi anh nghĩ tới Huyền, nghĩ tới tình yêu của anh và Huyền, nhất là nghĩ tới những ngày Huyền chăm sóc cho anh, đặc biệt những ngày gần đây trong bệnh viện. Vì thực ra, làm sao Huyền giấu được anh, dù Huyền có khéo léo tới đâu, anh cũng có thể nhận ra, vì khi hai người yêu nhau, giác quan thứ sáu của họ rất bén nhạy. Anh chỉ cần nghe giọng Huyền nói, hay Nghe Huyền thở, hoặc ngay cả nụ cười và nét mặt của Huyền, thậm chí dáng đi, và cử chỉ của Huyền cũng có thể cho anh nhận ra và hiểu được sự bồn chồn lo lắng và những suy tư của Huyền. Chính vì thế, anh đã càng đau khổ và càng tuyệt vọng trước sự ra đi của mình, vì biết sẽ là một sự thương cảm lớn lao không thể nào tránh khỏi cho Huyền và hai con của anh.

Qúy ngừng nói nhìn tôi như đang thẩm thấu từng tư tưởng của Qúy cho tôi. Rồi Qúy tiếp:

- Kinh hoàng và bâng khuâng trong tuyệt vọng từng giây. Thật kinh khủng. Anh lạnh toát cả tâm hồn lẫn thể xác.

Qúy như nghẹn lời, chờ lúc sau Qúy lại mới tiếp:

- Như Huyền đã kể qua cho em, ngày bị đẩy xuống phòng khẩn cấp với bao tuyệt vọng, nhất là phổi và bao tử anh đều đến thời trầm trọng, nhưng các bác sĩ vẫn phải cố gắng hết sức, bằng cách tăng thuốc để giảm chất miễn nhiễm tối đa, nhưng rồi đành phải tạm thời chữa trị để chờ ngày lấy thận của Huyền trong anh ra. Anh được đẩy trở lại phòng bình thường theo dõi. Và không khác Huyền, nằm trên giường bệnh lúc nào anh cũng bị ám ảnh bởi thần chết. Anh cố gắng dùng đức tin công giáo, dùng dũng khí của một người con trai, và dùng tất cả năng lực và lý trí của anh để bắt mình tùng phục sự chết. Nhưng không được Trang ạ. Nó hãi hùng lắm, nó như là những lò lửa trong tim anh. Nó bốc cháy và nóng đỏ từng giây. Nhiều lúc anh tưởng như lửa hỏa ngục hay anh bị rơi vào giữa một vũng lầy của ma quái với muôn ngàn lưỡi dao đang dí trên da anh. Từ đó, tâm trí anh có lúc có một chấm đen to tướng và anh không còn nhận thức bất kỳ điều gì hiện hữu ngoài sự nặng nề của tuyệt vọng. Anh thật tâm đã vùng vẫy từng phút, từng giây, nhưng mỗi lần như thế, anh đều ú ở vì như bị ai đè.

Qúy ngừng nói, nhìn tôi vừa nhạt trong xa vắng nhớ về:

- Nhìn Huyền, làm sao anh có thể không đau lòng và tiếc nuối nếu thực sự đây là những giờ phút cuối cùng của đời anh. Xót xa và kinh hoàng. Anh chỉ biết nói thế, vì sự diễn tả nào anh nghĩ cũng thừa trong lúc đó. Mắt Huyền, dù Huyền cố giấu, nhưng làm sao anh không nhận ra được. Ánh mắt đó như càng làm anh đau xót khi nghĩ tới Huyền sẽ vuốt từng dòng nước mắt tiếc thương và hoang dại. Rồi các con anh. Ngay bây giờ, anh vẫn còn tê dại và rùng mình khi nhớ lại.

Qúy lại nghẹn ngào, mắt Qúy như sũng buồn vì những hạt lệ như muốn tuôn rơi. Qúy thở dài:

- Tuần cửu nhật đó, quả thật là những giây phút liên tục không ngừng trong chờ đợi và u uất. Vì thú thật với em, chỉ có lúc ngủ là anh mới nghĩ mình có thể tạm thời yên hàn, nhưng nói vậy, chứ thực ra, ngay trong giấc ngủ, những giấc mơ cũng dồn dập nỗi bi ai đắng lạnh. Nào là những phong ba bão táp của cuộc đời cùng tận, nào là những truân chuyên của Huyền, của con anh khi anh không còn nữa, những giấc mơ nặng trong tận cùng bi ai não nề. Huyền sẽ phải đội khăn tang, chiếc khăn tang u uất bên quan tài giữa thanh xuân. Và rồi còn biết bao nhiêu những giầy vò khác... Chính vì thế, anh đã phải giật mình thức giấc từng đêm nhìn Huyền trong đau đớn khôn cùng. Anh khóc và ú ở trong tiếng nấc ngậm ngùi khi thấy Huyền nằm vất vưởng trên chiếc ghế dành cho người thăm nom bệnh nhân. Đầu Huyền kê trên gối mà anh tưởng như đang kê trên một tấm gỗ đầy đinh khiến khuôn mặt Huyền bạc nhược như người không còn máu. Huyền thật tội nghiệp và xót xa. Anh không thể nào diễn tả được nỗi bi ai và thương cảm khi anh nhìn Huyền trong những giấc ngủ vội vàng nơi phòng bệnh, vì trông coi anh, nhất là những ngày đó Huyền cũng đâu khoẻ mạnh gì, Huyền cũng vừa trải qua cuộc giải phẫu. Chính vì thế, anh tự trách anh đã làm Huyền khổ sở. Thế là nước mắt anh ngậm ngùi trong đau khổ. Anh khóc cho mình, khóc cho Huyền và khóc cho thân phận con người. Cũng may, những lúc đó, anh thường được một mầu nhiệm săn sóc anh, nói cho anh những điều phải tin và phải trông cậy, nên anh đã cố gượng dậy trong cùng tận, để rồi nhắm mắt và tự dỗ mình trong lời kinh. Tuy nhiên, không dễ Trang ạ.

Qúy ngừng nói, vì Qúy nghe tôi nấc. Qúy vỗ về tôi:

- Cám ơn em.

Và Qúy tiếp:

- Thế rồi đêm đó, đêm của chờ đợi thần chết, đêm của giã từ người vợ và các con thương yêu, và đêm của vĩnh biệt gia đình, bạn bè và bao nhiêu nguồn sống đã trải qua, từ đau khổ tới hạnh phúc. Anh luôn nghĩ như vậy để sẵn sàng.

Qúy thở dài:

- Tính ra, từ ngày bắt đầu tuần cửu nhật như Huyền nói, hôm đó đúng là đêm cuối cùng, ngày mai cũng là ngày thứ chín, ngày bác sĩ sẽ lấy thận của Huyền đã ghép trong người anh ra. Anh nhớ lúc đó vào khoảng ba giờ sáng, tức là đúng sáng ngày thứ chín, ngày chót của tuần cửu nhật. Bỗng dưng trong người anh như có một nhiệm mầu nào đó, anh cảm thấy tứ chi mình như nóng bỏng và có một bàn tay kỳ diệu đã dùng chìa khoá mở nút thông và thông đường tiểu của anh, khiến bao nhiêu nước tích lũy từ lâu như muốn trào ra. Anh vội vàng xuống giường cố lần mò đến nhà vệ sinh. Huyền nghe thấy anh di chuyển nên hỏi anh có cần gì không, vì thực ra, Huyền cũng đã kiệt sức, vì cả tháng nay lúc nào cũng quanh quẩn bên anh, nên anh thật sự lo cho Huyền, nên anh bảo Huyền là không sao, anh có thể lo cho anh. Huyền nghe, tuy nhiên vẫn định ngồi dậy, nhưng lúc đó anh đã vào tới nhà vệ sinh, và không còn kìm giữ nổi, nước tiểu của anh đã thoát ra ngoài như một vòi nước với áp xuất cực mạnh vừa mở ra, khiến tiếng kêu như tiếng thác đổ từ cao. Anh cảm thấy trong anh thật nhẹ nhõm, và sự sung sướng không thể nào diễn tả nổi. Đúng lúc đó, Huyền như giật mình, và vừa nhận ra nên gọi anh trong ngạc nhiên, anh còn nhớ Huyền đã thất thanh la lớn: "Anh, nước trong người anh chảy ra tồ tồ anh có biết không". Và Huyền còn lập đi lập lại mấy lần, như sợ anh không nghe thấy, và vì tiếng kêu của Huyền lớn quá, tới độ tất cả y tá đều chạy đến phòng anh, vì tưởng có chuyện không lành. Và khi mọi người thấy anh đứng tiểu, thì đều kinh ngạc. Vì ca mổ đã sẵn sàng sáng mai, và tất cả đã biết tình trạng của anh đã hoàn toàn tuyệt vọng, nên khi thấy thận của anh làm việc trong giờ phút này, nhất là chỉ còn 5 tiếng nữa ca mổ bắt đầu, và bác sĩ sẽ lấy thận của Huyền ghép trong anh ra, nên không ai có thể tin đây là sự thật, chính vì thế ai cũng há hốc miệng đứng nhìn anh như nhìn một người từ hành tinh khác vừa xuất hiện. Và phải lâu, cả mấy phút sau, mọi người như mới bình tĩnh, kiểm soát lại chính mình, và nhận ra đây là sự thật, một sự thật 100%, nên mọi người đều vui mừng và cùng la lên: "It is a micracle". Anh nghe mọi người xôn xao mà lòng như hân hoan vô độ, khiến anh bật miệng trong tiếng nấc vì hạnh phúc, anh kêu Huyền vừa nói lớn: "Phải đây là phép lạ không em." Và Huyền không đợi, mặc anh đang đứng trong nhà cầu, đã nhảy vào ôm anh nức nở như trẻ con: "Quả là một phép lạ, anh đã được cứu sống."

Nói tới đây, mặt Qúy nghiêm trang nhìn Trang rồi nhìn tôi. Lúc đó cả Trang và tôi đều đang đẫm lệ vì xúc cảm trước tình yêu và sự quan phòng của Thiên Chúa dành cho Qúy và tôi. Và có lẽ Qúy cũng cảm nhận được điều đó, có khi còn gấp trăm lần chúng tôi, vì chính Qúy là người luôn hướng dẫn và nhắc nhở tôi hãy phó thác và trông cậy trong Chúa. Nên Qúy nghẹn ngào tiếp:

- Chỉ có nhờ phép lạ anh mới được cứu sống, vì như em biết, tất cả bác sĩ đã bó tay lại còn khẳng định, thận của Huyền không hợp với cơ thể anh nên đã gây ra biến chứng, khiến trái thận không thể lọc máu, tích lũy nước không thải ra được, nên nhất định phải lấy ra để tạm thời cứu mạng anh được ngày nào hay ngày ấy.

Qúy bỗng nhìn lên vừa trầm giọng:

- Nếu không phải là tuần cửu nhật, có lẽ bác sĩ đã mổ lấy thận của anh ra từ 7 ngày trước đó, thì giờ đây anh làm gì còn trái thận của Huyền tặng anh ngày sinh nhật của anh trong cơ thể anh. Trang thấy đây có phải là một phép lạ không?

Trang nước mắt cũng chan hoà trên đôi gò má vừa cảm động:

- Em vẫn không thể tưởng tượng nổi sao lại có những mầu nhiệm đến thế?

Khoảnh khắc, tôi nhìn Qúy, và không còn để ý tới chung quanh, tôi ôm Qúy và ghì sát thân thể tôi trong vòng tay yêu thương của Qúy. Và một cảm giác nóng bỏng vời vợi từ Qúy thẩm thấu qua tôi. Tôi gục đầu trên vai Qúy với hạnh phúc tràn đầy. Tôi nhớ tới tuần cửu nhật, nhớ tới niềm tin và mầu nhiệm của ơn cứu chuộc, nhớ tới sự sống và sự chết, nhất là nhớ tới đời sống tưởng đã kết thúc như hoàng hôn đang chìm dần trong bóng tối, nhưng lại bừng sáng trong ánh sáng ban mai, một buổi sáng nhiệm mầu nhờ niềm tin.

Trang thấy vậy cũng đứng dậy, một tay ôm bé Huyền Như, một tay kéo hai con tôi sát vào Qúy và tôi. Và chúng tôi cùng thầm cám ơn Chúa đã ban phép lạ cho Qúy được thoát khỏi cơn bệnh hiểm nghèo, để cùng khai triển đời sống đức tin và môi trường sống cho chúng tôi, gia đình và xã hội.

Và bỗng không ai bảo ai, tất cả chúng tôi cùng đồng thanh nói trong sự cảm xúc cùng độ: "It is a micracle"

Houston,
Ngày độc lập Hoa Kỳ
Năm 2010
J.ngọc

"Mình không có quyền lựa chọn bệnh tật, nhưng mình có quyền chọn sống vui hay sống buồn, nên tại sao ta không chọn sống vui, mà lại chọn sống buồn cho thêm phiền não." (Hoàng Hôn Buổi Sáng)

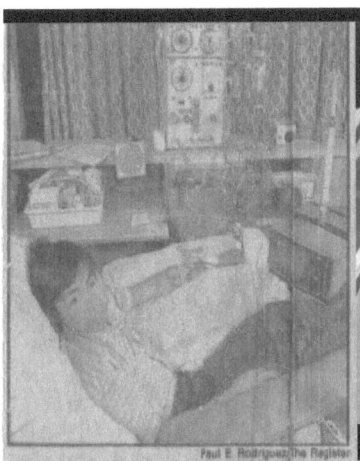

Paul E. Rodriguez/The Register
Nguyen Ngoc Quyet undergoes kidney dialysis.

**Nguyễn Ngọc Quyết
California 1984**

Bác sĩ Nguyễn Ngọc Quyết 1994

SOUTHERN COLLEGE
OF OPTOMETRY
Commencement-June 2, 1994

Dialysis and hope keep teen alive

Youth seeks family's release from Vietnam for kidney transplant

By Jeffrey Brody
The Register

Nguyen Ngoc Quyet prays each day his family will receive permission to leave Vietnam because his life depends on it.

The 19-year-old Tustin High School student suffers from total kidney failure and has been trying for more than a year to persuade Vietnamese officials to let his family move to the United States.

Since June, Quyet has been kept alive with the help of a dialysis machine. He has been preparing for a kidney transplant and hopes to receive a kidney from one of his eight brothers and sisters.

"It's been so difficult to get permission for them to come to America," Quyet said. "The communists have not allowed them to leave."

Quyet, who escaped from Vietnam by boat two years ago, lives alone in a one-bedroom flat. He said he chose to flee Vietnam after an older brother

was imprisoned and killed for opposing the communist regime.

But Quyet, who developed kidney problems after leaving Vietnam, has no relatives in America. Often weak and anemic, he depends on friends and a high-school nurse for assistance.

The nurse, Nadine Holub, accompanies him during dialysis and has been taking classes with Quyet designed to help a potential transplant patient understand the implications of the operation.

Holub said she has been like a mother to Quyet, devoting time, love and attention well beyond school hours.

"Quyet is a very kind, generous, sensitive, intelligent young man," Holub said. "He has managed to work and live on his own and go through all these major medical problems and still attend school. I find this amazing. He does everything — his cooking, his cleaning, his laundry — by himself."

As proud as she is of Quyet's accomplishments, Holub remains concerned about his future.

Please see TRANSPLANT/A2

TRANSPLANT

FROM A1

"He hasn't done well on dialysis," she said. "His eyes get puffy, his body retains fluids and he has headaches and severe high blood pressure. It's a big burden for someone who does not have any family nearby to help him."

Quyet's doctor, W. Lynn Cooper, said Quyet would die within a week without the dialysis, which is paid for by Medicare.

"He is being kept alive on the kidney machine," Cooper said. "If he were to get a successful transplant, he would be returned to a normal state of health and could work and continue his education."

Life on the kidney machine is quite another matter, according to Cooper.

"He will be in a fatigued, weakened, depressed state and unemployable and uninsurable. He will be a frustrated, isolated, depressed young man with not much prospect of getting any better than he is right now."

The doctor said the chances of a successful transplant are about 95 percent with a family member compared with a success rate of 50 percent with someone else.

Cooper, Holub and members of Orange County's refugee community say they are mystified by Vietnam's reluctance to let the family leave.

On April 26, Vietnam allowed Vo Hoang Van, the brother of another critically ill refugee, to fly to Chicago for a bone marrow transplant. The operation occurred this month and Van's brother is recuperating.

Alicia Cooper, director of the International Rescue Committee in Santa Ana, has been coordinating the effort to get the Quyet family released.

If Hanoi agrees to release the youth's relatives, the State Department has said it would permit their immediate entry into the United States.

Letters attesting to the seriousness of Quyet's illness have been sent to Vietnam, Ms. Cooper said. But she said no one has heard from the government.

Since the conventional channels have been unproductive, Ms. Cooper said, she has tried unconventional methods to get the message across.

She appealed for help from Professor Edward Lee Cooperman, a frequent traveler to Vietnam and former head of the Foundation For Scientific Cooperation With Vietnam.

"Cooperman took a message to Vietnam and we heard from him that one of Quyet's brothers or sisters might receive permission to leave," Ms. Cooper said.

But Cooperman was shot to death in his Cal State-Fullerton office before anything could be arranged. The Foundation channels have lain dormant since Cooperman's death in October.

An appeal recently was made to Cooperman's successor, Judy Ladinsky, after a newspaper story said Ladinsky had helped cut red tape to allow for the bone marrow transplant.

"I spoke with Ladinsky," Ms. Cooper said, "and told her we need another mission of mercy.

"She promised to help and we are now praying."

Thư từ, bài vở xin trực tiếp gởi về:

Tạp chí Hợp Lưu
P.O.BOX 9809
Fountain Valley, CA 92728-9809- USA
Điện thoại: (714) 381-8780
E-mail: **tapchihopluu@aol.com**
Trang nhà: **www.hopluu.net**

Ngân / chi phiếu xin đề: Tạp Chi Hop-Luu Inc.

Giá: 16.00 MK